இந்த புத்தகம் உங்களைத் தேர்ந்தெடுத்துள்ளது

நாவல்

வே.கணேஷ்

ISBN
Hardcase 979-8-89777-619-1
Paperback 979-8-89744-950-7

உள்ளடக்கம்

உள்ளடக்கம்

முன்னுரை

வணக்கம் நண்பர்களே...

நான் தான் இந்த புத்தகம் பேசுகிறேன்,

நான் எதற்காக உங்களைத் தேர்ந்தெடுத்தேன் என்பதை என்னை படிக்க படிக்க நீங்களே தெரிந்துக்கொள்வீர்கள். நீங்கள் முதல் முறையாக புத்தகம் படிப்பவரா? அல்லது புத்தகமே பிடிக்காதவரா? அப்படி என்றால் இந்த புத்தகம் உங்களுக்காகத்தான். அதற்காக புத்தகம் படிக்கும் பழக்கமுடைய நபர்கள் இந்த புத்தகத்தை வைத்துவிடலாம் என்று சொல்லவில்லை, உங்களுக்காகவும் ஒரு சிறந்த நாவல் கதை காத்துக் கொண்டிருக்கிறது.

இது ஒரு சுவாரசியமான நாவல் கதை ஆகும். அப்படி நீங்கள் இதை வீட்டில் படிக்கும் போது உங்களுக்கு சுவாரசியமின்றி உறக்கம் வந்தால் தாராளமாக அதை செய்யுங்கள் ஏன் என்றால் என்னை உருவாக்கிய என் எஜமான் சொல்லிக் கேள்விப்பட்டேன், இக்காலத்து மக்கள் பல பிரச்சனைகளை நினைத்து இரவு உறக்கமின்றி தவிக்கிறார்கள் என்று, அதற்காகவே என்னை படித்து நன்றாக உறங்குங்கள், தவறாக நினைத்துக் கொள்ளமாட்டேன், எனக்கு அதில் பெருமை தான்.

உங்களுக்கு எப்போது தோன்றுகிறதோ அப்போது நீங்கள் என்னை தாராளமாக படிக்கலாம் அதுவரை உங்கள் நண்பனாக காத்துக்கொண்டிருப்பேன். ஆனால் உங்கள் நண்பன் உங்களுக்காக காத்துக்கொண்டிருக்கிறேன் என்பதை மறந்து விடாதீர்கள்.

என்னை படித்தால் மன அழுத்தத்தை குறைத்து, உங்களுடைய மூளைக்குள் கற்பனை சக்தியை வளர்த்து, உங்கள் சிந்தனையை மேம் படுத்துவேன், என் எதிரி (ஸ்மார்ட் போன்) போல உங்கள் மூளையை கொஞ்ச கொஞ்சமாக சிதைக்க மாட்டேன். நான் யாரையும் எதிரியாக நினைப்பதில்லை ஆனால் எப்பொழுது உங்களை வசியம் செய்து

நமது நட்பை பிரித்தார்களோ அதனாலயே அவர்களை எனக்கு பிடிக்கவில்லை.

நமது நட்பு நீடிக்க புத்தகம் வாசியுங்கள்...

ஸ்மார்ட் போனிற்கு அடிமையானால் உங்கள் மூளைக்குள் கணக்கில்லாமல் கருவேலியின் முட்செடி வளரும் ஆனால் புத்தகங்களுக்கு அடிமையானால் உறுதியான பெரிய ஆலமரமே வளரும்.

எவர் ஒருவர் தன்னையே மறந்து புத்தகம் வாசிக்கிறார்களோ, அவர்களுக்கு அழகான சிந்திக்கும் திறனை புத்தகம் செதுக்கிக் கொடுக்கும்.

சரி நண்பர்களே ரொம்ப பேச விரும்ப வில்லை இந்த முழு கதையையும் படித்துவிட்டு என்னை முடிவுரையில் சந்தியுங்கள், நான் உங்களுக்காக ஒரு முக்கியமான ரகசியம் சொல்ல காத்துக்கொண்டிருப்பேன், அதற்காக இப்போதே முடிவுரையை படித்து விடாதீர்கள் முழு கதையை படித்துவிட்டு வாருங்கள்.

****

இந்த புத்தகம் உங்களைத் தேர்ந்தெடுத்துள்ளது

நிலங்கள் அதற, சிறகுகளை அடித்துக்கொண்டு சில பறவைகள் சிதற, ராட்சச மிருகம் ஒன்று பெரிய கால்களுடனும், நீண்ட வாலுடனும், கடினமான தோலுடனும், எப்போதும் கோபத்துடன் இருக்கும் முகத்தைக் கொண்டு, கூர்மையான பற்கள் நிறைந்த வாயை திறந்து வானத்தை நோக்கி நம் காதுகளின் ஜவ்வுகள் கிழியும்படி மிக பயங்கரமாக சத்தம் போட்டது. அந்த சத்தத்தில் அங்கிருந்த பறவைகள், மிருகங்கள் அலறி அடித்துக்கொண்டு ஓடியது. ஏன் என்றால் அந்த மிருகம் ஒரு டைனோசர், இந்த டைனோசர் கத்தும் பொழுது அதன் கீழ் இருந்து ஒரு மனிதன் திடிரென்று எழுந்து கைகளை தட்டிக்கொண்டும் விசில் அடித்தும் உற்சாகத்தை வெளிப்படுத்தினான். அதைக் கண்ட பல மனிதர்கள் கைகள் தட்டியும், விசில் அடித்தும் காதுகளைப் பொத்திக்கொண்டும் ரசித்தார்கள்.

என்ன? கைகள் தட்டியும், விசில் அடித்தும் அதை ரசித்தார்களா? அவர்களை அந்த மிருகம் ஒன்றும் செய்ய வில்லையா? இதை நேயர்கள் சில பேர் கணித்திருப்பீர்கள் ஆம் அது ஒரு திரையரங்கம்.

ஜீன் 12, 2015 வெள்ளிக்கிழமை அன்று அமெரிகர்களால் உருவாக்கபட்ட (ஜீராசிக் வேர்ல்ட்) என்ற திரைப்படம் வெளியிடப்பட்டது. மிகவும் ரசித்துக்கொண்டு முதலில் எழுந்து நின்று ஒரு மனிதன் கைகளை தட்டிக் கொண்டும், விசில் அடித்தும் உற்சாகத்தை வெளிப்படுத்தினான் அல்லவா அவன் தான் இக்கதையின் கதாநாயகன் என்று சொல்லிக் கொள்ளலாம்.

இவனை ஜீவா என்று அழைப்பார்கள், வயதோ 20, ஊரோ கன்னியாகுமரி, இவனுக்கு ஜந்து வயது இருக்கும் போதே அவனது அப்பா ஒரு விபத்தில் இறந்துவிட்டார், இப்போது இவனுடன் அம்மாவும், தங்கையும் மட்டும்தான் இருக்கிறார்கள். அவன் அம்மா

ஒரு பள்ளியில் ஆசிரியராக பணியாற்றி வருகிறாள், அவன் தங்கை அதே பள்ளியில் 12ம் வகுப்பு படித்து வருகிறாள்.

ஜீவாவுக்கு தமிழ் சினிமா என்றாலே அப்படி ஒரு ஆர்வம். அதுவும் ஹாலிவுட் படம் என்றால் அதில் வரும் வித்தியாசமான திரைக்கதை அவனுக்கு ரொம்ப பிடிக்கும்.

ஜீவா பேருக்கு கல்லூரிக்கு போவதும், புது திரைப்படம் வந்தால் திரையரங்கிற்கு செல்வதும், நண்பர்கள் அழைத்தால் கிரிக்கெட் விளையாடுவதும், அது மட்டும் இல்லாமல் அவனிடம் ஒரு சிறிய கைப்பேசியும், ஒரு மடிக்கணினியும், அவன் அப்பாவின் பழைய இருசக்கர வாகனமும் இருந்தது. இவைகள் தான் அவனின் பொழுதுபோக்குகள். ஜீவாவுக்கு மிகவும் பிடிக்காத வெறுக்கக்கூடிய ஒரு விஷயம் உள்ளது, அது தான் 'புத்தகம்'.

ஆம், புத்தகம் என்றாலே இவனுக்கு பிடிக்கவே பிடிக்காது, பாட புத்தகத்தை கூட ஏனோ தானோவென்று தான் படிப்பான், அதில் உள்ள எழுத்துக்களை கண்டாலே இவனுக்கு வெறுப்பாக இருக்கும், பத்தாம் வகுப்பு பொதுத்தேர்வு முடித்த பிறகு அந்தப் புத்தகங்களை வானோக்கி வீசி மகிழ்ந்தவன், புத்தகத்தை படிக்க திறந்தாலே தூங்கிவிடுவான், மழை காலத்தில் புத்தகங்களின் காகிதத்தை கிழித்து கப்பல் செய்து விடுவான், புத்தகம் என்று சொன்னாலே புறமுதுகை

காட்டி ஓடிவிடுவான், சில முறை கோபம் வந்தால் புத்தகத்தை தூக்கி எறிந்து கோபத்தை தணித்துக்கொள்வான், இப்படி இருந்தவனை பள்ளியில் ஆசிரியரும், வீட்டில் அம்மாவும் பள்ளி படிப்பில் கடைசி சமயத்தில் கடுமையாக பயிற்சி கொடுத்ததால் தான் அவனால் தேர்ச்சி பெற முடிந்தது.

பின்னர் கல்லூரியில் எந்தத் துறையை தேர்வு செய்வது என்று தெரியாமல் இருந்தபோது அவனின் அம்மாவிடம் ஆலோசனை கேட்டு அவன் ஊரிலே உள்ள கல்லூரியில் பி.இ. மெக்கானிக்கல் இன்ஜினியரிங், மூன்றாம் ஆண்டு இப்போது படித்து வருகிறான், மன்னிக்கவும் படித்து வருகிறான் என்று தவறாக சொல்லிவிட்டேன் ஏதோ கடமைக்கு சென்று வருகிறான் என்பது தான் உண்மை.

பல அரியர்களுக்கிடையே மூன்றாம் ஆண்டின் ஆறாவது செமஸ்டரில் அனைத்து தேர்வையும் முடித்துவிட்டு மிகவும் நிம்மதியுடன் வீட்டிற்குச் சென்றான்.

வீட்டினுள்ளே தொலைக்காட்சி பார்த்துக் கொண்டிருந்த அவன் தங்கையிடம் "ஏய் வள்ளி அம்மா எங்க" என்று கேட்டான்.

"டேய் கால கழுவாமலே உள்ள வரியா, போய் கழுவிட்டு வா" என்றாள் வள்ளி.

"நான் அப்படிதான் வருவேன் உன்னால என்ன செய்யமுடியும்" என்று ஜீவா சொல்ல,

"மாவ் மாவ் இங்க வந்து பாருமா ஜீவா விளையாடிட்டு கால கழுவாமலே வீட்ட அலங்கோலம் ஆக்குறான்" என வள்ளி உரத்த குரலில் பேச,

சமையல் அறையிலிருந்து விரைந்து வந்த அம்மா "அதுக்கு ஏண்டி மணல் லாரிய வீட்டுல கொட்டுன மாதிரி கத்துற" என்று அம்மா கேட்க,

அதற்கு வள்ளி "இதையே நான் செஞ்ச மட்டும் என்ன திட்டியே தீர்த்துடுவ, அவன மட்டும் ஒன்னும் சொல்லமாட்ட"

"ஏய் உன்ன ஜீவாவ, அண்ணன் தானே கூப்பிடணும் சொல்லிருக்கேன்" அம்மா கோபமாக சொல்ல,

வள்ளி உடனே சுவரில் தொங்கிக் கொண்டிருந்த தன் அப்பாவின் புகைப்படத்தை பார்த்து "பாத்தியாப்பா உன் பையன் பண்ண தப்புக்கு நான் திட்டு வாங்குறேன்" என்று கேலிச் செய்தாள்.

ஜீவா அம்மாவின் முகத்தையும், தங்கையின் முகத்தையும் மாறி மாறி பார்த்துவிட்டு "சரி சரி நானே கால கழுவிட்டு வரேன்" என்று சொல்லிவிட்டு வெளியே சென்றான்.

கால்களை கழுவுவதற்கு வாளி தண்ணீரை எடுத்தான் அதில் ஒரு பட்டாம்பூச்சி தண்ணீரில் தத்தளித்துக் கொண்டிருந்தது. அதை அவன் வலது கையால் எடுத்து மேலே தூக்கிப்போட்டான் அதன் இறகுகள் ஈரமாக உள்ளதால் கீழே விழுந்து விட்டது அதை எடுத்து அவன் வீட்டின் முன்னிருந்த வேப்ப மரத்தின் கிளையில் வைத்துவிட்டு "ஏய் நண்பா இவனோட இறகு சரியான பிறகு அனுப்பிட்டினா நாளையிலிருந்து உனக்கு ரெண்டு வாளி தண்ணி எக்ஸ்ட்ரா ஊத்துறேன்" என்று கேலிக் குரலில் சொல்லி விட்டு கால்களையும், கைகளையும் நான்றாக கழுவிவிட்டு மீண்டும் உள்ளே சென்றான்.

உள்ளே செல்லும் போது சமையலறையிலிருந்து எண்ணையில் பொரியும் வடை வாசனை வந்தது. "ம்ம் மா வடையா சரி நால், அஞ்சி போட்டு எடுத்துட்டுவாமா" என்று சொல்லிக் கொண்டே வள்ளியின் அருகில் அமர்ந்தான்.

வள்ளி திடீரென்று எழுந்து தள்ளி சென்று "எங்க தாண்டா போவ உன் மேல இவ்வளவு வேர்வ நாத்தம் அடிக்கிது".

"ஹா ஹா ஹா வீரனுக்கு வியர்வை அழகு என்று உனக்கு தெரியாதா" என வித்தியாசமான குரலில் கோட்டை ராஜாவைப் போல் கேலியாக பேசினான் ஜீவா.

"பரீட்சை எப்படி எழுதி இருக்க ஜீவா" என்று கேட்டுக்கொண்டே சமையலறையிலிருந்து ஒரு தட்டு நிறைய வடையை நிரப்பிக்கொண்டு வந்தாள் அம்மா. நின்றுக் கொண்டிருந்த வள்ளி அந்தத் தட்டிலிருந்து

இரண்டு வடையை எடுத்துக்கொண்டாள். ஜீவாவும் வடையை எடுத்துக்கொண்டே "ம்ம் எக்ஸாம் தானே நல்லா பண்ணிருக்கேன்" என்று சொல்லி முடிப்பதற்குள் வள்ளி குறுக்கிட்டு "எப்படியும் பெயில் ஆகிடுவான் அவன்ட கேட்கனுமா".

உடனே கோபம் அடைந்த ஜீவா "ஏய் வள்ளி முழாண்டு பரீட்சை வருதுல அதல எப்படி பாஸ் ஆகுறதுனு போய் படி என்ன குத்தம் சொல்ல வந்துட"

"அதலாம் ஈசியா பாஸ் பண்ணிடுவேன் போ" சொல்லிக்கொண்டே சமையலறை சென்றாள்.

ஜீவா, வள்ளியை கண்டுகொள்ளாமல் பிறகு அம்மாவிடம் பணிவான குரலில் "மா இன்னைக்கு ஒரு டைனோசர் படம் ரிலிஸ் ஆகிருக்கு நான் போயிட்டு வரேன்" என்று ஜீவா கேட்க.

அதற்கு அம்மா "இப்போதானே எக்ஸாம் முடிஞ்சிது சனி, ஞாயிறு 2 நாள் லீவு தானே நாளைக்கு போகலாம்ல" என்றாள்.

"ஓ படத்துக்கா என்னையும் ஆச்சிட்டு போ அண்ணா" என்று வள்ளி கேட்டாள்.

"ம்ம் இப்போது எங்கிருந்து வந்துச்சி மரியாத, அவனே அவன் ∴ப்ரெண்ஸ் கூட போறான், நான் உன்ன வேறு ஒரு நாள் ஆச்சிட்டு போறேன்" என்றாள்.

"போமா இப்படியே சொல்லி என்னைய வீட்டுலயே வைச்சிகோ" என சிறு கோபக் குரலில் சொல்லிவிட்டு மீண்டும் சமையலறைக்கு சென்றாள்.

"சரி சரி புத்தகங்கள் இருக்கும்ல அந்த அலமாரியில பணம் இருக்கு எடுத்துக்கிட்டு பாத்து போயிட்டு வா, எத்தன மணிக்கு படம் போடுவாங்க" என்று அம்மா கேட்க.

உடனே அவன் துள்ளி எழுந்து "6 மணிக்கு மா" என சொல்லி விட்டு புத்தக அலமாரிக்கு சென்றான். எப்போதும் இந்த அலமாரி பக்கம் வருவதில்லை இப்போது பணத்தை எடுக்க வந்த போது

அங்கிருந்த புத்தகங்களை சிறிது கோபமாக பாத்துக் கொண்டே "காச இங்க தான் வைக்கணுமா" என புலம்பிக்கொண்டே கிளம்பினான்.

"மணி 5 தானே ஆகுது இப்போதானே வந்த கொஞ்ச நேரம் ரெஸ்ட் எடுத்துட்டு போகவேண்டியது தானே" என அவனை நிறுத்தும் வகையில் கூப்பிட்டாள் அம்மா.

அதற்கு ஜீவா "இப்போ கிளம்புனா தாமா சரியா இருக்கும் நான் போனா தான் எல்லாரும் வருவாணுங்க, அது மட்டும் இல்லாம டிக்கெட் வேர எடுக்கணும் அப்புறம் சீட்டு கிடைக்காம போயிடும்" என சொல்லிவிட்டு கிளம்பினான்.

"சரி இந்தா இன்னும் வடை எடுத்துக்கோ" என அம்மா சொல்லி முடிப்பதற்குள் அவனே இரண்டு மூன்று வடைகளை கையில் எடுத்துக்கொண்டான். ஒரு வடையை வாயில் போட்டு சாப்பிட்டுக்கொண்டே போனான்.

ஜீவா வெளியே சென்ற போது சட்டென்று ஜீவாவின் பார்வை வெளியே இருந்த மர கிளை பக்கம் சென்றது. "அடடே பட்டாம்பூச்சி பறந்து போயிடுச்சா" என அந்த மரத்தை தன் வலது கையால் தட்டிக்கொடுத்து "பரவாயில்லையே நான் சொன்ன வேலைய முடிச்சிட்டியா, குட் பாய்" என்று பாராட்டிவிட்டு சென்றான்.

"வண்டியில முன்னாடியே பெட்ரோல் போட்டுருக்கலாம் இப்போ நடந்து போக வேண்டியதா இருக்கு, சரி ஒரு கிலோமீட்டர் நடக்கணுமா, நடப்பயிற்சி உடம்புக்கு நல்லதுனு சொல்லுவாங்க" இப்படி தனக்குள் பேசிக்கொண்டே போனான்.

ஜீவா போகும் வழியில் அவன் நண்பனான தினேஷ் வீடு இருந்தது. அவன் அந்த வீட்டிற்கு அருகில் வரும் நேரமும் தினேஷ் அவன் வீட்டை விட்டு வெளியேவரும் நேரமும் ஒன்றாக இருந்தது. முதலில் ஜீவா "டேய் தினேசே என்ன குளிச்சிட்டு வர போல", அதற்கு தினேஷ் "ஆமாம்டா" என அவனின் இயல்பான கட்டை குரலில் பதில் சொன்னான்.

"சரி சரி கோமலுக்கு போன் பண்ணியா" ஜீவா கேட்க,

"ம்ம் இப்போ தாண்டா போன் பண்ணே, அவங்கலாம் தேட்டர் முன்னாடி தான் வைட் பண்றானுங்களாம் வா சீக்கிரம் போலாம்" என்றான் தினேஷ்.

பிறகு ஜீவாவும், தினேசும் தேட்டருக்கு வந்துவிட்டு, சில மனிதர்களுக்கிடையே ஜீவா தேடிப் பார்த்தான் கோமலும், குமாரும் இருந்தார்கள். "தோ அங்க நிக்கிறானுங்க பாரு" என சொல்லிக் கொண்டே அவர்களிடம் சென்றார்கள்.

அங்கு சென்று "எங்கடா குரு வரலயா?" என்று தினேஷ் கேள்வி கேட்க.

அதற்கு குமார் "அந்த படிப்பாளி லைப்ரரில இருக்காணாம் இப்பதான் போன் பண்ணே வரேன் சொன்னா"

"சரி அவன் வரும் படி வரட்டும் டிக்கெட் எடுத்தாச்சில, நாம வாங்க உள்ள போலாம்" என்று கோமல் கூப்பிட்டான்.

"டேய் கடைசி டைம்ல தான் இப்படி எல்லாம் பண்ணுவானா இப்போவே மணி 5.55 ஆயிடுச்சிடா எப்படா வருவான்" என்று ஜீவா சொல்லி முடிப்பதற்குள் வேக நடை போட்டுக்கொண்டு குருமூர்த்தி வந்தான்.

"இதோ வந்துட்டான்டா குரு" கோமல் சொல்ல நான்கு பேரும் பார்த்துவிட்டு 'வாடா வா' சொல்லி வைத்தது போல ஒரே மாதிரி ஜீவாவும், குமாரும் அழைத்தார்கள். "ஏன்டா இவ்வளவு நேரம், உன்னோட சைக்கிள் எங்கடா நடந்துவர" என்று குமார் கேட்டான்.

அதற்கு குரு நெற்றியில் வலது கையை வைத்து "ஐயோ சைக்கிள மறந்து லைப்ரரிலயே விட்டுட்டு வந்துட்டேன்டா" என பறிகொடுத்த குரலில் பதில் சொன்னான்.

சிறிது கோபமாக "புத்தகம் படிச்சினா, எல்லாத்தையும் மறந்துடுவியா" என ஜீவா கேட்டான். அதற்கு கோமல் "சரி நீ போய் சைக்கிள் எடுத்துட்டு வா நாங்க உள்ள போறோம்"

"சைக்கிள பூட்டிட்டு தானே வந்த?" என்று தினேஷ் கேட்க,

"ம்ம் அதலாம் பூட்டிடேன்டா" என்று சொல்லிவிட்டு தன் சட்டை பாக்கெட்டில் இருந்து சைக்கிள் சாவியை எடுத்துக் காட்டினான்.

"சரி சைக்கிளுக்கு ஒன்னும் ஆகாது வா படத்துக்கு போலாம்" என்று கோமல் சொன்னான்.

"இல்லடா இருந்தாலும் எவனாவது சைக்கள தூக்கிட்டு போயிட்டா என்ன பண்றது அப்புறம் எங்க வீட்டுல செம்ம திட்டு விழும்" என்று குரு சொல்லி முடிப்பதற்குள் "அதலாம் ஒன்னும் ஆகாது வா பாத்துக்கலாம்" என தைரியம் சொன்னான் ஜீவா.

குருவும் ஒப்புக்கொள்வது போல் முகத்தை சலித்துக்கொண்டு "சரி வாங்க போலாம்". மற்றவர்கள் எல்லாம் குரு தோளில் கை போட்டுக்கொண்டு "அதலாம் ஒன்னும் ஆகாதுடா வா போகலாம்" என்று அழைத்துச் சென்றார்கள். ஆனால் ஜீவா மட்டும் திரையில் வெளிச்சம் வரும் வரை அமர்ந்துக் கொண்டு யோசனையில் ஆழ்ந்தான்...

"ஏன் தான் இந்த குரு இப்படி இருக்காணோ தெரியல எப்போதுமே படிப்பு படிப்புனு படிச்சிகிட்டே இருக்கான். இதுல வேற படிக்கிற ஆர்வத்துல நானும், குமாரும் படத்துக்கு வந்துடோன்னு அவ்வளவு சொல்லியும் மறந்து போயி புத்தக பைத்தியமா ஆகிட்டான் போல, அது மட்டுமா அவன் சைக்கிளையும் மறந்துபோய் விட்டுட்டு வந்துட்டானாம். அந்த அளவுக்கு அவனுக்கு மறதி இருக்கு"... இந்த நினைவை கெடுக்கும் விதத்தில் "ஏன்டா ஒரு மாதிரி இருக்க" என கோமல் கேட்டான் கனநேரத்தில் தெளிவு பெற்று "அது ஒன்னும் இல்லடா படம் இன்னும் போடாம இருக்காங்களேனு யோசிச்சிட்டு இருக்கேன்".

அதற்கேற்றாற் போல் "எப்படா படத்த போடுவாங்க, மணி 6.10 ஆச்சி" என தினேஷ் புலம்பிக் கொண்டிருந்தான்.

"சரி சரி டிக்கெட்டுக்கு எனக்கு யாரு காசு போட்டது" என்று ஜீவா கேட்டான். "குமார் தாண்டா போட்டான்" கோமல் சொல்ல,

ஜீவா தன்னிடம் இருந்த நூரு ரூபாயை எடுத்து குமாரிடம் கொடுத்தான். அதற்கு குமார் "டேய் போன மாசத்துக்கு முன்னாடி

எனக்கு நீ டிக்கெட் போட்டல, அதுக்காக நான் உனக்கு இப்ப டிக்கெட் போட்டுகிட்டேன்டா" என்றான்.

"போன மாசத்துக்கு முன்னாடி நான் டிக்கெட் போட்டத இன்னும் ஞாபகம் வைச்சிருக்கியா" என்று குரு காதில் விழுவது போல் ஜீவா சொல்ல,

அதற்கு குரு சிரித்துக்கொண்டே "சரிடா ரொம்ப கலாய்க்காதீங்கடா".

இந்தப் பேச்சு வார்த்தை நடக்கும் நேரத்தில் திரையில் வெளிச்சம் வந்து விட்டது எல்லோரும் ஆர்வத்தோடு பார்த்தார்கள்.

படம் ஆரம்பித்ததும் அனைத்தையும் மறந்து படத்திற்குள் சென்றுவிட்டான் ஜீவா. அந்தப் படத்தில் வந்த சில காட்சிகளின் மூலம் சில சமயம் அவன் கண்கள் ஆச்சரியமாகவும், ஆனந்தமாகவும் பார்த்து ரசித்தன. ஒரு காட்சியில் அவன் கட்டுப்பாட்டை இழந்து, திடீரென்று எழுந்து விசில் அடித்து அவன் உற்சாகத்தை வெளிப்படுத்தினான். அவன் நண்பர்களும் அந்த டைனோசர் காட்சியை நன்றாக ரசித்தார்கள்.

அதன் பிறகு படம் முழுவதும் முடித்தவுடன். எல்லோரும் தியேட்டர் வாசலில் வெளியே மாறி மாறி "சரிடா பாய் பாய்" என்று சொல்லிக் கொண்டு கிளம்பிவிட்டார்கள். கடைசியாக குரு மட்டும் ஜீவாவிடம் சென்று ஒரு காகிதத் தாளை கொடுத்து "டேய் இதுல நெக்ஸ்ட் செமஸ்டரோட புக்கு பேரெல்லாம் இருக்கு நீ இந்த புக்கெல்லாம் வாங்கி இன்னையில இருந்தே படிக்க ஆரம்பிச்சிடு" என்று அக்கறையாக சொன்னான்.

ஆனால் அதற்கு ஜீவா கடும் கோபத்துடன் "டேய் இப்ப தாண்டா எக்ஸாம் முடிஞ்சுது அதுக்குள்ளேயே படிக்க ஆரம்பிக்கணுமா?"... என அந்தக் காகிதத்தை கசக்கி தூக்கி எறிந்துவிட்டு வேக நடையுடன் கிளம்பினான்.

இரவு 10.30க்கு அவன் வீட்டு கதவை தட்டினான் ஜீவா. கதவு பக்கத்தில் ஜன்னல் கதவு ஒன்று திறந்தது. அதில் அவன் அம்மா எட்டிப் பார்த்து விட்டு கதவை திறந்து விட்டாள். "படம் எப்படி இருந்தது" அம்மா கேட்க,

புன்னகையுடன் "ம்ம் செம்ம சூப்பரா இருந்துச்சிமா" என்று சொல்ல, "சரி கை, கால கழுவிட்டு வா சாப்பிடலாம்" என்றாள். அவனும் நன்றாக சாப்பிட்டுவிட்டு அவன் அறைக்குச் சென்று மடிக்கணினியை எடுத்து வைத்தான் அவன் அறை பக்கமாக சென்ற வள்ளி "மாவ் இங்க பாரு உன் பையன் தியேட்டர்ல படம் பாத்தது பத்தாதுனு லேப்டாப்ல படம் பாக்க போறான்" என சிறு சண்டை தொடங்க "சரி சரி நான் பாக்கல போதுமா உடனே என்கிட்ட வம்பு இழுக்க வந்துடுவியே" என்று மடிக்கணினியை வேகமாக மூடி வைத்து விட்டு தூங்கச் சென்றான்.

ஆனால் தூக்கம் வரவே இல்லை படுத்துக்கொண்டு விட்டத்தை பார்த்துக் கொண்டே அன்று நடந்ததைப் பற்றி நினைத்தான். "படம் எவ்வளவு சூப்பரா இருந்துச்சு, நிறைய எதிர்பார்க்காத சம்பவங்கள் ரொம்ப நல்லா இருந்ததுல" என அவனுக்குள்ளே பேசிக்கொண்டிருந்தான் பிறகு அவன் நண்பனை பற்றி யோசித்தான். "நான் அப்படி செஞ்சிருக்க கூடாதுல, எனக்காக தான் குரு எக்ஸாமுக்கு படிக்கிறதுக்கு நிறைய ஹெல்ப் பண்ணா, அவன்ட போய் அப்படி நடந்துகிட்டேன், சரி நாளைக்கு போய் முதல் வேலையா அவன்ட பேசனும்" என அவன் மனம் உறுத்திக் கொண்டே இருந்தது.

காலையில் ஜீவா எழுந்தவுடன் எல்லா வேலைகளையும் முடித்து விட்டு அவன் நண்பன் தினேசுக்கு போன் செய்தான். "டேய் தினேசு, குரு எங்கடா இருப்பான்" அதற்கு தினேஷ் "அவனா... , 10 மணிக்கு லைப்ரரிக்கு போ அங்கதான் புத்தகம் கூட பேசிக்கிட்டு இருப்பான்" என்று அவன் கட்டைக் குரலில் கேலியாகச் சொன்னான்.

ஜீவாவும் வண்டியை தள்ளிக்கொண்டே பெட்ரோல் போட்டுவிட்டு நேராக நூலகத்திற்கு சென்றான். அங்கு நூலகத்தின் வாசலில் நின்று மேலே பார்த்துவிட்டு "உள்ளே போலாமா வேண்டாமா" என்று தயங்கி நின்றுவிட்டு "சரி அவனிடம் பேசதானே போகிறோம்" என சட்டென்று வேகமாக உள்ளே சென்று சுற்றியும் பார்த்தான்.

ஒரு பெரிய புலிக்குகை குள் வழிதவறி வந்த மான் குட்டியை சுற்றி நிறைய புலிகள் நிற்பது போல் அங்கிருந்த புத்தகங்கள் அவனுக்கு காட்சிதந்தது.

அந்தப் புத்தகங்களை கனல் கண்களால் பார்த்துவிட்டு வெளியே போகலாம் என்று கிளம்பினான். அவனுக்கு நேராக இருந்த மேசையில் நூலகர் இருந்தார்.

அவர் ஜீவாவை அழைத்தார் "ஏய் தம்பி உன்னைய அந்தப் பையன் கூப்புடுறான் பாரு"

ஜீவாவும் அந்தப் பையனை பார்த்து விட்டு "ஐயோ எதுக்கு வந்தோம்னே தெரியாம போறோமே ஏன்டா ஜீவா இப்படி பண்ற அது வெரும் புக்கு தாண்டா" என்று தன்னை தானே திட்டிக்கொண்டு குருவிடம் சென்று "டேய் குரு என்ன படிச்சிட்டு இருக்க".

"ஆமாம் நீ எங்கடா இங்க?, நீயெல்லாம் இந்த பக்கமே வர மாட்டியே" என்று குரு கேட்க,

அதற்கு ஜீவா "அதுவா என் தங்கச்சிக்கு எதோ (டி.என்.பி.எஸ்.சி) புக்கு வேணுமா அதான் எடுக்க வந்தேன்" என்று பொய் கூறிவிட்டு "ஆமாம் நீ என்ன படிக்கிற" என சமாளிப்பதுப்போல் கேட்க,

ஆனால் நேற்று ஜீவா செய்ததை மறந்து சகஜமாக பேசினான் குரு "இராமாயணம் படிச்சிட்டு இருந்தேன்டா, நீ லைப்ரரில இருக்கியேனு என் கண்ணாலயே என்ன நம்பமுடியல அப்புறம் திரும்பி போக போனியா அதான் லைப்ரரி அண்ணாட சொல்லி உன்ன கூப்பட சொன்னே, சரி வா அந்த டேபுளுக்கு" என்று குரு முன்னே சென்று ஒரு நாற்காலியில் அமர்ந்தான்.

ஜீவாவும் சிறு சலிப்புடன் அமர்ந்தான், "நீ எதாவது புத்தகம் எடுத்து படிக்கலாம்ல" என்று குரு கேலியாக கேட்டான்.

அதற்கு ஜீவா "ஏன்டா" என சொல்லிவிட்டு கோபமாக ஒரு பார்வை பார்த்தான்,

அதை குரு புரிந்துக்கொள்வது போல் "கோச்சிக்காதடா சும்மா தான் கேட்டேன், சரி நான் ஒன்னு சொல்றேன் நான் முதல் தடவ லைப்ரரிக்கு வந்து என்ன பண்ணேன் தெரியுமா?"

"ஏன்? அப்படி என்ன பண்ண?" என்று ஜீவா முக சுழிப்புடன் கேட்டான்.

"ஒரு அலமாரியில மேல கீழ நடுவுலனு நிறைய புத்தகம் இருந்துச்சிடா எனக்கு எந்த புக்கு படிக்கிறதுனே தெரியல, நான் சும்மா தோராயமா கண்ண மூடிக்கிட்டு தொட்டு பாத்துக்கிட்டே போனேனா, டக்குனு என் உள் மனசு ஒன்னு சொன்னுச்சி இந்த புத்தகம் நல்லா இருக்கும்னு அப்போத்துல இருந்துதான் புத்தகத்த அதிகமா படிக்க ஆரம்பிச்சேனே" என்று சொல்லி முடித்தான் குரு மூர்த்தி.

"அப்படி என்ன புத்தகம்டா எடுத்த" என்று ஜீவா கேட்க, அதற்கு குரு " 'பொன்னியின் செல்வன்' அது சூப்பர் புக்குடா, நீயும் வேணும்னா படிச்சு பாரு" என்றான்.

"டேய் டேய் போதும்டா உன்னோட புக்கு புராணத்த நிப்பாட்டுடா" என்று முகத்தை சலித்துக் கொண்டு சொன்னான்.

"டேய் அதுக்கு இல்லடா நீ ஒரு வாட்டி ட்ரை பண்ணி பாரு" என குரு அவனை கொஞ்சம் வற்புறுத்தினான்.

இம்முறை கோபம் கொள்ளாமல் தலையை ஆட்டிக் கொண்டு சிறிது கசப்பாக கேட்டுவிட்டு "இவன கொஞ்சம் விட்ட ஓவரா பேசுவான்" என மனதில் நினைத்தபடி "ஆமாம்டா மறந்தே போயிட்டான், எங்க அம்மா அரிசி வாங்கிட்டு வர சொன்னாங்க போயிட்டு வரேன்" என்று அங்கிருந்து தப்பிப்பது போல் ஜீவா நினைத்துக் கொண்டு எழுந்தான்.

உடனே குரு " உன் தங்கச்சிக்கு புக்கு எடுத்துக்கலயா"

"நான் அப்புறம் வந்து எடுத்துக்கிறேன்டா, சரி பாய்டா" என்று சொல்லிவிட்டு வீட்டுக்கு வண்டியில் விரைந்து சென்றுவிட்டான்.

வீட்டுக்கு சென்றதும் அவன் அறையில் போய் படுத்துக்கொண்டு ஏதோ யோசித்தான் பின்னர் சிறிது நேரம் ஓய்வு எடுத்து விட்டு மாலை ஒரு ஆறு மணிக்கு மேல் மளிகை சாமான்கள் வாங்குவதற்கு நூலகத்தை தாண்டி சென்று விட்டு கடை இல்லாததால் திரும்பி வரும்பொழுது விளையாட்டு தனமாக நூலகம் சென்றான்.

முதலில் குரு இருக்கானா என்று சுற்றியும் பார்த்துவிட்டு அவன் உள்ளே இல்லை என்பதை உறுதி செய்துவிட்டு மெதுவாக

உள்ளேச் சென்றான். "சரி குரு சொன்னது போல் முயற்சி செய்து பார்ப்போம், நம்மை யாராவது கவனிக்கிறார்களா" என்று முதலில் சுற்றும் முற்றும் பார்த்துவிட்டு ஒரு அலமாரியின் அருகில் சென்று கண்ணை மூடிக்கொண்டு விரல்களை புத்தகங்களின் மீது வைத்து தடவிக் கொண்டே போகத் தொடங்கினான்.

ஜீவாவின் மாற்றத்திற்கு காரணம் குரு சொன்ன அந்த வித்தியாசமான செயல் அவனுக்கு கொஞ்சமாக பிடித்திருந்தது. சும்மா விளையாட்டாக முயற்சி செய்து பார்க்கலாம் என்று அவனுக்கு ஆர்வம் தூண்டிக் கொண்டே இருந்தது, "அப்படி என்ன புத்தகம் வருதுன்னு பாப்போம்" என்று எண்ணங்கள் ஓடியது அதனால் தான் இப்பொழுது நூலகத்தில் ஜீவா இருக்கிறான்.

அவன் விரல்கள் நன்றாக புத்தகத்தை தடவி பார்த்ததுக் கொண்டே சென்றது திடிரென்று ஒரு இடத்தில் நின்றுவிட்டது. ஒரு வேளை குருவுக்கு நடந்தது போல் மனசாட்சி சொல்லியதால் அவன் விரல்கள் நின்றதோ, அப்படிலாம் ஒன்றும் இல்லை நேயர்களே, அதற்கு காரணம் ஜீவாவின் விரல்கள் நிறைய பக்கங்கள் இருக்கும் புத்தகங்களை தடவி பார்த்துக் கொண்டே மேலும் விரல்கள் தாண்டி தாண்டிச் சென்றது, திடிரென்று சிறிய பக்கங்கள் உடைய புத்தகம் விரல்களில் தென்பட்டவுடன் நின்று விட்டது. அங்கிருந்த புத்தகங்களில் அதுதான் சிறிய பக்கங்களை கொண்ட புத்தகம் என்பதால் எடுத்துக்கொண்டான்.

அந்தப் புத்தகத்தை எடுத்துவிட்டு மெதுவாக ஓரக் கண்களால் திறந்து பார்த்தான். அவன் அந்தத் தலைப்பைப் படித்தவுடன் அவனுக்கு மிகவும் ஆச்சரியமாக இருந்தது, அவன் கருவிழிகள் கொஞ்சம் பெரிதாகி மறுபடியும் சிறிதாகியது, எத்தனையோ சினிமாக்கள் பார்த்ததுண்டு எத்தனையோ எதிர்பாராத காட்சிகளை அதில் கண்டதுண்டு ஆனால் இந்தத் தலைப்பு அவனை மெய் சிலிர்த்து அசையாமல் நிற்க செய்தது.

அந்தத் தலைப்பின் பெயர் "இந்த புத்தகம் உங்களைத் தேர்ந்தெடுத்துள்ளது" என்று இருந்தது.

****

கனவு

தலைப்பை பார்த்து ஆச்சரியப்பட்டு பின்பு புத்தகத்தின் பக்கங்களை வேகமாக ஓட விட்டான். அதில் எதையோ தேடி விட்டு முகம் சுழித்தான், அதற்கு காரணம் புத்தகத்தின் பக்கங்களில் எதாவது ஓவியங்கள் இருக்கிறதா என்று பார்த்து ஏமாந்து போனான். பிறகு புத்தகத்தின் கடைசி பக்கத்தை அவசரமாக திருப்பி மொத்தம் எத்தனை பக்கங்கள் உள்ளதென்று பார்த்தான்.

"என்ன 278 பக்கமா?" என வாய்விட்டு சொல்லி சற்று தெளிந்தது போல் அவன் கள்ள பார்வையால் நூலகத்தில் யாராவது தன்னை பார்க்கிறார்களா என்று பார்க்கையில், அவனுக்கு எதிரே புத்தகம் படித்துக் கொண்டிருந்த ஒரு தாத்தா அவனை சாதாரணமாக பார்த்தார், அது இவனுக்கு முறைப்பது போல் தோன்றியது. அப்படியே அவன் கையில் வைத்திருந்த புத்தகத்தை மீண்டும் எடுத்த இடத்திலே வைத்து விட்டு "எடுத்துட்டா படிச்சிடனுமா என்ன" என மனதிற்குள் கேலியாக நினைத்தபடி வேற புத்தகம் தேடுவது போல் அந்தத் தாத்தாவிடம் நடித்தான்.

அவனுக்கு பத்து பக்கம் என்றாலே பல் வலி வந்துவிடும், இதில் 278 பக்கம் என்றால் அந்தப் பல்லையே புடுங்கியது போல் இருக்கும் அல்லவா, அதனால் தான் அவனை அறியாமல் வாய்விட்டு கத்தினான். வாழ்க்கையில் முதல் தடவை விளையாட்டாக ஒரு புத்தகத்தை படித்து பார்க்கலாம் என நூலகம் வந்தவனுக்கு அந்தப் பக்க எண்கள் அவனை பதறச் செய்தது.

அங்கிருந்த நூலகர் "தம்பி புக்கு எதும் எடுக்கலயா, 7 மணிக்கெல்லாம் லைப்ரரிய மூடிடுவேன், எதாவது எடுக்குறதா இருந்தா சீக்கிரமா எடுப்பா" என்றார்.

"இல்லங்க நான் புக்கு வைக்க வந்தேன், வேணும்னா அப்புறம் வந்து எடுத்துக்கிறேன்" என பொய் கூறினான். அதற்கு நூலகர் ஒரு

சிறு வித்தியாசமான புன்னகையுடன் "இவன் பொய் சொல்கிறான்" என்பதை தெரிந்து கொண்டது போல் "சரி சரிப்பா" என்றார்.

"இனி இந்தப் பக்கம் வந்தா தானே, போதும்டா சாமி" என மனதிற்குள் பேசிக் கொண்டே நூலகத்தைவிட்டு வெளியேறினான். பின்னர் நூலகம் அருகிலிருந்த பெருமாள் கோவிலுக்கு பொங்கல் சாப்பிடச் சென்றான்.

அது மட்டுமில்லாமல் வீட்டுக்கு வந்த பிறகு தன் அம்மாவின் கை வண்ணத்தால் முறுவலான மூன்று தோசையை இட்லி பொடியுடன் எண்ணைவிட்டு சாப்பிட்டான். மேலும் தன் மடிக்கணினியில் பார்த்த படம் என்றாலும் பரவாயில்லை என்று "மின்சார கனவு" என்னும் திரைப்படத்தை பார்த்தான். சிறிது நேரம் கழித்து படம் முடிந்ததும் அவன் கண்களின் இமைகள் மெல்ல மெல்ல மேலிருந்து கீழ் இறங்கி உறங்கியது.

அழகான கன்னியாகுமரியின் கடற்கரையில் குளிர் காற்று வீசியது. அந்தக் காற்றில் மரங்கள் நடுங்கின, அந்த மரத்தில் இருக்கும் பறவைகள் நடுங்கின, அந்தக் கடற்கரை ஓரத்தில் ஆங்காங்கே உறங்கிக் கொண்டிருக்கும் நாய் குட்டிகளும், பூனை குட்டிகளும் நடுங்கின, ஏன் கடலில் நின்றுக் கொண்டிருக்கும் திருவள்ளுவர் சிலைக்கு கூட சிலிர்த்து விட்டது.

ஆனால் ஜீவா மட்டும் தன் அறையின் ஜன்னல் கதவைத் திறந்து வைத்துக் கொண்டு போர்வையில்லாமல் மின்விசிறியின் வேகத்தை மூன்றில் வைத்தபடி முரட்டுதூக்கம் போட்டிருந்தான்.

உறக்கத்தில் கண்களினுள் விழிகள் அங்கும் இங்கும் அலைந்தது, உதடுகள் ஏதோ முணவியது, கையும் காலும் சிறிது அசைந்தது, தலை இடதும் வலதுமாக அசைந்தது. இந்த அறிகுறிகளுக்கு காரணம் உறக்கத்தின் கனவு உலகத்தில் இருந்தான்.

அடர்ந்த காட்டில் மரங்கள் ஒன்றோடு ஒன்றாய் நெருங்கி வளந்திருந்தது. அதற்கு நடுவில் பெரிய நூலகம் ஒன்றில் நிறைய புத்தகங்களுக்கு மத்தியில் ஜீவா இருந்தான். அங்கு மாட்டிக் கொண்டதாக உணர்ந்து அதை விட்டு வெளியே செல்ல வேகமாக

ஓடிக்கொண்டிருந்தான் சுற்றி சுற்றி ஒரே இடத்திற்கு வந்தான் மேலும் செல்ல முடியாமல் குனிந்த படி மூச்சி வாங்கினான். பிறகு மெல்ல நிமிர்ந்து பார்த்தான் ஒரு பெரிய ஆலமரம் ஆக்ரோஷமாக அவன் கண்களுக்கு தெரிந்தது ஏன் என்றால் அந்த மரத்தில் ஒவ்வொரு இலையும் திறந்து வைக்கப்பட்ட சிறு சிறு புத்தகங்களாக காட்சி தந்தது. வேகமாக வீசிய காற்றில் மரம் பேய் ஆட்டம் ஆடியது, அதை நம்ப முடியாமல் கண்களை கசக்கி பார்த்தான்.

திடீரென்று அந்த மரம் அங்கு இல்லை, மெதுவாக நடந்து செல்ல ஆரம்பித்தான் சிறு மழை தூறல் அவன் கையில் பட்டது அதை தொட்டுத் துடைத்த போது அந்தத் துளி வித்தியாசமாக இருந்ததை உணர்ந்தான், மேலே வானத்தை பார்த்த போது அங்கு வானமே இல்லை அது என்னவென்று உற்றுப் பார்த்துவிட்டு அதிர்ச்சி அடைந்தான், ஏன் என்றால் திறந்து வைக்கப்பட்ட பெரிய புத்தகம் ஓட்டு வீட்டின் கூரை போல் முக்கோண வடிவத்தில் இருந்தது. அந்தப் புத்தகத்திலிருந்து தமிழ் எழுத்துகள் அனைத்தும் சிறு சிறு மழைத் துளிகளாக விழுந்தது.

இரு கைகளின் உள்ளங்கையை நீட்டியவாறு அந்தத் துளிகளை வாங்கி உற்றுப் பார்த்தான் "என்ன இது, எழுத்துக்கள் மழையாக பெய்கிறது" என்று அதை உதறி விட்டு ஓடினான், படாரென்று ஒரு கல் தடுக்கி குப்புற விழுந்து, விழுந்த வலியில் படுத்தபடியே கண்களை திறந்தான். அங்கு தலைகீழ் கவிழ்த்து போட்ட திறந்து வைக்கப்பட்ட சிறு புத்தகத்திற்கு நடுவே வெள்ளைத் தண்டு வளர்ந்து குடை போல் இருந்தது. "என்ன காளான் இப்படி இருக்கு" என கன நொடியில் புரிந்து கொண்டான். அதே நேரத்தில் மெதுவாக ஒரு மழைத்துளி மட்டும் அந்தக் காளான் புத்தகம் மீது விழுவதை நன்றாக உற்று நோக்கினான். "அ" என்ற உயிரெழுத்து மழைத் துளியோடு கலந்து வந்து காளான் புத்தகம் மீது பட்டு சிதறி அதைவிட மிகச்சிறிய பல நீர் துளிகளாக பிரிந்தது, அந்தத் துளிகளுக்குள் "அ" வரிசையில் இருக்கும் "க" முதல் "ன" வரை உள்ள உயிர்மெய் எழுத்துக்கள் பல திசைகளுக்கு தெறித்தோடியது. அதில் "ட" என்ற நீர் துளி எழுத்து மட்டும் அவன் கண்களை நோக்கி வர இமைகளை இருக்கமாக மூடிக் கொண்டான்.

அப்படியே அடுத்து அடுத்து என்ன நடக்கிறதோ அங்கு ஏற்கனவே இருந்தது போல நடந்துக் கொண்டான். அவனுக்கு சிறிதளவு கூட இது கனவு என்று தெரியவில்லை.

கண்களை மெல்ல திறந்து பார்த்தான் அதிகம் வெப்பம் நிறைந்த பெரிய வறண்ட பாலைவனத்தில் சூடு தாங்க கால்களுடன் நின்ற நிலையில் நடனமாடிக் கொண்டிருந்தான். முழு நீள வெள்ளை ஆடை அணிந்த இருவர் ஒட்டக சவாரி செய்து கொண்டு சென்றனர். மிகவும் தாகமாக இருந்த ஜீவா அவர்களிடம் சென்று "தண்ணி இருக்காங்க" என தாகத்துடன் கேட்க, "உனக்கு என்ன கண்ணு தெரியாதா" என கோபத்துடன் முதல் ஒட்டகத்திலிருந்து குருமூர்த்தி கேட்டான். "டேய் குரு இங்க என்னடா பண்ற" என சிரிந்துக்கொண்டே கேட்டான் ஜீவா. அதற்கு மற்றொரு ஒட்டகத்திலிருந்து கோபமாக கேள்வி கேட்டான் கோமல் "அது இருக்கட்டும் உனக்கு கண்ணு தெரியுமா?தெரியாதா? பின்னாடிதான் ஆறு ஓடுதே" என்றான்.

என்ன ஆறா? என்று ஆச்சரியத்துடன் திரும்பிப் பார்த்தான் ஆனால் அங்கு பெரிய பூந்தோட்டம் இருந்தது. உலக மலர்கள் அனைத்தும் அந்தப் பாலைவனத்தில் பூத்துக் குலுங்கியது. ஒரு பட்டாம்பூச்சி அந்தச் செடிகளிலிருந்து அவனை நோக்கி பறந்து வந்தது அவனும் வலது கையை நீட்டி உட்கார அனுமதிக் கொடுத்தான் அப்போதுதான் தெரிந்தது. ஒரு சிறிய புத்தகம் திறந்தபடி அதன் வலது புறத்தையும் இடது புறத்தையும் மேலும் கீழும் அசைத்தவாறு பட்டாம்பூச்சி வடிவத்தில் பறந்து வந்தது என்று, "போய்விடு" என பலமாக கத்திய படி கையை உதறினான். பின்னர் அந்தத் தோட்டத்தில் இருந்த பல வண்ணத்துப் பூச்சிகள் புத்தகங்களாக மாறி அவனை வட்டமிட்டது. சிறு சிறு புத்தக பட்டாம்பூச்சிகள் சிண்டு விரல் அளவு இருக்கும் அவன் தலை மீதும், கை மீதும், சட்டை மீதும் உட்கார்ந்தன. உடனே கண்ணை மூடி உடம்பை உதறினான்.

கனவுகளின் இடம் மாற மாற அங்கு ஏற்கனவே இருந்தது போல் நடந்துக்கொண்டான்

இப்போது ஒரு படகில் முகம் தெரியாத நபருடன் கடலில் பயணம் செய்தான் ஆனால் ஏதோ பல நாள் பழகியது போல் பேசிக்கொண்டே

போனான். "எதாச்சும் ஒரு இடத்துல மீன் புடிச்சி இங்கேயே வறுத்து சாப்பிடலாம்" ஜீவா கேட்க, அவரும் ஒரு இடத்தில் நிறுத்திவிட்டு "சரி நான் வலைய போடுறேன், நீ அடுப்ப பத்த வை" சொல்லிவிட்டு கடலில் வலையை வீசினார், ஜீவாவும் மண்ணெண்ணை அடுப்பை பற்ற வைக்க முயற்சி செய்தான். அதற்குள் அவர் வலையிலிருந்து பல மீன்களை துடிக்க துடிக்க எடுத்து படகினுள் போட்டார். ஜீவாவும் மகிழ்ச்சியுடன் அடுப்பில் இருந்து அனல் கிளம்ப நெருப்பை பற்ற வைத்தான், ஆனால் அந்த மீனை பார்த்தவுடன் முகம் சுருங்கியது, ஏதோ நினைவுக்கு வர "மீண்டும் புத்தகமா" என வருத்தப்பட்டான். அங்கு மீனே இல்லை சிறு சிறு புத்தகங்கள் திறந்த நிலையில் உயிருள்ளது போல் துடித்துக்கொண்டிருந்தது.

உடனே கடலின் கிழக்கு பகுதியில் ஒரு பெரிய ராட்சச மனித முகம் எழுந்தது, அது ஆயிரம் திமிங்கலத்தை விட பெரியது. ஜீவாவுக்கு பேர் அதிர்ச்சி தன் முகத்தை கண்ணாடியில் பார்ப்பது போல் இருந்தது. அவனுக்கு வடக்கு பக்கம் பெரிய சுனாமி வேகமாக வந்தது. அதை படகில் இருந்த ஜீவா, ஒரு முறை சுனாமியை பார்த்து விட்டு மீண்டும் அந்தப் பெரிய ஜீவாவை விரித்த கண்களால் பார்த்தான்.

ராட்சச ஜீவா ஒரு கையால் வடக்கு பகுதியிலிருந்து சுனாமியை தள்ளிக்கொண்டே வந்தான். ஆனால் படகிலிருந்த ஜீவா இம்முறை கண்களை மூட முயற்சி செய்யவில்லை. அதற்கு பதிலாக ராட்சச ஜீவாவையும், சுனாமியையும் மாறி மாறி பார்த்துக் கொண்டே இருந்தான். இரண்டே நொடியில் அந்த சுனாமி, படகை காணாமல் போக செய்தது.

இப்போது ஜீவா மற்றொரு இடத்திலிருந்தான். அவன் வீட்டின் அறையில் ஒரு புத்தகத்தின் கடைசி பக்கத்தை படித்துக் கொண்டிருந்தான் அந்தப் பக்கத்தில் எழுத்துக்கள் இல்லை எண்களும் இல்லை. அதற்கு பதிலாக அலைமோதும் சிறிய கடல் இருந்தது, அதற்கு நடுவில் ஒரு சிறிய படகினுள் இரண்டு மனிதர்கள் இருந்தார்கள் அதை சற்று நேரம் பார்த்துவிட்டு வலது கையால் கடைசி பக்கத்தை மூடினான். கனவு கலைந்தது, கண்களை மெதுவாக திறந்து பார்த்தான் ஜீவா.

அப்போது தனது செல்போனில் நேரத்தை பார்த்த போது சரியாக நள்ளிரவு 2 மணியாக இருந்தது. "இப்படி ஒரு கனவா, இதுக்கு முன்னாடி இப்படியெல்லாம் வந்ததே இல்லையே, வித்தியாசமா இருந்துச்சுல, ம்ம் சரி 2 மணி தானே ஆகுது திரும்ப தூங்கலாம்" என்று கண்களை மூடினான்.

ஆனால் அந்தக் கனவைப் பற்றியே மூளை யோசித்துக் கொண்டே இருந்தது. "எப்படி, இதுக்கு முன்னாடி நான் இந்த மாதிரி கற்பன கூட பண்ணி பாத்ததில்லையே காளான் புக்கு, மர இலையில குட்டி புக்கு, மழைத்துளி எழுத்துக்கள், பட்டாம்பூச்சி புக்கு, அப்புறம் ஏதோ வந்துச்சே... ம்ம் கடைசியா நானே பெரிய உருவத்துல வந்தேன்ல. ஒருவேள நேத்திக்கு லைப்ரரிக்கு போனனால இப்படியெல்லாம் கனவு வருதோ" என தேர்வு அறையில் ஞாபகப்படுத்தி பார்ப்பது போல் கனவுகளை யோசித்துப் பார்த்தான். சில விஷயங்கள் ஞாபகம் வந்தது சில இடங்கள் நினைவுக்கு வரவில்லை. மீண்டும் தூங்க முயற்சி செய்தான் தூக்கமே வரவில்லை, பல எண்ணங்கள் மனதிற்குள் ஆறாய் ஓடியது. பின்னர் மீண்டும் போனை எடுத்துப் பார்த்தான் மணி

5:45 ஆகி இருந்தது. "என்ன இவ்வளவு நேரம் ஆகிடுச்சா, இவ்வளவு நேரமா யோசிச்சிட்டு இருந்தோம், ஐய்யோ இந்த தூக்கம் வேற வரமாட்டுதே" என்று மனதிற்குள் நினைத்த படி வெளியே பெரு மூச்சு விட்டு திரும்பி திரும்பி படுத்தான் உறக்கம் வரவே இல்லை.

எப்போதும் விடுமுறை நாட்களில் எட்டு, ஒன்பது மணிக்கு தான் உறக்கத்திற்கு விடுமுறை தருவான். ஆனால் இம்முறை ஆறு மணிக்கெல்லாம் பல் துலக்க சென்று விட்டான், பல் துலக்கும் போது கூட அந்தக் கனவைப் பற்றி கொஞ்சம் கொஞ்சம் யோசித்தான். பிறகு வீட்டு முன் அவன் அம்மா கோலம் போட்டுக் கொண்டிருந்தாள் இவன் வாசப்படி அருகே வந்ததை பார்த்துவிட்டு "என்னப்பா சீக்கிரம் எழுந்துட்டியா, சரி சரி அடுப்புல டீ வச்சிருக்கேன் போய் எடுத்துக்கோ", அவனும் சமையலறைக்குச் சென்று டீ டம்பளரை எடுத்துக்கொண்டு வெளியே உள்ள திண்ணைக்கு வந்தான். வீட்டின் முன் இருக்கும் செடிகளை ரசித்துக் கொண்டே டீ குடித்தான். அப்போது ஒரு சிறிய பட்டாம்பூச்சி அந்த செடியில் வந்து உட்கார்ந்தது, அதைக் கண்டு சிறு புன்னகைச் செய்தான். அம்மாவும் காலை உணவு தயார் செய்வதற்காக சமையலறைக்குச் சென்று விட்டாள். டீ குடித்த பிறகு டம்பளரை வாளி தண்ணிரில் அலசிவிட்டு அந்தத் திண்ணையில் அப்படியே வைத்துவிட்டு அருகிலிருந்த கடற்கரைக்குச் சென்றான். "என்ன இன்னைக்கு நிறைய பேரு படக எடுத்துக்கிட்டு மீன் பிடிக்க போறாங்க போல, காலையிலேயே எல்லாம் கிளம்பிட்டாங்க" என நினைத்துக் கொண்டே நடக்கையில் அவன் இடது புறத்தில் இருந்து ஒரு குரல் கேட்டது "என்னப்பா ஜீவா கடலுக்கு வரியா".

அதற்கு ஜீவா "பாண்டி அண்ண காலையிலே கிளம்பிட்டிங்களா, ... இல்ல இல்ல வேண்டாண்ணே கடலுக்கும் நமக்கும் ஆகாது" என தயங்கிச் சொன்னான்.

"அட என்னப்பா, எப்ப கேட்டாலும் இதயே சொல்லுற சரி சரி படகு தள்ளையாவது வா "என்றார்.

இன்னும் இரண்டு பேர் சேர்ந்து படகை தள்ளினார்கள். பாண்டியன் ஒரு சத்தமிட்டார் "ஏய் நல்லா தள்ளே" ஜீவாவும் மற்ற இருவரும் சிரித்துக் கொண்டே "ஐலேசா" என கோஷம் பாடினார்கள்.

"ஏய் நல்லா தள்ளே"... "ஐலேசா"... "ஐலேசா" என்று படகை கடலில் தள்ளிவிட்டு பாண்டியனும் அவர் கூட வந்த இருவரும் படகில் ஏறினார்கள். ஜீவா மட்டும் கடற்கரையில் நின்றபடி புன்னகையுடன் கையசைத்து போய் வாருங்கள் என்றான்.

சற்று நேரம் கடலை உற்றுப் பார்த்தான் காலை சூரியன் கண்ணை பறித்தது. பின்னர் பாதங்களை கடற்கரை அலைகளுக்கு தொட்டு விளையாட அனுமதிக் கொடுத்தான், அந்த அலைகள் பாதங்களை தொட்டதும் மெய் சிலிர்த்து நின்றான். அதிலே சில நிமிடங்கள் ஜீவாவின் எடை தாங்காமல் இரு பாதங்களின் அடியிலிருந்த மணல்கள் கரைந்தோடி கூசச் செய்தது. அப்போது திடிரென்று ஒரு ஞாபகம் வர, வீட்டுக்கு சென்றான். கரை மணல்கள் காலில் ஒட்டி இருந்தால் வெளியே இருந்த வாளி தண்ணிரீல் கழுவிவிட்டு சமையலறைக்குச் சென்றான். அங்கு அருமையான காலை உணவு காத்திருந்தது அதை சாப்பிட்டுவிட்டு வெளியே போவதாகச் சொல்லி கிளம்பினான். அவன் இரு சக்கர வாகனம் வழியில் எங்கும் நிற்காமல் சென்று கடைசியாக ஒரு இடத்தில் நின்றது.

"அந்த இடம் நூலகம்".

****

அத்தியாயம் 03

நூலகத்தில் தாமரை

வண்டியை நிறுத்திவிட்டு ஆவலாக நூலகத்தை பார்த்தான். நூலகம் பூட்டி இருந்தது, "ஒருவேள இன்னைக்கு ஞாயித்துக்கிழமைனால லீவோ" என நினைத்து வீடு திரும்பினான்.

ஞாயிற்றுக்கிழமை அப்படியே சென்றது,

திங்கட்கிழமை கல்லூரிக்கு சென்றுவிட்டு அன்று மாலை நூலகத்திற்கு சென்றான் அன்றும் பூட்டி இருந்தது. "என்ன இன்னைக்கும் பூட்டி இருக்கு சரி குருவுக்கு போன் பண்ணி கேக்கலாம்" என நினைத்து போனை எடுத்தான் ஆனால் மீண்டும் போனை வைத்துவிட்டு "சரி எதுக்கு போன் பண்ணிக்கிட்டு, ஏற்கனவே அவன் புக்கு படிக்கிறத நானே கிண்டல் பண்ணிக்கிட்டு இருக்கேன், இதுல வேற நா லைப்ரரி திறக்கலயானு கேட்டுகிட்டு இருந்தா என்னையும் புத்தக கிறுக்கன் சொல்லுவான், நாளைக்கு திறந்தா பாத்துக்கலாம்" என தனக்குள் நினைத்தபடி கிளம்பிவிட்டான்.

ஆனால் குருவுக்கு, ஜீவாவை நூலகத்தில் பார்த்ததே அவனுக்கு ரொம்பவும் மகிழ்ச்சியாக இருந்தது இன்னும் அவன் படிக்க ஆரம்பித்தால் எவ்வளவு மகிழ்ச்சி அடைவான். ஆனால் இந்த மூடனுக்கு இது தெரியாது, இவனே ஏதாவது கற்பனை செய்து கொள்வது, இவங்க இது சொல்லுவாங்க அவங்க அது சொல்லுவாங்க என்று.

அதே போல ஜீவாவுக்கு புத்தகத்தின் மீது அவ்வளவு ஆர்வமெல்லாம் ஒன்றும் இல்லை. இந்த மாதிரியான வித்தியாசமான நிகழ்வுகள் என்றால் அவனுக்கு ரொம்ப பிடிக்கும். அதனால் தான் அந்தத் தலைப்பு மற்றும் கனவுகள் மூலம் அவனுக்கு முதல் முறையாக ஒரு புத்தகத்தின் மீது சின்ன ஈர்ப்பு ஏற்பட்டது. அதன் விளைவால் தான் அதை தேடி போகிறான், படிப்பதற்கு அல்ல அந்தப்

புத்தகத்தை தொட்டதால் தான் அப்படி ஒரு கனவு வந்தது என்று பல வித்தியாசமான திரைக்கதை சினிமாக்களில் வருவது போல விதி ஏதோ நம்மிடம் சொல்ல வருகிறது என வெகுளி தனமாக நினைத்தான்.

செவ்வாக்கிழமை அதே போல் நூலகத்திற்கு சென்றான் மாலை 5.30 மணி இருக்கும். இன்றும் பூட்டி இருக்குமோ என்று நினைத்துக் கொண்டே வந்தான். ஆனால் அன்று திறந்திருந்தது, "நல்லவேள இன்னைக்காவது திறந்து இருக்கே, இல்லன்னா இன்னைக்கும் என் பெட்ரோல் வீணா போயிருக்கும்" மெல்லியக் குரலில் புலம்பிக் கொண்டே வண்டியை வெளியே நிறுத்திவிட்டு உள்ளே சென்றான். அதே அலமாரிக்குச் சென்று அந்தப் புத்தகத்தை தேடினான் ஆனால் இம்முறை புத்தகம் அந்த இடத்தில் இல்லை, மேலும் கீழுமாக எல்லா புத்தகங்களையும் உற்று உற்று பார்த்தான் அந்த அலமாரியில் அந்தப் புத்தகமே இல்லை. "யாராவது எடுத்துருப்பாங்களோ, நம்ம அந்த புக்க படிக்க கூடாதுனு விதி நினைக்குது போல, சரி திரும்பி இந்த பக்கம் வந்து பெட்ரோல வீணாக்க வேண்டாம்" என மனம் உறுதி கொண்டு கிளம்பினான் ஆனால் கிளம்பும் முன் அவன் பார்வை எதார்த்தமாக குரு அமர்த்திருக்கும் மேசையிடம் சென்றது. இனிமேல் இந்தப் பக்கம் வரக் கூடாது என்று நினைத்த உறுதியான மனம் அரை நொடியில் தளர்ந்து போனது.

அப்போது ஐந்து நொடி வரை ஐஸ்கட்டி போல் உறைந்து நின்றான். ஒரு வேள புத்தகத்த பாத்துட்டானோ, அப்படியெல்லாம் ஒன்றும் இல்லை மேசைக்கு அருகிலிருந்ததை கண்டு அந்தப் புத்தகத்தையே மறந்துவிட்டான், அப்படி மறக்கக் கூடிய அளவிற்கு எதைப் பார்த்தான்.

அங்கு ஒரு "பெண்" இருந்தாள். அவள் நிலவின் நிறத்தில் இல்லை அதற்கு பதிலாக அந்த நிலவை கடக்கும் சிறு இருள் மேகம் சிறுமையாக வெண்மை பெரும் அல்லவா அந்நிறத்தில் இருந்தாள். மஞ்சள் நிறத்தில் சுடிதார், பச்சைக்கிளி வண்ணத்தில் இடது புறம் நழுவும் சால்வையை அவள் இடது கரத்தால் சரிசெய்துக் கொண்டு புத்தகத்திடம் மெல்ல முணு முணுத்துக் கொண்டிருந்தாள்.

அதைக் கண்ட ஜீவா ஐந்து நொடி பொழுதில் பார்த்து விட்டு வெளியே விறு விறுவென சென்று வண்டியில் ஏறி உட்கார்ந்தான். ஆனால் வீட்டுக்கு போக மனம் வரவில்லை அந்த இடத்திலே நின்றபடி யோசித்தான். "ஐயோ என்ன அழகு" என நினைத்துக் கொண்டே அவன் விழிகள் ஒரு இடத்தில் நிற்கவில்லை, அவன் உதடுகள் அவனை அறியாமல் புன்னகைத்தது, கரங்களின் விரல்கள் வண்டியின் ஹாண்டிலை பிடித்தபடி நடனமாடியது.

சட்டென்று வண்டியிலிருந்து இறங்கி மீண்டும் மெதுவாக நூலகத்தில் நுழைந்தான். அந்தப் பெண்ணை மீண்டும் பார்க்க அந்த மேசைக்கு அருகிலிருந்த அலமாரியில் புத்தகம் தேடுவது போல் நடித்துக் கொண்டே கள்ளப் பார்வையால் அந்தக் காந்தக் கண்களை ரசித்தான். அப்போது அவன் மனதிற்குள் ஒரு இளையராஜா இசை கேட்டது. "தென்றல் வந்து தீண்டும்போது என்ன வண்ணமோ மனசுல....

பின்னர் அவள் ஒரு ஆச்சரியத்தை அவனுக்கு நிகழ்த்தினாள். அவள் மேசை மீது வைத்து படித்துக்கொண்டிருந்த புத்தகத்தை

நிமிர்த்தி வைத்து படித்தாள். அந்த அட்டை பின்புறமாக ஜீவாவுக்கு தெரிந்தது. அவன் கண்கள் விரிந்து மீண்டும் சுருங்கி, புன்னகைச் செய்தான், "அட நாம தேடுன புக்க இவதான் வைச்சிருக்காளோ என்னமா விதி விளையாடுது".

வீட்டுக்கு வண்டியில் செல்லும் போது அவளைப் பற்றியே யோசித்துக் கொண்டு மெதுவாக போனான். "அது எப்படி நான் எடுத்த அதே புக்க அவளும் எடுத்து இருக்கா, ஒரு வேள இதுதான் பூர்வ ஜென்மத்து காதலோ, விதி இந்த பொண்ணு கூட சேர்த்து வைக்க நெனைக்கிதோ, அதுக்கு தான் இப்படியெல்லாம் நடக்குதா" என்று பைத்தியக்கார தனமாக பல கற்பனைகள் செய்தான். இம்முறை ஜீன்ஸ் திரைப்படத்திலிருந்து வைரமுத்து செதுக்கிய வரிகளை ஏ. ஆர். ரகுமான் மேலும் இசை மூலமாக அழகேற்றிய "அன்வே அன்பே கொல்லாதே" என்ற பாடலை பாடிக்கொண்டே போனான்.

அடுத்த நாள் புதன்கிழமை அன்று புத்துணர்ச்சியுடன் நூலகத்திற்கு ஆசையாக ஓடி வந்தான். அந்தப் பெண்ணை தேடி

வாசலில் வரும் போதே, முன்பு அந்தப் பெண் உட்கார்ந்திருந்த இடத்தை பார்த்தான் அவள் அங்கு இல்லை, உள்ளே சென்று அலமாரி பக்கங்களில் எங்கேயாவது நிற்கிறாளா என்று தேடினான், ஆனால் அங்கேயும் அவள் இல்லை. "ஐயோ இன்னைக்கு அவ வரளையாட்டுக்கு" சிறு சோகத்துடன் வெளியே கிளம்பினான். இவன் கிளம்பும் போது அவள் சரியாக உள்ளே வந்தாள், அவள் ஒரு சிறு பார்வை அவனைப் பார்த்தாள், ஜீவாவும் அவளைப் பார்த்துவிட்டு வழியில் நிற்க கூடாதென்று வெளியே சென்று வலது கையால் வாய் பொற்றி புன்முறுவல் செய்தான் அப்படியே அவனுக்கு மயிர் கூச்சலிட்டு நின்றது. "மறுபடியும் எப்படி உள்ளே போவது, அந்த நூலகர் வேற என்னையே பாக்குறாரு" என்று யோசித்தான். அப்போது குரு மிதிவண்டியில் வந்தான். "அடடே சரியான நேரத்துல குருவே வந்துட்டான், இனிமே நமக்கு குரு பெயர்ச்சி தான்".

"ஏண்டா ஜீவா இங்க நிக்கிற நீ இன்னும் உன் தங்கச்சிக்கு புக்கு எடுக்கலையா" என்றான். "அந்த புக்கு எங்க இருக்குன்னு தெரியலடா நான் தேடி பாத்துட்டேன் எங்கேயுமே இல்ல, அதான் கிளம்பிடேன்" என்று பொய் கூறினான் ஜீவா. "எனக்கு தெரியாத புக்கா" என்று குரு அவனை அழைத்துக்கொண்டு மீண்டும் நூலகத்திற்குள் சென்றான், ஜீவாவுக்கு ஒரே சந்தோஷம் உள்ளே அந்தப் பெண்ணை பார்க்க போகிறோம் என்று.

முதலில் அவள் மீதுதான் ஜீவாவின் பார்வை சென்றது. அந்தப் பெண் மீண்டும் அதே புத்தகத்தை வைத்துக்கொண்டு படித்துக் கொண்டிருந்தாள். குருவும் போனவுடனே அந்த (டி.என்.பி.எஸ்.சி) புத்தகத்தை தேடி எடுத்துக் கொடுத்தான்.

எட்டு பேர் உட்காரும் படியான மேசைக்கு அருகில் இடது பக்கம் நான்கு நாற்காலிகளும் வலது பக்கம் நான்கு நாற்காலிகளும் போடப்பட்டிருந்தது. அந்தப் பெண் வலது பக்கம் இருந்த முதல் நாற்காலியில் அமர்ந்திருந்தாள் அவளுக்கருகில் ஒரு 50 வயதுள்ள முதுமை பெண் கண்ணாடி போட்டுக்கொண்டு சுவாரசியமாக புத்தகம் படித்துக் கொண்டிருந்தாள். அந்த இளம் வயது பெண்ணிற்கு எதிர் திசையில் முதல் நாற்காலியில் ஜீவாவும், இரண்டாவது நாற்காலியில்

குருவும் அமர்ந்திருந்தான். குரு ஏதோ ஒரு புத்தகத்தை வைத்து படித்துக் கொண்டிருந்தான். (டி.என்.பி.எஸ்.சி) புத்தகத்தை ஜீவாவின் கைகள் புரட்டுவது போல் நடித்தது ஆனால் அவன் பார்வை மட்டும் அந்தப் பெண்ணிடம் இருந்தது. அவள் எதிரில் அமர்ந்ததை நினைத்து மிகவும் பெருமை அடைந்தான்.

குரு, ஜீவாவை திடிரென்று கேட்டான் "ஏன்டா இத சும்மா புரட்டுரதுக்கு வேற எதாவது புக்க எடுத்து படிக்கலாம்ல"

உடனே ஜீவா அந்தப் பெண்ணிடம் தன்னை உயர்த்தி காட்டுவது போல் "எத்தன புத்தகம் தாண்டா படிக்கிறது, இந்த லைப்ரரியில இருக்குற எல்லா புத்தகத்தையும் படிச்சாச்சி, இனிமே வேற லைப்ரரிக்கு தான் போகனும்" என்று அந்தப் பெண்ணின் காதில் விழும் படி சொன்னான்.

அந்தப் பெண் ஒரு முறை ஜீவாவை பார்த்துவிட்டு மீண்டும் புத்தகம் படிக்க தொடர்ந்தாள். அந்தப் பெண்ணிற்கு அருகிலிருந்த முதுமை பெண் ஜீவாவை நிமிர்ந்து பார்த்து முறைத்தாள்.

"என்னடா சொல்ற" குரு ஆச்சரியமாக கேட்டான். அப்புறம் குரு அந்தப் பெண்ணையும் ஜீவாவையும் மாறி மாறிப் பார்த்துவிட்டு "ஒஒ கத அப்படி போதா" என்று மனதிற்குள் நினைத்தபடி தலையாட்டினான்.

"ஆமாம் இந்த ஊருல வேற எங்கயாவது லைப்ரரி இருக்காடா குரு" என கையில் வைத்திருந்த புத்தகத்தை வைத்து காற்று வருவதற்கு விசிறி கொண்டே குரலை உயர்த்திக் கேட்டான் ஜீவா. அந்தப் பெண் அவனை இம்முறை கண்டு கொள்ளவில்லை, உடனே அந்த முதுமை பெண் "தம்பி உன்னால பேசாம இருக்க முடியாதா, லைப்ரரில அமைதியா இருக்கனும்னு, உனக்கு தெரியாதா" என கோவத்துடன் குரலை உயர்த்திக் கேட்டாள். களீரென்று வந்த சிரிப்பை கட்டுப்படுத்திக்கொண்டு ஜீவாவை பார்த்து ஒரு புன்னகை செய்தாள் அந்த பெண்.

"சாரிங்க சாரிங்க" என சொல்லிக் கொண்டே அந்தப் பெண் தன்னைப் பார்த்து சிரிப்பதை கண்டான் ஜீவா. அந்த சிரிப்பு அவ்வளவு அழகாக இருந்தது, அந்த சிரிப்புக்காக எவ்வளவு முறை

வேண்டுமானாலும் அந்த முதுமை பெண்ணிடம் திட்டு வாங்கலாம் என்று நினைத்தான்.

அடுத்தது வியாழக்கிழமை ஒரு திட்டம் போட்டான். அந்தப் பெண் நூலகத்திற்கு வருவதற்கு முன் இவன் அந்த புத்தகத்தை எடுத்து வைத்துக்கொண்டு படிப்பது போல் நடித்துக் கொண்டிருந்தான் அப்போது அந்தப் பெண் அவனிடம் வந்து அந்த புக்க கொஞ்சம் தரீங்களா படிச்சிட்டு தரேன்" என்றதும் அவள் தன்னிடம் பேசியதை நினைத்து வியந்து போய் அவளின் விரலை தொட்ட படி புத்தகத்தை கொடுத்தான், உடனே நூலகர் "ஹச்ச்ச்" என்று தும்பினார். இவனும் கற்பனை உலகத்தில் இருந்து தெளிந்து போய் "சரி இதே மாதிரி பண்ணலாம்" என்று நினைத்து அவன் திட்டம் போட்டது போல் அந்தப் பெண் வரும் முன்னே அந்தப் புத்தகத்தை எடுத்து கையில் வைத்துக் கொண்டான். வேண்டுமென்றே அந்தப் பெண் பார்க்கும் படி அவள் உட்காரும் இடத்திற்கு எதிர் புறத்தில் புத்தகத்தின் தலைப்பு தெரியும் படி, படிப்பது போல் நடித்தான்.

அந்தப் பெண்ணும் வந்து ஜீவாவை பார்த்தாள், ஜீவா அந்தப் பெண்ணை சிறு பார்வை பார்த்துவிட்டு நீண்ட பெருமூச்சு விட்டுவிட்டு ஆர்வமாக புத்தகம் படிப்பது போல் முகத்தை வைத்துக் கொண்டான். ஆனால் அந்தப் பெண் வேறு ஒரு புத்தகத்தை எடுத்து வந்து படித்தாள். இவனும் திட்டம் பலிக்கவில்லை என்று எதாவது பேசலாமா என்று நினைத்தான் வார்த்தை தொண்டை வரை வந்தது ஆனால் வெளியே எந்த வார்த்தையும் வரவில்லை.

வெள்ளிக்கிழமை எப்படியாவது அவளிடம் பேச வேண்டும் என்று வருவான் ஆனால் வாய்ப்பு கிடைத்தும் பேசமாட்டான். அது என்னவோ தெரியவில்லை வீட்டிற்கு சென்ற பிறகு தைரியம் தலைக்கு மேல் வருகிறது. அவன் அறையிலிருக்கும் கண்ணாடி முன் நின்று பல சினிமா வசனங்களை ஒன்றாக்கி அவளிடம் அப்படி இப்படியெல்லாம் பேச வேண்டும் என்று நினைத்து வருவான் ஆனால் தயக்கம் அவனை பேச விடாது. எங்கு நாம் பேச போயி அவள் தவறாக நினைத்துவிடுவாளோ என அமைதியாக அவளைப் பார்த்துவிட்டு மட்டும் வருவான்.

சனிக்கிழமை அன்று, ஜீவா கொஞ்சம் வீட்டு வேலையை முடித்துவிட்டு நூலகம் வருவதற்கு தாமதமாகியது. அங்கு அவளை தேடிப் பார்த்தான் எங்கும் இல்லை என்று தெரிந்ததும் வருத்தத்துடன் நூலக வாசலில் அவள் வருவாள் என்று காத்திருந்தான். நேரம் மாலை 6:30 மணி இருக்கும், அப்போது குரு மிதிவண்டியில் வந்தான்.

சரியாக அருகில் இருந்த பெருமாள் கோவிலில் "டிங் டிங் டிங்" என மணி அடிக்கும் சத்தம் கேட்டது ஜீவா உடனே "டேய் குரு வாடா கோவில்ல பிரசாதம் போடுவாங்க சாப்புட்டு வரலாம்".

"இல்லடா நீ போயிட்டு வா" என முகம் சுழித்து சொன்னான் குரு. "டேய் சும்மா என் கூடயாவது வாடா" என அவனை அழைத்துச் சென்றான்.

கோவில் வாசலின் அருகில் செல்லும் போது திடிரென ஜீவாவுக்கு ஒரு ஞாபகம் வர "ஆமாம்டா குரு, போன சண்டேவும், மண்டேவும் ஏன்டா லைப்ரரி திறக்கல" என்றான்.

"இப்படி தாண்டா அந்த நூலகர் லீவு போட்டுட்டு போயிடுவாரு, ஆனா லைப்ரரிலாம் எல்லாம் நாளும் இருக்கும்". அதற்கு குரு சொன்ன பதிலை அவன் காதில் வாங்கவில்லை. காரணம் அந்தக் கோவிலினுள் பிரசாரத்துக்கு நின்ற வரிசையில், அந்தப் பெண் வரிசையின் முதலில் நின்றாள்.

இவனும் குருவை அழைத்துக் கொண்டு நீண்ட வரிசையில் பொங்கல் வாங்கச் சென்றான். ஒரு ஐயர் குடுமியுடன் பெரிய நாமத்தை போட்டுக்கொண்டு பொங்கலை சிறுத் தொண்ணையில் கொடுத்தார்.

"டேய் குரு இப்ப பாரேன் அந்த ஐயர் எனக்கு மட்டும் ரெண்டு கரண்டி பொங்கல் வைப்பார்". ஜீவா சொல்லியது போலவே அவணைப் பார்த்துவிட்டு ஒரு புன்னகையுடன் அவன் தொண்ணையில் மட்டும் இரண்டு கரண்டி மிளகுடன் பொங்கலை வைத்தார் ஐயர்.

குரு அதைப் பார்த்துவிட்டு "உனக்கு மட்டும் நீ கேக்காமலே ரெண்டு கரண்டி பொங்கல், நான் கேட்டும், "பின்னாடி வருவோருக்கெல்லாம் கொடுக்கணும் தம்பினு" சொல்லி அனுப்பிட்டாரு, ஏன் அவரு உங்க சொந்தகாரங்களா?" என கேட்டான்.

அதற்கு ஜீவா "சொந்தகாரங்களாம் ஒன்னுமில்லடா அது ஏன் எனக்கும் தெரியல நான் எப்ப வந்தாலும் அவரு அப்படித்தான் பண்றாரு, என்ன மிளகு தான் கொஞ்சம் அதிகமா போடுறாரு" என சொல்லிக் கொண்டே மிளகை ஒதுக்கி விட்டு பொங்கலை மட்டும் சாப்பிட்டான். அவன் வாய் மட்டும்தான் குருவிடம் பேசிக் கொண்டே சாப்பிட்டதே தவிர, அவன் கண்கள் இமைக்காமல் அந்தப் பெண்ணையே தான் பார்த்துக் கொண்டிருத்தது. அந்தப் பெண்ணும் அவனை ஒரு சில பார்வை பார்த்துவிட்டு திரும்பினாள்.

அதை கவனித்த குரு "டேய் அந்தப் பொண்ணு யாரோட பொண்ணுன்னு தெரியுமாடா". அதற்கு ஜீவா "இரு இரு நானே சொல்றேன் இந்தக் கோவில் ஐயிரோட பொண்ணு தானே, எப்படி டுவிஸ்ட நானே கண்டுபிடிச்சேன் பாத்தியா"... குரு ஒரு சிரிப்பு சிரித்து விட்டு "டேய் அப்படியெல்லாம் ஒன்னுமில்ல அந்தப் பொண்ணு லைப்ரரில நூலகர் அண்ணா இருக்காருல, அவரோட பொண்ணுடா" என சொல்லிவிட்டு மீண்டும் சிரித்தான்.

"அப்பவே நெனச்சேன்'டா, அந்த நூலகர் என்ன மட்டும் போகும் போது வரும் போதெல்லாம் மொறச்சிகிட்டே இருப்பாரு இப்பதானே புரியிது" என்று சொல்லிவிட்டு மீண்டும் அந்தப் பெண்ணையே பார்த்தான்.

அந்தக் கோவிலில் தான் அந்தப் பெண்ணை கடைசியாக பார்த்தது அதற்கு அப்புறம் தொடர்ந்து பத்து நாட்களாக அந்தப் பெண்ணை பார்க்க முடியாமல் அவன் கண்கள் ஏங்கிக் கிடந்தது. நூலகத்திற்கு வந்து வந்து பார்த்துவிட்டு செல்வான். சில சமயம் அந்த நூலகர் அதாவது அவள் அப்பாவிடம் கூட கேட்கலாம் என தோன்றும் ஆனால் அவர் கண்டிப்பாக தப்பா நினைத்துக் கொள்வார் என்று அவனும் கேட்க விரும்பவில்லை. நாளுக்கு நாள் அவன் காதல் தாமரை ஏக்கத்துடன்

வளர்ந்தது, கிட்ட தட்ட நூலகத்தில் பூற்ற தாமரை பூவாகவே அவளை நினைத்துக் கொண்டிருந்தான்.

அந்தப் பெண் நினைவாக அந்தப் புத்தகம் மட்டும்தான் நூலகத்திலிருந்தது. அதற்காகவே மீண்டும் வந்து அதே அலமாரியில் புத்தகத்தை தேடினான். ஆனால் புத்தகம் அந்த அலமாரியில் இல்லை. ஜீவா புத்தகம் இல்லை என்று தெரிந்த பிறகு வெளியே திரும்பினான், அங்கு குரு அமர்ந்ததை கண்டு அவனிடம் சென்றான். குரு, ஜீவாவை பார்த்தவுடன் "டேய் ஜீவா என்னடா கொஞ்ச நாளா லைப்ரரி பக்கமே ஆளயே காணோம், சரி உக்காரு என்ன இப்பயாவது புக்கு படிக்கிறியா, இல்லையா" என்று ஜீவாக்கு மட்டும் கேட்பது போல் மெதுவாக பேசினான்.

ஜீவா, குருவின் எதிர் புறத்தில் அமர்ந்தான், அதனாலயே அவன் தேடும் புத்தகம் கிடைத்து விட்டது. ஏனென்றால் குரு தான் அந்தப் புத்தகத்தை வைத்திருந்தான், ஜீவா குருவிடம் அந்தப் புத்தகத்தை கேட்க தயங்கினான் "கேட்கலாமா வேண்டாமா" என்று, "இருந்தாலும் பரவாயில்லை கேட்டு தான் பார்ப்போம், என்ன சொல்ல போறான்" என்று கேட்டான்.

"குரு இந்த புக்க படிச்சிட்டியாடா, எப்படிடா இருக்கு" என அவன் கையில் வைத்திருந்த புத்தகத்தை காட்டினான்.

"சுமாரா போதுடா" என்றான் குரு.

"சரி, அந்த புக்க தரியா நான் படிச்சிட்டு தரேன்" என்று தயக்கத்தை விட்டு கேட்டான் ஜீவா.

"என்னடா கேட்ட? இந்த புக்கயா? நீ படிக்க போறியா? இது கனவா? நிஜமா? டேய் ஜீவா நீ உண்மையா தான் சொல்லுறியா? இல்ல எனக்கு காது கேட்கலயா" என்று ஆச்சரியத்துடன் பல கேலியான கேள்விகளை அடுக்கினான்.

"டேய் புக்கு படிக்க தாண்டா கேட்டேன் அதுக்கு ஏன்டா இவ்வளவு ரியாக்ட் பண்ற" என்று சிறுக் கோபத்துடன் சொன்னான் ஜீவா "எனக்கு புக்கே வேணாம்டா நீயே வச்சுக்கோ".

"டேய் டேய் அப்படி இல்லடா இத்தன வருஷத்துல நீ முதல் தடவ புக்கு படிக்க கேட்டியா அதான் எனக்கே ரொம்ப ஆச்சரியமா இருந்துச்சி, இந்தா நீயே படி, நான் கூட அப்புறம் படிச்சிக்கிறேன்" முதலில் கோவமாக இருந்தான் பிறகு ஆசையுடன் வாங்கிக்கொண்டான் ஜீவா.

ஜீவா புத்தகத்தை வாங்கியதற்கு காரணம் அந்தப் பெண் தொட்டு படித்ததால் மட்டுமே என்று குருவுக்கு தெரியாது, அதைச் சொல்லி இவனிடம் வாங்கினால் தன்னை கேவலமாக நினைத்து விடுவான் என்று படிப்பதாக சொல்லி புத்தகத்தை வாங்கினான்.

"டேய் ஜீவா இதுக்கு முன்னாடி நீ புக்கு எடுத்ததில்லில, உன்னோட பேர ரிஜிஸ்டர் பண்ணிட்டு, வீட்டுக்கு எடுத்துட்டு போய் கூட படிக்கலாம்" என்றான் குரு.

ஆம் அங்கிருக்கும் நூலகத்தில் உள்ள புத்தகத்தை வீட்டுக்கு எடுத்து செல்லலாம், குறிப்பிட்ட நாள் வரை படித்துவிட்டு நூலகத்தில் மீண்டும் ஒப்படைக்க வேண்டும். ஏன் இப்படி அனுமதி கொடுக்கிறார்கள் என்றால் சில பேருக்கு வீட்டில் செளகரியமாக மற்றும் தனிமையாக படிக்க பிடிக்கும் அதற்காக தான், இன்னும் பல ஊர்களில் இந்த அனுமதிகள் உண்டு.

ஜீவாவும் முகவரி எல்லாம் கொடுத்துவிட்டு வண்டியின் முன்னிருக்கும் பையில் புத்தகத்தை வைத்தான். வண்டியின் ஹாண்டிலை வேகமாக துருவிக்கொண்டு வீட்டிற்கு புறப்பட்டான். சாலையோரம் போகும் வழியில் ஒரு தாத்தா கை காட்டினார். ஆனால் அவரைக் கண்டு கொள்ளாமல் வண்டியை இன்னும் வேகப்படுத்தி போனான்.

வீட்டிற்குச் சென்று வண்டியை நிறுத்திவிட்டு கீழ் இருக்கும் சைடு ஸ்டாண்டை போட்டுவிட்டு வண்டி சாவியை எடுத்தான் அப்புறம் முன் பையில் இருக்கும் புத்தகத்தை எடுக்க கையை பையில் விட்டான், புத்தகம் அங்கு இல்லை "அய்யய்யோ எங்கடா போச்சு புக்கு, இங்க தானே வச்சேன்" என அவனிடமே கேட்டுக் கொண்டான். நின்ற இடத்திலேயே வண்டியின் முன்னும், பின்னும், அடியில் குனிந்தும் எல்லா இடங்களிலும் பார்த்தான். மீண்டும் பையில்

கையை விட்டான், கை அந்தப் பையின் மறுபக்கம் ஓட்டை வழியாக வெளியே வந்தது. அதைக் கண்டு திகைத்து போனான் "இவ்வளோ பெரிய ஒட்டையா???... இதுல இருந்துதான் கீழ விழுந்துருக்குமோ, இந்த பைய அப்பயே தைச்சிருக்கலாம், அய்யோ எங்க விந்துச்சோ"

மீண்டும் வண்டியை திருப்பிக் கொண்டு வந்த வழியெல்லாம் பார்த்துக் கொண்டே சென்றான். நூலகம் வரைக்கும் கூட சென்று பார்த்து விட்டான் அந்தப் புத்தகம் எங்கும் கிடைக்கவில்லை என மன வருத்தம் கொண்டான். வீட்டுக்கு திரும்பி வரும்போது கூட பார்த்துக் கொண்டே வந்தான், எங்காவது கிடைத்து விடாதா என்று கண்ணில் விளக்கெண்ணெய் ஊற்றா குறையாக மெதுவாக தேடினான் ஆனால் எங்கு தேடியும் கிடைக்கவில்லை.

அன்று இரவு சிறிது நேரம் வருத்தப்பட்டுக் கொண்டே தூங்காமல் இருந்தான் ஆனால் மற்ற நாட்களை போல ரொம்ப நேரம் விழித்திருக்கவில்லை 11:00 மணிக்கெல்லாம் தூங்கி விட்டான், இரவு இரண்டு மணி அளவில் இடியுடன் மிக கனமழை பெய்தது. ஜன்னல் கதவுகள் திறந்து இருந்ததால் சாரல் துளிகள் அவன் முகத்தில் தெறிக்க திடுக்கென்று எழுந்து ஜன்னல் கதவுகளை சாத்தினான்.

அப்போது யோசித்தான் "ஐயோ அந்த புக்கு எங்க கிடக்குதோ, கண்டிப்பா அது மழையில நனஞ்சி ஊறி போயிருக்குமே" என கவலைப்பட்டான். "அந்தப் பொண்ணு ஞாபகமா அந்த ஒரு புக்கு தானே இருந்துச்சி, நான் ஒரு மடையன் குரு கிட்ட இருந்து வேற புக்க வாங்கிட்டு வந்துட்டேன், அவன் கிட்ட இருந்துருந்தா புக்கு பத்திரமா இருந்துருக்கும்" என்று புலம்பியபடி தூங்காமல் இருந்தான்.

****

அத்தியாயம் 04

புத்தகம் கிடைத்தது

அதிகாலை ஆதவன் அவன் வீட்டு ஜன்னல் வழியாக வந்து அவன் ஆழ்ந்த தூக்கத்தை கலைத்தது, அரை தூக்கத்தில் இரு கையை தூக்கி சோம்பல் முறித்துவிட்டு கட்டிலிலிருந்து இறங்கி "போர்வையை மடிக்கலாமா வேண்டாமா" யோசித்துவிட்டு "அப்புறம் பார்த்துக் கொள்ளலாம்" என முகம் சுழித்தபடி பல்துலக்க சென்றான். ஆனால் திடீரென்று ஒரு ஞாபகம் வர பற்களை கூட துலக்காமல் நேராக ஊசியும் நூலும் எடுத்துக்கொண்டு அவன் வண்டியின் பையை தைத்தான். அதை வெளியே கோலம் போட்டுக்கொண்டிருந்த வள்ளி அவனைப் பார்த்துவிட்டு ஒன்றும் கேட்காமல் மீண்டும் புள்ளிகளை இணைத்து பூக்கோலம் போட்டாள்.

பின்னர் சமையலறையில் சுட சுட குழி பணியாரத்தை அம்மா சுட்டெடுக்க அண்ணனும், தங்கையும் ஒன்றாக அமர்ந்து போட்டி போட்டுக்கொண்டு சுவைத்தார்கள். அதில் வள்ளியை விட நான்கு பணியாரம் அதிகமாக சாப்பிட்டு ஜீவா வெற்றிப் பெற்றான்.

போட்டிக்கு பிறகு "ஆமா காலையில வண்டியோட பைய தச்சிட்டு இருந்தியாட்டுக்கு, எத கீழ விட்ட" என கேட்டாள் வள்ளி.

"ஒன்னுமில்ல ரொம்ப நாளா தைக்கணும்'னு நெனச்சிகிட்டு இருந்தேன் அதான் காலையில டைம் கிடைச்சிது" என்றான் ஜீவா.

"பாத்தியாமா காலையில தான் டைம் கிடைச்சிதாம் எத்தன தடவ நீயும், நானும் சொல்லி இருப்போம் கேட்டுருப்பானா, போன வாரம் கூட எனக்கு வளையல் வாங்கிட்டு வர சொன்னா, அந்த ஓட்ட பையில வெச்சிபுட்டு எங்கேயோ கீழ விட்டுட்டேன் சொன்னால'மா" என அம்மவை பார்த்து சொல்லிவிட்டு, மீண்டும் ஜீவாவை பார்த்து "இப்போ நீ எதையோ உள்ள வச்சி தொலைச்சதால காலையிலேயே பைய தச்சிருக்க ரைட்டா?... நான் அப்பயே உன்ன தைக்க சொன்னல

கேட்டியா உனக்கெல்லாம் நல்லா வேணும்" என கேலிச் செய்தாள் வள்ளி.

"ஜீவாவும் அவளிடம் அதிகம் சண்டை போடாமல் "எனக்கு எப்ப தோணுதோ அப்ப தான் தைப்பேன் உனக்கென்ன" என்று சொல்லிவிட்டு கல்லூரிக்கு சிறு கோபத்துடன் கிளம்பிவிட்டான். ஆனால் கல்லூரிக்கு போகும் போது "வள்ளி சொல்லும் போதே தைச்சிருக்கலாம்" என தவறை உணர்ந்தது போல் நினைத்தான்.

அன்று மாலை ஜீவா நூலகத்திற்கு செல்லும் போதெல்லாம் யோசித்துக் கொண்டே சென்றான். "புக்க தொலச்சிட்டோம் அந்த புக்குக்கு எவ்வளவு பைன் போடுவாங்கன்னு தெரியலயே, அது குரு கிட்டயே இருந்துருக்கலாம்". இந்தக் கவலை ஒரு பக்கம் இருக்க, அந்தப் பெண் புத்தகத்தை படிக்கும் போது அவளின் செவ்விதழை திறந்து நுனி நாக்கில் சிறுத் துளி உமிழ் நீரைத் தொட்டு பக்கங்களை திருப்பும் போதெல்லாம் ரசித்தது அவன் கண்முன்னால் காரணமின்றி வந்தது.

நூலகம் வெளியில் குருவின் மிதிவண்டி இருப்பதை பார்த்துவிட்டு நூலகத்தில் தயங்கி தயங்கி உள்ளே சென்று அந்தப் பெண் அமர்ந்திருந்த இடத்தில் இப்பொழுது குரு அங்கு புத்தகம் படித்துக் கொண்டு இருந்ததை பார்த்துவிட்டு அவனிடம் சென்று ஜீவா பேச்சை தொடங்கும் முன், ஜீவா வந்ததை குரு வெகுளி பார்வையில் பார்த்துவிட்டு "வாடா வா" என்றான். அவனுக்கு எதிர்ப்புறத்தில் ஜீவா அமர்ந்து விட்டு நேராக விஷயத்திற்கு வந்தான் "டேய் நேத்து உன்கிட்ட இருந்து ஒரு புக்கு வாங்கிட்டு போனல அது தொலஞ்சிடுச்சிடா, அந்த புக்குக்கு எவ்வளவு பைன் கேப்பாங்க".

ஆனால் குரு இதற்கு ஒன்றும் பெரிதாக அதிர்ச்சி அடையவில்லை சாதாரணமாக "தொலச்சிட்டியா? எப்படிடா? போச்சா அந்த புக்கு எப்படியும் 200 ரூபா வரும், வச்சிருக்கியா? இன்னைக்கே பைன் கட்டிடு, இல்லன்னா நாளைக்கு 50 ரூபா எக்ஸ்ட்ரா கேப்பாங்க" என்று சிரித்தபடி சொன்னான்.

"என்னடா 200 ரூபாயா?அந்த குட்டி புக்குக்கா? டேய் டேய் அவ்வளவு காசுலாம் என்கிட்ட இல்லடா. நீதான் இந்த லைப்ரரிக்கு ரொம்ப நாளா வரல எங்க மாமா கிட்ட சொல்லி காசு கொஞ்சம் கம்மி பண்ண சொல்லுடா" என ஜீவாவும் புன்னகையுடன் சொன்னான்.

குரு இப்போது புரியாமல் கேட்டான் "எந்த மாமா'டா".

"என்னடா தெரியாத மாதிரி கேக்குற அந்தப் பொண்ண கல்யாணம் பண்ணா இந்த நூலகக்காரரு எனக்கு மாமா தானே". குருவும் புரிந்துக் கொண்டது போல் ஒரு புன்னகைத்துக் கொண்டே "அப்போ உங்க மாமா கிட்ட நீயே பேசுடா, ஆனா காசு கம்மி பண்ண மாட்டாரு, உனக்கு இங்க இருக்குற அத்தன புக்கயும் ப்ரியாவே கொடுப்பாருல".

"இப்ப புரியுதுடா நீ அந்த புத்தகத்த படிக்க கேட்கல அந்தப் பொண்ணு கையில வச்சிருந்ததுனாலயே அது ஞாபகமா வச்சிக்க கேட்டுருக்க ரைட்டா" என்று சொல்லி தலையை அசைத்துக் கொண்டே சிறு புன்னகையுடன் "ம்ம் ம்ம், இருக்கட்டும்" என்றான்.

அதற்கு ஜீவா வெட்கம் கொள்வது போல் "டேய் டேய் அப்படியெல்லாம் இல்லடா படிக்க தாண்டா கேட்டேன்".

"டேய் அவளுக்கு இந்த லைப்ரரிலயே ரொம்ப பிடிச்ச புக்குடா அது, நான் பாக்கும் போதெல்லாம் அத தான் படிப்பா, அத போய் தொலைச்சிட்டியே'டா" இதை சொல்லிவிட்டு குருவுக்கு ஒன்று ஞாபகம் வர, உடனே திடீரென்று எழுந்து நின்று "சாரிடா, சாரிடா ஜீவா",

ஜீவாவுக்கு ஒன்றும் புரியவில்லை "ஏன்டா என்னடா ஆச்சு"

"இல்லடா உன்னோட ஆளு இடத்துல நான் உட்கார்ந்துட்டேன்" என முகத்தை பாவமாக வைத்துக்கொண்டு கேலிச் செய்தான் குரு.

ஆச்சரியத்துடன் இருந்த ஜீவாவின் முகம் கன நொடியில் புன்னகைத்துக் கொண்டே "அய்யோ" என்ற வார்த்தையை இழுத்த படி "டேய் உட்காருடா போதும்டா போதும்டா" என்றான்.

குருவும் சிரித்துக் கொண்டே அமர்ந்து விட்டு "சரி சரி அழுவாத இந்தா உன்னோட பொக்கிஷம்" என மேசைக்கடியில் சாய்த்து வைக்கப்பட்டிருந்த அவன் பையில் இருந்து ஒரு புத்தகத்தை எடுத்து ஜீவாவிடம் நீட்டினான்.

அந்தப் புத்தகத்தை பார்த்தவுடன் அவ்வளவு ஆச்சரியமாக "டேய் இது எப்படிடா உன் கிட்ட" என கண்கள் விரித்து கேட்டேன்.

"அத ஏன்டா கேக்குற நேத்து நடந்த கூத்து இருக்கே, எங்க அப்பா மளிகை சாமான் வாங்க ஐநூறு ரூபா பணம் கொடுத்தாரு

அது பத்திரமா இருக்கணும்டு இந்த புக்குல வச்சுட்டேன், அந்த புக்கையும் அப்படியே உன்கிட்ட கொடுத்துட்டேன். நீ வண்டியில கிளம்பும்போது தான் எனக்கு டக்குனு பணத்த எடுக்கலனு ஞாபகம் வந்தது, வெளிய வரதுக்குள்ள நீ போயிட்ட நான் பின்னாடியே சைக்கிள எடுத்துட்டு வந்தேனா, உன்ன ஆளையே காணோம் அப்புறம் எனக்கும் வேற வழி தெரியல சரி உங்க வீட்டுக்கு வந்து பணத்த வாங்கிக்கலாம்னு வந்தேன், ஆனா வர வழியில ஒரு தாத்தா புக்கு வச்சுகிட்டு நின்னுட்டு இருந்தாரு, உத்து பாத்தப்போ தான் தெரிஞ்சிது அது நான் உன்கிட்ட கொடுத்த புக்கு தான்னு, அப்புறம் போய் அவரு கிட்ட வாங்குறதுக்குள்ள ஐயோ போதும் போதும் ஆகிடுச்சிடா"

அப்போதுதான் குருவுக்கு நடந்த கூத்து கதை தொடங்கியது.

"தாத்தா நீங்க கைல வைச்சிருக்கற புக்கு என்னோடது தான்" என பணிவான குரலில் குரு கேட்க, "யான் தம்பி பொய் சொல்லுற இப்பதான் ஒரு குருட்டு பைய வண்டியில போகும்போது கீழ விட்டுபுட்டு நான் கூப்புட கூப்புட அவன் கண்டுக்காம போயிட்டான், எப்படியும் எடுக்க திரும்பி வருவான் அப்போ கொடுத்துக்கலாம்னு பாத்தா, நீ என்னுமோ உன்னோடதுனு சொல்லுற" என சிறு கோபத்துடன் கேட்டார்.

"நான் தான் அவனுக்கு படிக்க கொடுத்தேன் அவன் போற போக்குல வண்டியில இருந்து கீழ விழந்துருக்கும், அவன் என் ∴ப்ரண்டு தான் தாத்தா நான் அவன்கிட்ட கொடுத்துக்கிறேன் கொடுங்க" என மிகவும் தன்மையுடன் கேட்டான்.

குரு அப்படி கேட்டதற்கு அந்த தாத்தா சந்தேகத்துடன் சரவெடி போல் பல கேள்விகளை கேட்க ஆரம்பித்தார்.

உடனே அந்தப் புத்தகத்தின் தலைப்பை அவர் மாரோடு மறைத்துக் கொண்டு "உன் புக்குனு சொல்லுரியே, சரி இந்த புக்கு பேர் என்னன்னு சொல்லு பாப்போம்" தளர்ந்த குரலில் கேட்டார்.

சட்டென்று எங்கேயோ பார்த்து யோசித்து விட்டு "இந்த புத்தகம் உங்களைத் தேர்ந்தெடுத்துள்ளது" என்றான் குரு.

அவரும் ஒரு முறை அந்தத் தலைப்பை எழுத்து கூட்டி படித்துவிட்டு "சரி உன்னோட பேரு என்ன?"... "குருமூர்த்தி" என பதட்டமின்றி பதில் கூறினான்.

தலையசைத்து விட்டு அந்த புத்தகத்தில் இவனுடைய பெயர் முன்பக்கத்தில் இருக்கிறதா என்று பார்த்தார் "என்ன உன் பேரே இல்லையே"

"ஐயோ தாத்தா அது லைப்ரரி புக்கு, பேருலாம் எழுத கூடாது"

மீண்டும் அவர் புத்தகத்தின் முன் பக்கத்தை திருப்பி அதில் நூலக முத்திரை இருப்பதை உறுதி செய்துவிட்டு அவர் அடுத்த கேள்வி கேட்பதற்கு முன்பே, குரு ஒரு பதில் கொடுத்தான்.

"தாத்தா அந்த புக்குக்கு நடுவுல ஒரு 500 ரூபா இருக்கும் அது என்னோடது தான்" என தைரியமாக சொன்னான்.

அவரும் புரட்டி பார்த்துவிட்டு "அடேய் திருட்டு பயலே இப்ப புரியுது அந்தப் பையன் நூலகம் வந்துருக்கான் அவன் பணத்த புத்தகத்துல வைக்கிறத பாத்துட்டு அவன் வண்டி பையில ஓட்டைய போட்டு வச்சுபுட்டு, அந்த புக்கு எங்க கீழே விழுதுனு பாத்துக்கிட்டே பின்னாடியே வந்து இருக்க, சரியா" என ஒரு கதையை உருவாக்கி கோவமாக அவனை கேட்டார்.

"ஐயோ அப்படிலாம் இல்ல தாத்தா நிஜமாவே அது என்னோட பணம் தான்" என சிறு தவிப்புடன் சொல்லி முடிப்பதற்குள் அவனுக்கு திடிரென்று ஒரு ஞாபகம் வர "ம்ம் அந்த புக்குல இருக்குற பாதி கத எனக்கு தெரியும் நான் படிச்சிட்டு தான் என ∴ப்ரண்டு கிட்ட கொடுத்தேன்" என்று சொல்லி அதில் ஒரு ஐந்து பக்கக் கதையை இடைவிடாமல் செய்தியாளர் பேசுவது போல் எடுத்துவிட்டான்.

அவருக்கு விரைவாக படிக்க தெரியாவிட்டாலும் கண்களை விரைவாக உருட்டியும், வாயை முணு முணுத்து படிப்பது போலவும் நடித்து அவன் முன் படிக்கத் தெரிந்தவர் போல் காட்டிக் கொண்டார். ஆனால் அவருக்கு ஒன்று தோன்றியது "இவன் இவ்வளவு பேசுவதை பார்த்தால் இவன் சொல்லுவதெல்லாம் உண்மைதானோ".

அவரின் சந்தேக மாளிகையிலிருந்து சிறு ஜன்னலின் வழியே சிறு நம்பிக்கை எட்டிப் பார்த்தது.

"சரி இந்தா நீயாவது பார்த்து எடுத்துட்டு போ, நீயும் எங்கயாவது கீழ விட்டுடாத அப்புறம் திரும்பி எடுத்துக் கொடுக்க இந்த குருநாதன் வரமாட்டான்" என அவரின் பெயரை கர்வமாக சொன்னார்.

இவ்வளவு நேரம் கவலையுற்ற குருவின் முகம் புன்னகைத்துக் கொண்டே "ஒ உங்க பேரும் குரு வா!"

அதற்கு அந்த தாத்தா "இதில் என்ன அதிசயம் இருக்கு முதல்ல அந்த புக்க உன் ∴ப்ரண்டு கிட்ட போய் கொடு, அவனாவது படிப்பான் உன்ன பாத்தா படிக்கிற புள்ள மாதிரியா இருக்கு, ஏதோ பாவம் பாத்து இந்த புக்க கொடுத்து இருக்கேன். ஆனா இன்னும் ஒன்ன நம்பமுடியல, நீ மட்டும் பொய் சொல்லியிருந்தன்னு தெரிஞ்சிது உன்ன போலீஸ்ல புடிச்சு கொடுத்துடுவேன், பாத்துக்கோ" என தளர்ந்த குரலில் அதட்டிவிட்டு கிளம்பினார்.

அவர் பெயரை கேட்டு மலர்ந்த அவன் முகம் மீண்டும் அவர் சொன்ன வார்த்தைகளால் சுருங்கி போனது. "என்னைய பார்த்தா எப்படி தெரியுது இவருக்கு" என்று வாய்விட்டு புலம்பியபடி அவன் கொண்டு வந்த மஞ்ச பையில் புத்தகத்தை வைத்துவிட்டு, பணத்தை இம்முறை அவன் சட்டை பையில் வைத்துக் கொண்டான்.

அவர் அப்படி கூறியதால் "இன்னைக்கே ஜீவாட புக்க கொடுக்கணும்" என்று மிதிவண்டியின் சுழற்சி மிதியை மிதிக்க ஆரம்பித்தான்.

அவன் சாலையோரம் போகும் வழியில் தினேஷ், கோமல் மற்றும் குமார் அவன் எதிர்ப்புறமாக நடந்து வந்தார்கள் குருவை பார்த்தவுடன் "டேய் குரு எங்கடா போற" என்று தினேஷ் கேட்க

அதற்கு குரு பதில் சொல்ல வருவதற்குள், குமார் "நாங்க இப்போ பீச்சுக்கு போறோம் எங்க கூட வா, டெய்லியும் படிச்சிட்டு தானே இருக்க" என்றான்.

"டேய் ஆமாண்டா, நானும் பாத்துகிட்டு இருக்கேன் எங்க கூப்டாலும் வரவே மாட்டான், இன்னைக்கு எங்க கூட வர சரியா எதுவும் பேசக்கூடாது" என்று கேலியாகச் சொன்னான் கோமல்.

குருவும் ஜீவாவை வரவைத்து அவனிடம் புத்தகத்தை கொடுத்துவிடலாம் என்று நினைத்து "டேய் யாராவது ஜீவாவுக்கு போன் பண்ணி அவனையும் வர சொல்லுங்கடா" என்று குரு அவர்களிடம் கேட்டான்.

"அவன் எப்படிடா வருவான்? கேட்டா பீச் பக்கத்திலேயே வீடு இருக்கு நான் டெய்லியும் அங்க தாண்டா போயிட்டு இருக்கேன் வேற எங்கயாவது புது இடத்துக்கு போற மாதிரி இருந்தா சொல்லுங்கடா வரேன்" என குமார் ஜீவாவின் குரல் வளையத்தில் கேலியாக பேசி காட்டி அனைவரையும் சிரிக்க வைத்தான்.

குருவும் சிரித்துவிட்டு "சரிடா இருந்தாலும் போன் பண்ணி கேளுங்கடா அப்புறம் விட்டுட்டு போயிட்டோம்னு நம்மள திட்டுவான்" என்றான் குரு.

இந்த பேச்சுவார்த்தை இடையில் கோமல் ஜீவாவுக்கு போன் பண்ணி கேட்க அவனிடம் மூன்று வார்த்தை பேசி விட்டு "சரிடா சரிடா" என்று வைத்து விட்டான். கோமல் பேசிக் கொண்டிருக்கையில் "ஜீவா எப்படியும் வந்து விடுவான் அவனிடம் புத்தகத்தை கொடுத்து விடலாம்" என்று குரு உறுதியாக நினைத்திருந்தான்.

"டேய் அவனுக்கு ஏதோ முக்கியமான வேல இருக்காம்" என்று கோமல் சொல்லிய பிறகு "சரி அவனுக்கு ஏதோ வேல இருக்கு போல நாளைக்கு அவன் கிட்ட கொடுத்துக்கலாம்" என கன நொடியில் மன மாற்றம் கொண்டான் குரு. ஆனால் குருவுக்கு தெரியாது அந்த புத்தகத்தை தேடுவது தான் ஜீவாவுக்கு முக்கியமான வேலை என்று.

பின்னர் அந்த நான்கு நண்பர்களும் கரையோரம் அவர்களின் காலணிகளை கழட்டி விட்டு, மணல்கள் ஒட்டி இருந்த கால்களை கடற்கரையில் கழுவி மகிழ்ந்தார்கள். குமாரும், கோமலும் ஆர்வம் தாங்காமல் ஆடைகளுடனே கடலில் குளிக்க சென்றார்கள். தினேஷுக்கும் குளிக்க வேண்டும் என்று ஆசை இருந்தது ஆனால் அவனுக்கு நீச்சல் தெரியாததால் கரையில் நின்று அவர்கள் குளிப்பதை பார்த்து சிரித்துக் கொண்டிருந்தான். குருவுக்கு நீச்சல் தெரிந்தாலும்

திறந்த வெளியில் குளிப்பதை அசௌகரியமாக உணர்ந்து நின்றபடி கடலை ரசித்துக் கொண்டிருந்தான்.

கன்னியாகுமரியின் மாலை வேளையில் சிவப்பும், மஞ்சளும் கலந்த மாம்பழம் போல் இருந்த சூரியனை பசியோடு இருக்கும் கடல் மெல்ல மெல்ல விழுங்கியதை அங்கு வந்த பல சுற்றுலா பயணிகள் அந்த இயற்கை அழகை கண்டு பூரிப்படைந்தார்கள்.

"சரி காலேஜ்ல உன்ன பாத்து கொடுத்திடலாம் நெனச்சேன், உனக்கு தான் ட்விஸ்டுனா பிடிக்குமாச்சே அதான் இன்னைக்கு எப்படியும் லைப்ரரிக்கு வருவனு தெரியும் அப்போ கொடுத்துகலாம்னு விட்டுட்டேன்" என்று நடந்ததை சொல்லி ஒரு நீண்ட பெருமூச்சு விட்டான் குரு.

"எப்படியோ இந்த புத்தகம் நம்ம கையில் வந்து விட்டது" என்று முகமலர்ச்சியுடன் குரு சொன்ன முழு கதையையும் கேட்டுவிட்டு "ஆமாண்டா குரு, நேத்தி கூட ஒரு தாத்தா நான் வண்டில வேகமா போகும் போது கை காட்டுனாரு, நான் கூட அவரு லி.்.ப்ட் கேட்டாருனு, நிக்காம போயிட்டேன். இப்பதானே புரியுது அவர் அங்கிருந்து பாக்கும் போது புக்கு கீழ விந்துடுச்சி போல, அத சொல்லி இருக்காரு நான் தான் வேகமா போயிட்டேன்" என தன்னை முட்டாளாக நினைத்தபடி குருவிடம் கூறினான்.

குருவுக்கு ஒரு ஞாபகம் வர...

"நீ தேடும் பொருள் கிடைக்காதெனில்,

தேடா திருப்பின் கிடைக்கும்"... என்று புன்னகையுடன் சொல்லி முடித்தான்.

ஜீவா அதற்கு "என்னடா திருக்குறள் சொல்ற"

"டேய் இது திருக்குறள் இல்லடா இது நானே எழுதின குறள் மாதிரி சொல்லிக்கலாம், இப்படித்தான் நம்ம முக்கியமா ஒரு பொருள தேடிக்கிட்டு இருப்போம் அப்போ கிடைக்கவே கிடைக்காது, சும்மா வேற ஏதோ எடுக்க போவோம் அப்போ கிடைக்கும்" அதனாலயே நானே யோசிச்சேன்.

ஜீவாவுக்கும் இதே மாதிரி நிறைய சம்பவங்கள் நடந்தது போல் "ம்ம் ம்ம் ஆமாண்டா எனக்கும் இந்த மாதிரி நடந்துருக்கு. எங்க அத திருப்பி சொல்லு" என்று சிரித்துக்கொண்டே கேட்டான்.

"நீ தேடும் பொருள் கிடைக்காதெனில்,

தேடா திருப்பின் கிடைக்கும்".

மீண்டும் குரளை சொல்லிவிட்டு புருவம் கீழ் இறங்க, கண்கள் சுருங்கி, புன்னகைச் செய்தான் குரு. ஜீவாவும் அக்குரளை கேட்டுவிட்டு மனதிற்குள் சொல்லியபடி "சரி ஓகே டா நாளைக்கு பாப்போம்".

"டேய் ஜீவா புக்க பத்திரமா எடுத்துட்டு போடா அப்புறம் வண்டிப்பையயிலிருந்து கீழ விழந்துடுச்சுன்னு சொல்லிட்டு இருக்காத, திரும்பவும் அந்த தாத்தா கையில கிடைச்சிது அவ்வளவுதான் பாத்துக்கோ"...

அவனும் சிரித்து கொண்டே "இல்ல இல்ல இன்னைக்கு அந்த பைய காலையில தைச்சிட்டேன்".

"ஓஹோ அப்படியா விஷயம்" என ஏதோ புரிந்து கொண்டது போல் தலையாட்டினான் குரு "சரி ஓகே ஓகே பார்த்து போயிட்டு வா".

அவனும் மலர்ந்த முகத்துடன் "ஓகே டா பாய்" என்றான் ஜீவா. ஆனால் இம்முறை வீட்டிற்கு செல்லும் பொழுது வண்டியின் முன் பை தைத்திருந்தாலும் அந்த புத்தகம் இருக்கிறதா என்று தொட்டு தொட்டு பார்த்துக் கொண்டே போனான்.

மாலை 5:45 மணி இருக்கும். வீட்டிற்கு வந்ததும் அந்த புத்தகத்தை எடுத்துக்கொண்டு வாசலுக்கருகில் செல்லுமுன் அவன் முகத்தில் நன்றாக குளிர் காற்று வீசியது.

அவனும் அந்த புத்தகத்துடன் திண்ணையில் உட்கார்ந்து வேப்பமரத்தை பார்த்துக் கொண்டு இருக்கையில் அவன் பார்வை எதார்த்தமாக வானத்தில் சென்றது. சூரிய அஸ்தமனத்தில் மேகங்கள் அனைத்தும் ஆரஞ்சு பழ சாரில் நனைத்து எடுத்தது போல இருந்தது. அதற்கிடையில் காகங்களின் கூட்டத்திலிருந்து இரு காகம் மட்டும் பிரிந்து ஒன்றாக பறந்தது.

அதில் ஒரு காகம் ஏதோ தனது இறக்கையில் இருந்துதான் இந்தக் கடற்கரைக்கே காற்று தருவது போல கர்வமாக ஆண் காகம் பறந்தது. அதை உரசி உரசி விளையாடிக் கொண்டே பெண் காகம் அதனுடன் பறந்தது.

ஆனால் ஜீவாவுக்கு ஆண் காகம் எது பெண் காகம் எது என்று தெரியாமல் பார்த்துக் கொண்டிருக்கையில் அந்த இரண்டு காகமும் அங்கும் இங்கும் சுற்றிவிட்டு நேராக அவன் வீட்டு வேப்பமரத்தின் கிளையில் அமர்ந்து காரா பூந்தி சாப்பிட்டது போல் கர கரப்பு குரலில் "கா கா" என்று கத்தியது. அந்த இரண்டு காகங்களும் தலையை ஒன்றோடு ஒன்று உரசிக் கொண்டு அன்பை வெளிப்படுத்தியது.

என்ன ஒரு காக்கா மட்டும் பெருச தெரியுது ஒருவேள அது தான் ஆண் காக்காவோ... ஆம் ஜீவாவின் யூகம் சரிதான் காகங்களில் அதன் நிறத்தை வைத்து ஆண் காகம், பெண் காகம் என்று அடையாளம் காண முடியாது ஆனால் இரண்டு பறவைகள் ஒன்றாக அமர்ந்திருந்தால் பெண் காகத்தை விட ஆண்காகம் பெரிதாக இருக்கும்.

அந்தப் பறவைகளைக் கண்டு மகிழ்ந்து விட்டு மீண்டும் அந்தப் புத்தகத்தை எடுத்து கையில் தொட்டு ரசித்தான். அன்று இரவு அவன் பக்கத்தில் புத்தகத்தை வைத்துக் கொண்டே உறங்கினான்.

அடுத்த நாள் காலையில் கதிரவன் கடலிலிருந்து எழுவதற்கு முன் ஜீவா அவன் கட்டிலில் இருந்து எழுந்துவிட்டான்.

ஏனென்றால் அந்தப் புத்தகம் அவளுக்கு மிகவும் பிடிக்கும் என்பதாலே எப்படியாவது இந்தக் கதையை நாம் படித்துவிட்டு அவளுடன் இதை வைத்து பேசலாம் என்று நினைத்து அதிகாலை 5:30 மணி அளவில் தூக்கமின்றி அவளுக்காக அந்தப் புத்தகத்தை படிப்பதற்கு ஒரு வழியாக திறந்தான். அப்போது அவனுக்கு இடையூறு தரும் வகையில் அவன் வீட்டுக்குள் ஒரு சத்தம் கேட்டது. அனல் வீசும் ஒரு நீண்ட பெருமூச்சி விட்டுவிட்டு கோவமாக எழுந்து அவன் அறையின் கதவை திறந்தான்.

****

பஞ்சு தலைகாணி

"அண்டம் முழுதும் ஒன்றினுள் அடக்கம்

அதுவே ஆனை முகம் எனும் ஓம்கார விளக்கம்

சுழலும் கோள்கள் அவன் சொல் கேட்கும்

அவனை தொழுதால் போதும்

நல்லதே நடக்கும்

ஆனை முகனை தொழுதால்

நவகிரகங்களும் மகிழும்

நல்லதே நடக்கும்

நல்லதே நடக்கும்

ஒன்பது கோளும் ஒன்றாய் காண

பிள்ளையார் பட்டி வர வேண்டும்

அங்கு கற்பகம் என்னும் கடவுளின் மெய்யில்

உறையும் அவரை தொழ வேண்டும்".

இந்தக் கடவுள் பாடலை அரவிந்த் அகேலா என்பவர் எழுதி, டி. எல். மகாராஜன் என்பவர் பாடினார். இப்போது அந்தப் பாடல் ஜீவாவின் வீட்டின் தொலைக்காட்சியில் சத்தத்துடன் கேட்டது.

ஜீவாவும் கோவமாக எழுந்து கதவை திறந்து தொலைக்காட்சியை நிறுத்திவிட்டு மீண்டும் அவன் அறைக்கு படிக்கச் சென்றான். வாசலில் தண்ணீர் தெளித்து கொண்டிருந்த அவன் அம்மா உடனே உள்ளே வந்து தொலைக்காட்சியில் மீண்டும் அந்தக் கடவுள் பாடலை வைத்தாள்.

ஜீவாவும் அவன் அறையிலிருந்து அதிக கோவத்துடன் எழுந்து வருவதற்குள் அவன் அம்மாவே அறைக்கு வந்துவிட்டாள் "ஏன்பா நீ தான் டிவிய நிப்பாட்டினியா" என சாதுவாக கேட்டாள்.

"படிக்கலாம் பாத்தா நீ டிவியில பாட்டு வச்சுக்கிட்ட" என சிறு கோபத்துடன் கேட்டான் ஜீவா.

அவன் கோபத்தை பொருட்படுத்தாமல் தன்மையாகவே பேசினாள் "வழக்கமா எல்லாம் வெள்ளிக்கிழம காலையில சாமி பாட்டு ஓடும்னு உனக்கு தெரியும்லப்பா, நீ கதவ சாத்திக்கிட்டு படிக்கலாம்ல".

"அட போமா இந்த ஓட்ட கதவுல அங்க ஒடுர பாட்டு நல்லாவே கேக்குதுமா இன்னைக்கு வேர காலேஜ்ல டெஸ்ட் வச்சிருக்காங்க அதான் படிச்சிட்டு இருந்தேன்".

"சரி சரி நான் வேணா சவுண்ட இன்னும் கம்மியா வச்சிட்டு, கதவ சாத்திட்டு போறேன்பா, சத்தம் கேக்காது நீ படி" என்று சொல்லிவிட்டு அம்மாவும் கிளம்பிவிட்டாள்.

வீட்டின் ஹாலில் எந்த சத்தமும் கேட்காதது போல் வள்ளி போர்வையை இழுத்துப் போர்த்திக் கொண்டு தூங்கிக் கொண்டிருந்தாள். அம்மா தொலைக்காட்சியின் சத்தத்தை குறைத்துவிட்டு வள்ளியை பார்த்து "ஒரு பொம்பள புள்ள வெள்ளிக்கிழமைனு சீக்கிரமா எழுந்து வீட்டு வேலய செய்யாம எப்படி தூங்குறா பாரு, போற வீட்டுல எப்படி இருக்க போறாளோ" என புலம்பிக்கொண்டே மீண்டும் வாசப்படிக்கு தண்ணீர் தெளித்து கோலம் போட சென்றுவிட்டாள்.

இந்த வார்த்தைகளை வள்ளி அரை தூக்கத்தில் கேட்டுவிட்டு மறுபக்கம் திரும்பி உறங்கினாள். ஜீவா மட்டும் புத்தகத்தை திறந்து வைத்து படிக்காமலே இருந்தான். ஏனென்றால் அவன் அறையின் கதவு வழியே அந்தப் பாடல் குடைந்து கொண்டு மெல்லிய சத்தத்துடன் வந்தது. அத்தோடு படிக்கும் ஆர்வம் போய் புத்தகத்தை மூடிவிட்டு, அறையின் லைட்டை நிறுத்திவிட்டு உறங்கினான்.

அன்று கல்லூரிக்கு சென்றுவிட்டு மாலையாவது படிக்கலாம் என நினைத்து தொந்தரவு எதுவும் இருக்கக் கூடாது என்பதற்காக அறையின் கதவை நன்றாக மூடிவிட்டு புத்தகத்தை திறந்தான்.

அவன் வீட்டில் தொலைக்காட்சியின் சத்தம் அதிகமாகவும், அறையின் கதவு தரம் குறைவாகவும் இருந்ததால் மீண்டும் ஒரு

பாடல் கதவின் சிறு துவாரங்கள் வழியே குடைந்துக் கொண்டு வந்தது ஆனால் இம்முறை கடவுள் பாட்டு அல்ல கார்ட்டூன் பாட்டு...

டோரா! புஜ்ஜி!

டி...டி...டி...டி...டோரா (ஹான் வந்துட்டேன்)

டி...டி...டி...டி...டோரா

டோரா டோரா டோரா ஓட பயணம்(டோரா)

புஜ்ஜி சொல்லும் போது நீங்கள் வரணும்

உதவிக்கு என்ன செய்யறது

பேக் பேக்க எடுத்துகோ

வாங்க வாங்க, எம்பி குதிங்க! போலாம்!

நீங்களும் வழிகாட்டலாம்... ஹே ஹே!

டி...டி...டோரா... டி...டி...டோரா

டி...டி...டோரா... டி...டி...டோரா

குள்ளநரி திருடாதே!

குள்ளநரி திருடாதே!

ஆன்! நான் திருடுனனா?

டோராவின் புது பயணம்...

சுட்டி டிவியில் டோரா புஜ்ஜி கார்ட்டூன் ஒளிபரப்பாகியது. அவனும் பொறுத்து பொறுத்து பார்த்துவிட்டு கோவமாக கதவை திறந்து வெளியே வந்தான் "ஏய் எதுக்குல இவ்வளோ சவுண்டு" என வள்ளியை கேட்க "டேய் கொஞ்சமா தாண்டா வச்சிருக்கேன்" என்றாள். "உனக்கு எக்ஸாம் வருதுல எதுவும் படிக்கிற வேல இல்லையா இப்பதான் குழந்த மாதிரி டோரா புஜ்ஜி பாத்துட்டு உட்கார்ந்துருக்க" என இவன் சண்டையை தொடங்கினான். வள்ளி ஒரு சில வார்த்தையில் சண்டையை முடித்து வைத்தாள் "உனக்கு சத்தமா இருந்தா காதுல பஞ்சு வச்சுக்கோ" கேலியாக சொல்ல. ஜீவாவும் ஏதோ சொல்ல வந்த வார்த்தையை முழுங்கி விட்டு அவளை முறைத்தபடி அவன் அறைக்குள் சென்று "இது நல்ல ஐடியாவா இருக்கே இத காலையிலேயே பண்ணிருக்கலாமே" என நினைத்த படி பஞ்சு தலைகாணியில் இருந்த சிறு பஞ்சை பறித்து இரு காதுகளின் துவாரங்களினுள் அடைத்துக்கொண்டு,

ஒரு வழியாக புத்தகத்தை திறந்து நேராக கதையை படிக்க தொடங்கினான்.

****

அத்தியாயம் 06

ராஜ் ஜோயல் ராஜ்

ஜீவா புத்தகம் படிக்க முடிவு செய்ததற்கு முக்கிய காரணம் அவளுக்கு மிகவும் பிடித்த புத்தகம் என்பதால் தான், இதை சிறிது படித்து விட்டு அந்தப் பெண் எப்பொழுது நூலகத்திற்கு வருகிறாளோ அப்போது இந்தக் கதையை வைத்து சிறிது அவளிடம் பேச்சை தொடங்கலாம் என்று நினைத்தான். பல தடைகளுக்கு பிறகு இனியும் தாமதிக்கக் கூடாதென்று தலைப்பை பார்த்துவிட்டு புத்தகத்தை திறந்து நேராக கதையை படிக்க தொடங்கினான் ஜீவா.

"இந்த புத்தகம் உங்களைத் தேர்ந்தெடுத்துள்ளது"

"நிலங்கள் அதற, சிறகுகளை அடித்துக்கொண்டு சில பறவைகள் சிதற, ராட்சச மிருகம் ஒன்று பெரிய கால்களுடனும், நீண்ட வாலுடனும், கடினமான தோளுடனும், எப்போதும் கோபத்துடன் இருக்கும் முகத்தைக் கொண்டு, பயங்கரமான பற்கள் நிறைந்த வாயை திறந்து வானத்தை நோக்கி நம் காதுகளின் ஜவ்வுகள் கிழியும்படி மிக பயங்கரமாக கத்தியது. அந்த சத்தத்தில் அங்கிருந்த பறவைகள், மிருகங்கள் அலறி அடித்துக்கொண்டு ஓடியது. அந்த மிருகம் ஒரு டைனோசர். எப்போதும் இயற்கையாக அப்படி தான் சத்தமிடும் ஆனால் இப்பொழுது அதன் தொண்டை வலிக்கும் வரை கத்தியது ஏனென்றால் அதற்கு தெரிந்திருந்தது அதன் இனம் சற்று நேரத்தில் அழிந்து விடப் போகிறது என்று.

பஞ்சு போன்ற மேகத்தை கிழித்துக்கொண்டு பெரிய பெரிய எரி கற்கள் மழையாக பெய்தது, அனைத்து மிருகங்களும் அங்கும் இங்கும் வழி தெரியாமல் அலறி அடித்துக்கொண்டு ஓடியது. சில மிருகங்கள் சண்டை போட்டது, சில மிருகங்கள் குகைக்குள் ஒளிந்து கொண்டது.

அதில் தாய் டைனோசர் ஒன்று அதன் மூன்று குட்டிகளை காப்பாற்றுவதற்காக அவைகளின் மீது விழ இருந்த ஒரு சிறிய எரி கல்லை தாய் மிருகம் முன் சென்று அதன் வயிற்றில் வாங்கிக் கொண்டு, காய்ந்த இலைகளுடன் சேர்ந்து பல பச்சை இலைகள் பறக்க படாரென்று கீழே விழுந்தது எங்கு எரிகல் விழ்ந்த அதிர்ச்சியில் தன் குட்டிகள் மீது விழுந்துவிடுவோமோ என்று சற்று தள்ளிச் சென்று விழுந்தது. குட்டிகளை காப்பாற்றி விட்டோம் என்ற சந்தோஷத்தில் உயிர் துறக்க காத்திருந்த வேளையில் அதற்குள் அந்த குட்டிகள் மீதும் எரிகல் விழுவதை தாய் கண்களால் பார்க்க நேர்ந்துவிட்டது. இயற்கை மீதுள்ள வெறுப்பில் உடல் வலியை விட அதிக மனவலியுடன் கண்கள் விரித்து மோர்வ்வ்வ்வ்... என்ற நீண்ட சத்தத்தில் உயிர் துறந்தது.

சற்று நேரத்தில் பெரிய மலை போன்ற எரி கற்கள் அந்த இடத்தையே சின்னாபின்னமாக்கியது. சில மணிநேரங்கள் கழித்து அங்கு எந்த உயிரின அசைவும் இல்லை அந்த இடத்தை சுற்றியும் நெருப்பு குழம்பின் புகைச்சல் மண்டலமாக காட்சி தந்தது.

இந்த நிகழ்வு பல மில்லயன் ஆண்டுகளுக்கு முன்பு நடந்தது. விஞ்ஞானிகளுக்கு இன்னும் விடை தெரியவில்லை பெரிய டைனோசர்களை உண்மையில் கொன்றது எரிகற்களா???... அப்படி என்றால் எப்படி பறவைகள், முதலைகள் மற்றும் பிற விலங்குகள் உயிர் பிழைத்திருக்க முடிந்தது என்று.

1993,

பெரிய அலையில்லா ஆழ் கடலில் ஆமை போல் நகர்ந்துக்கொண்டிருந்தது சிறு சிறு அலைகளை கிழித்துக்கொண்டு என்ஜின் கப்பல் ஒன்று வந்தது. அந்தக் கப்பலின் மேல் தளத்தில் ஒரு 62 வயதுள்ள ஒரு முதியவர் கண்களின் மேல் பைனாகுலரை வைத்து அவர் தேடிச் செல்லும் தீவு எப்போது வரும் என்று பார்த்துக்கொண்டே இருந்தார்.

இவருக்கு வயது தான் 62 ஆனால் பார்க்க 45 வயது ஆள் போல இருப்பார் முகத்தில் தாடியும் மீசையும் இருக்காது, சொந்த ஊர் பாண்டிச்சேரி, இவரின் பெயர் ஜோயல் ராஜ் ஆனால் இவரின் பெயரை யாராவது கேட்டால் போதும் ஜேம்ஸ் பாண்ட் என்ற ஹாலிவுட் திரைப்படத்தில் அந்த ஹீரோவின் பெயரை கேட்டால் "பாண்ட் ஜேம்ஸ் பாண்ட்" என சொல்வது போல இவரின் பெயரை கேட்டால் "ராஜ் ஜோயல் ராஜ்" என ஸ்டைலாக சொல்லுவார்.

எப்பொழுதும் ஒரு கருப்பு கோட்டு போட்டு இருப்பார், அவரின் வயிறு ஒரு கால் பந்தை முழுங்கியது போல தொப்பை இருக்கும். இவர் ஒரு தொல்பொருள் ஆராய்ச்சியாளர் இவரது லட்சியமே எப்படியாவது ஒரு டைனோசரின் ஒரு எலும்பையாவது கண்டுபிடிக்க வேண்டும் என்று இருக்கிறார். ஆம் அவருக்கு டைனோசர்கள் என்றாலே அவ்வளவு பிடிக்கும், சில சமயம் அவருக்கு டைனோசர்கள் வாழ்ந்த காலகட்டத்தில் வாழ வேண்டும் என்ற ஆசையும் வந்து செல்லும்.

இதுவரைக்கும் பல ஆராய்ச்சிகள் செய்துள்ளார். ஆனால் இவர் ஆராய்ச்சி செய்யும் போது இவர் எதிர்பார்க்கும் அந்த டைனோசர் எலும்புகள் ஒரு நாளும் கிடைத்ததில்லை அதற்கு பதிலாக மற்ற பழங்கால பொருள்களை கண்டுபிடித்து பல விருதுகளை குவித்துள்ளார் இருப்பினும் அவருக்கு எவ்வளவு விருதுகளை வாங்கினாலும் மனதிருப்தி இல்லை. எப்படியாவது நானே அந்த டைனோசரின் எலும்புகளை கண்டுபிடிக்க வேண்டும் என்ற ஆசை அறுவதையும் தாண்டி அதிகமாகி இப்பொழுது அந்தமான் நிக்கோபார் தீவை நோக்கி ஒரு கப்பலை வாடகைக்கு எடுத்துக் கொண்டு கிளம்பினார்.

பல கிலோமீட்டர் தள்ளி கப்பல் ஒரு இடத்தில் சென்றது அவர் அறையிலிருந்து பார்த்தபோது கண்ணில் எதுவும் தென்படாததால் கப்பலின் மேல் தளத்திலிருந்து படிவழியாக இறங்கி கீழே வரும் போது ஏதோ ஒரு சத்தம் கேட்டது "கிக் கிக் கிக் கிர்ர்ர்ர்ர் கிளிர்க்" என டைல்ஸ் தரையில் விரல்களின் நகத்தை வைத்து புரண்டும்போது வரும் சத்தம் போல் கேட்டது. அவரும் ஆவலோடு கப்பலின் வெளியே கடலை எட்டிப் பார்த்தார். ஐந்து டால்பின் மீன்கள் கடல் மேல் தளத்தில் துள்ளி குதித்துக்கொண்டிருந்தது. அவரும் அதை பார்த்தார் அந்த மீன்கள் எதையோ வைத்து விளையாடிக் கொண்டிருந்தது. ஒரு நீண்ட கண்ணாடி பாட்டிலை நான்கு டால்பின்களும் அதன் மூக்கினால் தள்ளி தள்ளி விளையாடியது அதில் ஒரு மீன் மட்டும் கப்பலில் இருந்த ஜோயல் ராஜை பார்த்து தண்ணீர் குள் சென்று மீண்டும் அடுத்த பக்கம் வெளிவந்து அவர் முகத்தை பார்த்துவிட்டு மீண்டும் மீண்டும் தண்ணீர் குள் சென்று அவரிடம் விளையாடியது.

ஜோயல் ராஜிம் முதலில் அவருடன் விளையாடிய டால்பினை பார்த்து சிரித்தார். அப்புறம் அவர் பார்வை அந்தக் கண்ணாடி பாட்டில் மேல் சென்றது.

கழுத்தில் தொங்கிய பைனாகுலரை வைத்து அந்த பாட்டிலை பார்த்தார். அதற்குள் ஏதோ சுருட்டப்பட்ட காகிதத் துண்டு இருந்தது பாட்டில் மேல் துவாரத்தில் சிறு மரக்கட்டை துண்டை தண்ணீர் உள்ளே செல்லாத படி அடைக்கப்பட்டு இருந்தது. அதை கண்டவுடன் அவருக்கு ஆர்வம் அதிகமாகியது உடனே கப்பலின் கேப்டனிடம் பேசி அந்த பாட்டிலை எடுக்க சொல்லி வேண்டுகோள் விடுத்தார்.

கேப்டனும் அந்த மீன்களிடமிருந்து எப்படி வாங்குவது என்று யோசித்து விட்டு மற்றொரு ஆளிடம் சொல்லி அந்த மீன்களுக்கு கொஞ்ச தூரம் தள்ளி தீனி போட்டுவிட்டு அதை திசை திருப்பி கப்பலில் இருந்து ஒரு ஆள் கடலில் குதித்து அந்த பாட்டிலை கொண்டு வந்தார்.

கேப்டன் அதை வாங்கி ஜோயலிடம் கொடுத்துக்கொண்டே "சார் எனக்கு தெரிஞ்சு சினிமால வர மாதிரி யாராவது எழுதி தூக்கி போட்டு இருப்பாங்க சார்" என்று கேலியாக சொன்னார் கேப்டன்.

ஆராய்ச்சியாளர் ஜோயலும் அந்த காகிதத்தை ஆர்வமாக வாங்கி ஒவ்வொரு வரியாய் தலையை இடதும் வலதுமாக அசைத்து கண் கண்ணாடியை சரி செய்து உற்றுப்படித்து விட்டு சிரித்தார்.

கேப்டன் அவரின் முகபாவனையை வைத்து "அப்படி என்ன எழுதி இருக்கு" என்று ஆர்வமாக கேட்டார். "நீங்களே படிச்சி பாருங்கள்" என்று சொல்லி கேப்டனிடம் கொடுத்தார்.

அவரும் வாய்விட்டு படித்தார் "நான் ஒரு பயங்கரமான தீவில் மாட்டிக் கொண்டிருக்கிறேன் இந்தத் தீவு அந்தமான் தீவுக்கு தெற்கு திசையில் உள்ளது யாரும் இங்கு வந்து விடாதீர்கள் நான் தான் மாட்டிக் கொண்டேன் நீங்களாவது பிழைத்துக் கொள்ளுங்கள் இந்தத் தீவின் அடையாளம் சொல்கிறேன். சிறிய காடு சின்ன குன்று மலை இருக்கும் இதை நீங்கள் தூரம் இருந்து பார்த்தாலே கப்பலை திருப்பிக் கொள்ளுங்கள் இல்லை என்றால் உங்கள் உயிரும் போய்விடும்" என்று படித்து முடித்தார் ஆனால் இவர் சிரிக்கவில்லை.

"என்ன சார் இது, ஒரு வேல யாராவது உண்மையாவே மாட்டிக்கிட்டாங்களா ஆனா நான் இந்தக் கடல்ல பல தடவ பல திசைக்கு சுத்திருக்கேன் இதுல இருக்குற அடையாளம் போல ஒரு நாளும் அந்த மாதிரி தீவ பார்த்ததில்லையே" என்று வியப்புடன் கேட்டார் கேப்டன்.

"அட யாராவது விளையாடுவானுங்க எந்த குடிகாரனோ குடிச்சிட்டு வேணும்ன்னே எதாவது எழுதி தூக்கி போட்டுருப்பானுங்க, சாரிங்க உங்க நேரத்த வேற வீணடிச்சிட்டேன்" என்று தாழ்மையுடன் மன்னிப்பு கேட்டார் ஜோயல் ராஜ்.

"ஆமா அப்படியும் இருக்கவும் வாய்ப்பு இருக்கு யாராவது அப்படி செஞ்சிருக்கலாம்" ஜோயல் மன்னிப்பு கேட்ட போது "அட பரவாயில்லைங்க இங்க இருந்தே உங்க ஆராய்ச்சிய ஆரம்பிச்சிட்டிங்க எனக்கு சந்தோசம் தான்" என்றார் கேப்டன்.

பிறகு கேப்டன், ஜோயலிடம் அந்த காகிதத் துண்டை கொடுக்கும் பொழுது ஜோயலின் விரல்களை உரசிக்கொண்டு காற்றில் பறந்து கடலில் விழுந்துவிட்டது. "அட கீழ வீழுந்திருச்சா சரி போனாபோட்டும்"

என்று சொல்லி புன்னகையுடன் ஜோயல் அவர் அறைக்கு சென்றார், கேப்டன் அந்த காகிதத்தை சிறிது பார்த்து விட்டு கப்பலை இயக்கத் தொடர்ந்தார்.

ஜோயல் அவர் அறைக்கு சென்று நாற்காலியில் அமர்ந்தார் அப்போது அந்தக் காகிதத்தில் இருந்த வார்த்தைகள் அவர் நினைவில் வந்து சென்றது, பின்னர் அவர் மிகவும் சலிப்பாக இருந்ததால் எதாவது படிக்கலாம் என நினைத்தார். அந்தக் கப்பலில் ஒரு சிறிய நூலகம் இருந்தது அதில் கதைகள், கவிதைகள் என பல புத்தகங்கள் இருந்தது. இவருக்கு எப்போதும் புத்தகம் படிப்பது வழக்கம் எதாவது புதிதாக தெரிந்து கொள்ள வேண்டும் என்று படித்துக் கொண்டே இருப்பார். "எப்போதும் ஆராய்ச்சிக்கு தேவையானதை மட்டும் படிக்கிறோம் இம்முறை ஒரு கதை புத்தகம் படித்து பார்க்கலாம்" என ஒரு புத்தகத்தை எடுத்தார். அட தலைப்பே நல்லா இருக்கே!

அந்தப் புத்தகத்தின் தலைப்பைப் படித்தார் "புதையல் எங்கே" என்று இருந்தது

ஒரு நாற்காலியில் அமர்ந்து மேசை மீது புத்தகத்தை வைத்து முதல் பக்கத்தை திறக்கும் பொழுது ஒரு அலறல் சத்தம் கேட்டு மேசை மீதுருந்த புத்தகத்தை தவறுதலாக கையால் தட்டி விட்டார். அந்த அறையின் வாசப்படியில் பதட்டத்துடன் கப்பலின் கேப்டன் "சார் நாம சாகப் போறோம்" என்று அலறி அடித்துக் கொண்டு வந்தார்.

அடுத்த வரியை ஜீவா படிப்பதற்குள் அவன் வீட்டில் மின்சாரம் நின்றுபோனது. "ஐயோ இந்த நேரம் தான் கரெக்டா கரண்ட் போகணுமா" என்று சிறு கோபம் கொண்டான்.

நேயர்களாகிய நீங்கள் படித்த வேகத்திற்கு கூட ஜீவா படிக்கவில்லை கிட்ட தட்ட அந்தப் புத்தகத்தின் நான்கு பக்கத்தை 3 மணி நேரமாக படித்துள்ளான். பள்ளி முடித்து பல மாதங்களுக்கு பிறகு இப்போதுதான் தமிழ் வார்த்தைகளையே படிக்கிறான். முதல் பக்கத்தை படிக்கவே திணரிவிட்டான். விரைவாக படித்து விடலாம் என்று படிக்க ஆரம்பித்தவன் தட்டு தடுமாறி தமிழ் வார்த்தைகளை எழுத்துக் கூட்டி படித்தான்.

அவனுக்கே சில சமயம் தோன்றியது "என்ன இவ்வளவு மோசமா படிக்கிறோம்" என்று. சில வரிகளை மேலிருந்து கீழ் வரிகளுக்கு படித்துக்கொண்டே வரும்பொழுது மேலிருந்த வார்த்தைகளை மறந்து திரும்பவும் மேலிருந்து படித்தான் அதாவது அவன் எழுத்துக் கூட்டி படிப்பதால் அந்த வார்த்தையில் மட்டும் கவனம் செலுத்துகிறான், படித்து வர வர முன் இருக்கும் வார்த்தைகளை மறந்துவிடுவான் அதனால் கதையை அவனால் புரிந்துகொள்ள முடியவில்லை. இதில் சில சமயம் சலிப்பாக உணர்ந்தது, கண்களை கசக்கி படிப்பது, ஒரு ஒரு பக்கத்தை படித்து முடித்த பிறகு ஏதோ பெரிய வேலையை முடித்தது போல தண்ணீர் குடித்து வருவது, சில சமயம் "இத படிக்கணுமா" என முகம் சுழித்தது, அடிக்கடி நேரத்தை பார்ப்பது, இதற்கு நடுவில் அடிக்கடி கொட்டாவி விட்டு தூங்கி வழிந்து புத்தகத்தை கூட மூடி வைத்தது, பின்னர் திடிரென ஒரு யோசனை தோன்ற "இதில் இருக்கும் ஒரு அத்தியாயத்தையாவது படித்துவிட்டால் நாளைக்கு கூட அந்தப் பொண்ணு லைப்ரரிக்கு வரத்துக்கு வாய்ப்பு இருக்கு இத வச்சி கூட அவளுட்ட பேச ஸ்டார்ட் பண்ணலாம்" என நினைத்து இப்போது நான்கு பக்கம் வரை படித்துள்ளான்.

மின்சாரம் இல்லாததால் இருட்டில் கைகளை தடவிக்கொண்டு போனை எடுத்து அதில் இருக்கும் லைட்டை பயன்படுத்தலாம் என்று ஆன் செய்தான் ஆனால் அதிலும் சார்ஜர் இல்லை. அவனுக்கு அந்தக் கடைசி வரிகள் மட்டும் ஆர்வத்தை தூண்டிருந்தது அதனால் மேலும் படிக்கலாம் என நினைக்கும் போது மின்சாரம் தடையானதால் சரி வீட்டில் இருக்கும் விளக்கை வைத்து படிக்கலாம் என்று நினைத்து " வேணாம் அது ரொம்ப ஓவரா இருக்கும், நம்ம ஒன்னும் படிக்கிற புள்ள இல்லையே ஏன் இப்படிலாம் பண்ணிக்கிட்டு, இத வச்சி கூட அவளுட்ட பேசலாம் தானே சரி பாத்துக்கலாம் படிச்ச வரைக்கும் போதும்" என்று புத்தகத்தை முடி வைத்துவிட்டு தூங்க ஆரம்பித்தான் சில வார்த்தைகள் மட்டும் அவனுக்கு நினைவிலிருந்தது அந்த டைனோசர் குட்டிகள் இறந்ததையும், டால்பின்கள் கடலில் ஒரு பாட்டிலை வைத்து விளையாடியதையும், கடைசியாக அந்த கேப்டன் பதட்டமாக வந்தது என அவனையே அறியாமல் யோசித்தான் அடுத்தது என்னவாக இருக்கும் என்பதை ஒரு சிறிய ஆர்வம் தூண்டியது. இதற்கு நடுவில் அந்த பெண்ணின் முகம் வந்து சென்றது.

நேரம் இரவு 11:45 இருந்ததால் தூங்கலாம் என்று நினைத்தான் ஆனால் அதற்குள் தலை கழுத்து முகம் என பல இடங்களில் வியர்வை ஊற்று நீர் போல் வெளிவந்தது. மின்சாரம் இல்லாததால் அவன் வீட்டு காத்தாடி ஓடவில்லை இவனுக்கு காத்தாடி இல்லாமல் தூக்கமே வராது ஆனால் அதற்கு ஒரு யோசனை வைத்திருந்தான் மின்சாரம் தடையாவது ஒன்றும் இது முதல் தடவை அல்ல என்று நினைத்து அவன் அறையின் ஜன்னல் கதவுகளை திறந்து வைத்து படுக்கையில் படுத்தான்.

அந்த முழு நிலவே வந்து விசிறி விட்டது போல ஜன்னல் வழியாக கடற்கரையிலிருந்து குளிர் காற்று வந்தது. அந்தக் காற்றில் அவன் தலையிலிருந்த சுருட்டை முடிகள் நன்றாக அசைந்தது முகத்தில் சில்லென்ற காற்று வீசியதால் சிறு புன்னகைச் செய்து இமைகளை மெல்ல மூடியபடி அந்தப் பெண்ணை நினைத்துக் கொண்டே நிம்மதியாக உறங்கினான்.

அப்படியே ஜூலை, ஆகஸ்ட், செப்டம்பர், அக்டோபர் என நான்கு மாதங்கள் அந்தப் புத்தகத்தை நூலகத்தில் வைத்து விட்டு அப்புறம் படிச்சிக்கலாம் என்றும், அந்தப் பெண் எங்கோ வெளியூர் சென்றதால் அவளை பார்க்காமலும் இயல்பாக நாட்கள் உருண்டோடின. சரியாக நவம்பர் 7ஆம் தேதி அன்று அவனுக்காக 7 பிரச்சனைகள் காத்துக் கொண்டிருந்தது.

****

ஏழு

ஜீவாவுக்கு என்ன கலர் பிடிக்கும் என்று கேட்டால்... நீலம், கருப்பு, மஞ்சள் என்பான்... என்ன சாப்பாடு பிடிக்கும் என்று கேட்டால் ஒரளவுக்கு எல்லாமே பிடிக்கும் என்பான்... என்ன பழம் பிடிக்கும் கேட்டால் "மாம்பழம், கொய்யா, திராட்சை என பல பழங்களை சொல்லுவான் ஆனால் அவனுக்கு 10 எண்களுக்குள் எந்த எண் பிடிக்கும் கேட்டால்... "7" என்று பெருமையாக சொல்வான்.

அவன் எது செய்தாலும் அதில் அந்த 7 என்ற எண் வந்து செல்கிறது. அதனாலையே அவன் அதை லக்கி நம்பராக வைத்துக் கொண்டான். அவன் தொலைபேசி எண்ணில் இடையில் ஏழு வருவதும், அவன் வண்டியின் எண்ணில் அதேபோல் ஏழு வருவதும், ஏன் அவனுக்கு பிடித்த கிரிக்கெட் வீரர் தோனியின் சட்டையில் ஏழு என்ற எண் இருப்பதும் அவனுக்கு பெரும் மகிழ்ச்சியை தந்தது.

2015, நவம்பர் 7ம் தேதி சனிக்கிழமை

காலையில் 7:00 மணி அளவில் "கொக்கரக்கோ" என சேவல் கூவ எழுந்தான் ஆனால் அது உண்மையான சேவல் அல்ல, அவன் போனில் அலாரமாக வைத்திருந்தான். சிறிது சலிப்புடன் கல்லூரிக்கு புலம்பியபடி கிளம்பினான் "சனிக்கிழம அதுமா ஸ்பெஷல் கிளாசுனு சொல்லி உசுர வாங்குறாங்களே".

சமையல் அறையில் அவன் அம்மா தோசை ஊற்றி தர இவன் "சாம்பார இன்னும் கொஞ்சம் நல்லா வச்சிருக்கலாம்" என்று குறைக் கூறிக்கொண்டு சாப்பிட்டான்.

"கற்பகம்" என்று வீட்டு வாசலில் ஒரு 52 வயதான பாட்டி அவன் அம்மாவை அழைத்தாள். அம்மாவும் ஜீவாவிடம் புலம்பிக் கொண்டே வெளியே சென்றாள் "அய்யய்யோ இந்தக் கிழவி காலையிலேயே வந்துடுச்சா".

"வாங்க அக்கா" என ஜீவா அம்மா புன்னகையுடன் அழைக்க,

"அது இருக்கட்டுமா இன்னைக்காவது தரியாமா" முகம் சுழித்தபடி அந்தப் பாட்டி கேட்க,

"அக்கா இன்னைக்கு இல்லக்கா, நாளைக்கு வாங்கிக்கிறிங்களா" என முகம் சுருங்கிய நிலையில் சோகமாக சொன்னாள்.

"அட என்னம்மா எப்ப வந்தாலும் இதையே சொல்ற தினமும் நடந்து நடந்து என் முட்டி தாமா தேயுது எனக்கெல்லாம் பணம் தேவையே இருக்காதா? என சிறு கோபத்துடன் அந்தப் பாட்டி கேட்க

அம்மாவும் பாவமாக "கொஞ்சம் பொறுத்துக்கோங்கக்கா அடுத்த மாசம் எனக்கு சம்பளம் போட்ட உடனே சேர்த்து தரேன்'கா "

"என்னம்மா நாளைக்கு நாளைக்குனு சொல்லிட்டு இப்ப மொத்தமா அடுத்த மாசம் தரேன் சொல்லுற", என்று சிறிது யோசித்து விட்டு "சரிமா அடுத்த மாசம் வரேன் அப்பவும் ஏதாவது சொல்லிட்டு இருக்காத, அப்புறம் நான் மனுஷியா இருக்க மாட்டேன்" என திட்டாத குறையாக பேசிவிட்டு கிளம்பினாள் அந்த மூதாட்டி.

அம்மா அடுப்பங்கரைக்கு வர "அம்மா நான் தான் சொல்லி இருக்கேன்ல கடன் வாங்காதன்னு" என ஜீவா கேட்டான்.

"என்னப்பா பண்றது உனக்கு காலேஜ் பீஸ் கட்டணும், உன் வண்டிக்கு பெட்ரோலு, உன் தங்கச்சிக்கு செலவு, வீட்டுக்கு மளிகை சாமான் இப்படியெல்லாம் ஏதாவது ஒரு செலவு வந்துட்டு தான்பா இருக்கு எதோ இந்த பாட்டி கேட்கும் போதெல்லாம் கடன் கொடுக்குறாங்க ஆனா அவங்க கேட்கும்போது தான் என்னால திருப்பி கொடுக்க முடியல, சம்பளம் பணம் வீட்டு செலவுக்கு போதுமானதா இருக்கு அப்புறம் எப்படிப்பா கடன கொடுக்குறது" என கஷ்டங்களை அடுக்கி அழுவாத குறையாக அவனிடம் சொன்னாள்.

ஜீவா புரிந்து கொள்ளாதது போல் "அட என்னமா எதாவது சொல்லிக்கிட்டே இருக்க நீ முதல்ல சம்பளம் பணம் வந்த உடனே அந்தப் பாட்டிக்கு கடன கொடு" என சொல்லிவிட்டு அவன் கல்லூரிக்கு கிளம்பினான்.

அவன் வண்டியில் கல்லூரிக்குச் செல்லும் பொழுது தன் வீட்டுக் கடனை ஒரு நிமிடம் நினைத்தான் "நம்ம சீக்கிரமா காலேஜ் முடிச்சுட்டு ஒரு நல்ல வேலைக்கு போயிட்டு கடன் பிரச்சனைய போக்கணும், இந்த ஓட்டு வீட்ட விட ஒரு பெரிய மாடி வீடு கட்டணும்" என அவன் மனதிற்குள் எண்ணம் ஓடியது.

1. கடன் என்ற பிரச்சனை பிள்ளையார் சுழிப் போட்டது போல அன்று காலையிலே தொடங்கி வைத்தது.

பகல் 10 மணி அளவில் கல்லூரியின் வகுப்பறையில் பாடம் நடந்து கொண்டிருக்கும் பொழுது அலுவலகத்தின் ஊழியர் ஆசிரியரிடம் ஒன்று சொல்லிவிட்டு கிளம்பினார் ஆசிரியரும் "ஸ்டுடண்ட்ஸ் ரொம்ப நாளா டீச்சர்ஸ் வேலைநிறுத்தம் காரணமாக உங்க எக்ஸாம் ரிசல்ட் வராம இருந்துச்சில அது இன்னைக்கு வந்து இருக்கு, போய் பிரேக் அவர்ல பாத்துக்கோங்க" என்றார்.

ஜீவாவுக்கு சிறிது இதயம் பதட்டமாகியது "ஐயோ ரிசல்ட் வந்துடுச்சா பாஸா ∴பெயிலா தெரியலையே" என பல கடவுள்களை பிரார்த்தனை செய்தான். எப்போதும் அவன் பாஸ் என்று நினைத்து தான் ரிசல்ட்டை பார்ப்பான் ஆனால் ∴பெயிலாக இருக்கும். இப்பொழுது எப்படியும் ∴பெயிலாக தான் இருக்கும் என்று நினைத்துக் கொண்டு ரிசல்ட்டை பார்த்தான். சிறிது இதயம் பதட்டமானது அவன் எழுதிய 24 பாடங்களிலும் ∴பெயில் என்று இருந்தது. எச்சிலை விழுங்க முடியாமல் மீண்டும் மீண்டும் அது நம்முடைய தேர்வு எண் தானா என திரும்பி திரும்பி பார்த்தான்.

குரு, தினேஷ், கோமல், குமார் இவர்கள் எல்லாரும் அனைத்து பாடங்களிலும் தேர்ச்சி பெற்று விட்டார்கள். கோமல் "என்னடா மறுபடியும் புட்டுகிச்சா" என்று கேட்க; தினேஷ் "நா நெனச்ச மாதிரி நடந்துடுச்சி" என வாயை பொத்திக் கொண்டு சிரிந்தான். குமார் "சரி விடுடா அடுத்த செமஸ்டர்ல பாத்துக்கலாம் என்று தோளை தட்டிக் கொடுத்தான். ஆனால் குருவுக்கு எந்த வார்த்தையும் வரவில்லை "ஐயோ இந்த தடவயும் ∴பெயில் ஆயிட்டானா" என மனதிற்குள் நினைத்துக்கொண்டிருக்கையில் குருவின் மற்றொரு நண்பன் வந்து "டேய் குரு பாத்தியாடா நம்ம காலேஜ் ரிசல்ட் நாலு மாசம் கழிச்சி

வருது, எந்த காலேஜிலயும் இப்படி ஒரு அநியாயம் நடக்காதுடா அப்புறம் அரியர் வச்சவங்க எல்லாம் எப்படிடா படிப்பாங்க?" என்று கேட்டுக் கொண்டிருக்கையில் ஜீவா அவ்விடத்தை விட்டு கிளம்பினான்.

வகுப்பறையில் தனியாக அமர்ந்திருந்தான் இடையில் அன்று காலை கடன் வாங்க வந்த பாட்டியின் நினைவு வந்தது "நம்ம என்ன பண்ண போரமோ தெரியலையே சீக்கிரமா வேலைக்கு போகலாம் நெனச்ச, இந்த புக்ஸ் எல்லாம் நம்மள விடாது போலயே, இன்னும் அடுத்த ஒரு செமஸ்டர் தானே இருக்கு அதுக்குள்ள எல்லாம் சப்ஜெக்டும் கிளியர் பண்ணனும், நல்லாத்தானே எழுதுனோம் அப்புறம் எப்படி" என தீவிரமாக யோசித்தான்.

பின்னர் அவனுக்கு அவனே ஆறுதல் சொன்னான் "சரி விடுடா பாத்துக்கலாம், இன்னையிலிருந்து ஒரு ஒரு புக்கா படிச்சு எல்லாம் அரியரையும் அடுத்த செமஸ்டர்ல கிளியர் பண்ணி காட்றேன்" என்று தனக்கு தானே சவாலும் விட்டுக்கொண்டான்.

வகுப்பறைக்குள் குருவும், கோமலும் வர, அடுத்தடுத்து அனைத்து மாணவர்களும் வகுப்பறைக்குள் வந்தார்கள்.

ஜீவா அருகில் தினேஷ் அமர்ந்து "என்னடா சோகமா இருக்க போல சரி விடு அடுத்த செமஸ்டர்ல பாத்துக்கலாம் உனக்கு என்ன டவுட் இருக்கோ என்கிட்ட கேளு உனக்கு நான் சொல்லி தரேன்" என்று அவன் தோள் மீது கை போட்டு சொன்னான்.

ஜீவாவும் "சோகமாலாம் ஒன்னும் இல்லடா இன்னைக்கு தியேட்டர்ல ஏதோ புது படம் ஒன்னு வந்து இருக்கு அது என்ன படம் தான் தெரியல அதான் யோசிச்சிட்டு இருந்தேன்" என்று பொய்யை பொருத்தமாக சொன்னான்.

"எப்படிடா உன்னால இப்படி இருக்க முடியுது எனக்கெல்லாம் ஒரு அரியர் வந்தாலே என்னோட ஒரு விரல் உடைஞ்ச மாதிரி இருக்கும்" என தினேஷ் கேட்க

"சரி விடுடா பாத்துக்கலாம்" என தினேஷுக்கு ஜீவா தைரியம் சொல்லிவிட்டு "சரி சரி இன்னைக்கு என்ன படம் தான் வந்துருக்குனு தெரியுமா"

"இன்னைக்கு எந்த படமும் வரலடா, வர பத்தாம் தேதி தான் தல படம் வேதாளம் வெருது" என்று அதற்கு பதில் கொடுத்தான் தினேஷ்.

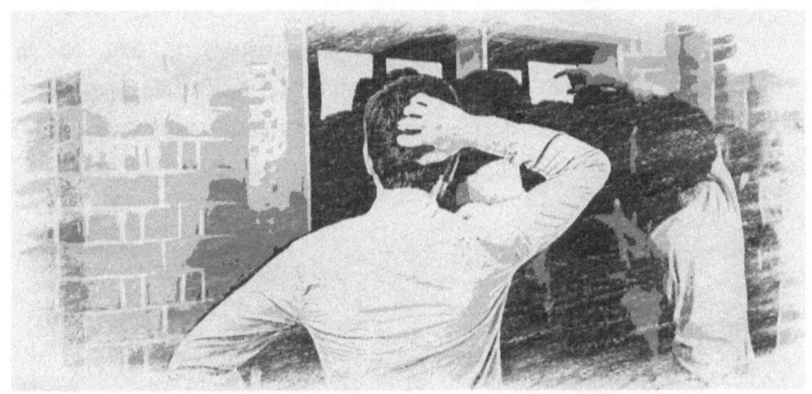

2. இரண்டாவது பிரச்சனையாக அவன் அனைத்து பாடங்களிலும் தோல்வியுற்றான்.

மதியானம் வேலையில் உணவு சாப்பிடுவதற்காக அவன் வீட்டுக்குச் சென்றான். அப்பொழுது அவன் வீட்டு அருகில் வண்டியில் மெதுவாக வரும் பொழுது ஒரு சம்பவத்தை பார்த்துவிட்டு மேலும் அவன் வண்டியை வேகமாக செலுத்தி அவன் வீட்டின் முன் வண்டியை நிறுத்தி "அண்ணா ஏன் மரத்த வெட்றீங்க" என்று சிறு கோபத்துடன் கேட்க, "தம்பி என்கிட்ட எதுவும் கேட்காத இந்த வீட்டம்மா தான் சொன்னாங்க" என்றார் மரம் வெட்டுபவர்.

அந்த நேரம் பார்த்து வாசலின் அருகில் அவன் அம்மா வர "ஏமா, இப்ப எதுக்கு மரத்த வெட்ட சொன்ன". "ஏம்பா உனக்கு தெரியாதா மழையில அந்த மரம் என்ன ஆட்டம் ஆடுது எப்ப அந்த மரம் வீட்டு மேல விழுமோனு பயந்து பயந்து நைட்டு தூங்காம இருக்க வேண்டியதா இருக்கு"அம்மாவும் சிறு கோபத்துடன் சொன்னாள்.

ஜீவாவும் அதை புரிந்து கொண்டது போல் சிறிது நேரம் யோசித்து விட்டு "சரி மொத்தமா வெட்ட வேணாம் அந்த மேல இருக்குற கிளை மட்டும் வெட்டலாம்"என்றான்.

அம்மாவும் யோசித்து விட்டு மரம் வெட்டுபவரிடம் மேல் இருக்கும் கிளைகளை மட்டும் வெட்ட சொன்னாள்.

அன்று மதியானம் சாப்பிட வந்த ஜீவா அங்கு நடந்த சம்பவத்தால் அம்மா எவ்வளவு சொல்லியும் சாப்பிடாமலே கோபத்துடன் மீண்டும் கல்லூரிக்கு சென்று விட்டான்.

"கொஞ்சம் லேட்டா வந்து இருந்தா அந்த மரத்த முழுசா வெட்டி இருப்பாங்க, எவ்வளவு பெரிய மரம், நம்ம தெருவுலயே அது தான் பெருசு, தேவையில்லாம வெட்டிகிட்டு இருக்காங்க"என்று வண்டியில் கல்லூரிக்கு செல்லும் பொழுது சிறிது கோபத்துடன் சென்றான்.

3. இந்த மூன்றாவது பிரச்சனை வேரோடு போகாமல் கிளையோடு போனது.

ஆனால் நடந்த மூன்று பிரச்சனைகள் அவனுக்கு பெரிதாக ஒன்றும் தெரியவில்லை கொஞ்சம் கொஞ்சம் வருத்தப்பட்டாலும் அப்புறம் அதை மறந்து இருந்தான்.

அன்று மாலை நூலகம் அருகில் வண்டியில் வரும்பொழுது "இன்னைக்கு இருப்பாளோ இல்லையோ நம்ம ஒன்னு நெனச்சா, நடக்குறது ஒண்ணா இருக்கு, இத்தன நாளா வராதவ இன்னைக்கு இருப்பாள என்ன, காலையில இருந்து நமக்கு நேரமே சரியில

இன்னைக்கு எப்படியும் இருக்க மாட்டா நெனக்கிறேன்"என்று வண்டியை நிறுத்திவிட்டு அவள் இருப்பாளோ இல்லையோ என நினைத்துக் கொண்டு உள்ளே செல்லும் போது சிறிது இதய துடிப்பு அதிகமாகியது.

நூலகர் அமர்ந்திருக்கும் இடத்தை கூட கண்டு கொள்ளாமல் அவளை அலமாரி பக்கம் தேடினான் அவள் கிடைக்கவில்லை. கடைசியாக அந்த நூலகர் அமர்ந்து இருந்த இடத்தை எதார்த்தமாக பார்த்தான் அங்கு அந்தப் பெண் அமர்ந்து எதோ எழுதிக்கொண்டிருந்தாள். ஜீவா பார்க்கும் போது அவளும் சிறு பார்வை பார்த்துவிட்டு வெக்கம் கொண்டாள்.

ஜீவா அவளைப் பார்த்ததும் எல்லாத்தையும் மறந்தான்.

அதே நேரத்தில் நூலகர் உள்ளே வந்தார் ஜீவா உடனே புத்தகம் தேடுவது போல் நடித்தான் அவளும் அங்கிருந்து எழுந்தவுடன் அவளின் தந்தை அந்த நாற்காலியில் அமர்ந்தார். "சரி மா நீ வீட்டுக்கு போ நான் பாத்துக்குறேன்" அவளின் தந்தை சொல்ல இவளும் ஜீவாவை ஒரு பார்வை பார்த்துவிட்டு கிளம்பினாள் "ம்ம் சரி பா"

ஜீவா நினைத்தான் உடனே வெளியே சென்றால். அவளின் அப்பாவிற்கு சந்தேகம் வந்துவிடும் என்று நான்கு மாதத்திற்கு முன்பு வைத்த "இந்த புத்தகம் உங்களைத் தேர்ந்தெடுத்துள்ளது" என்ற புத்தகத்தை எடுத்துக்கொண்டு நூலகத்தை விட்டு வெளியே கிளம்பினான். அப்போது நேரம் இரவு 7 மணி.

அவள் போய்விட்டாளோ என்று வண்டியை வேகமாக செலுத்தினான். ஆனால் அவன் தெரு முனையில் திரும்பும் போது தெருவிளக்கு வெளிச்சத்தில் அங்கு நின்றுக்கொண்டிருந்தாள். அந்தப் பெண்ணும் ஜீவாவுக்கு காத்திருந்தாள். அவனும் அவளை பார்த்துவிட்டு வண்டியின் வேகத்தை குறைத்து "டேய் ஜீவா இப்பவிட்ட அப்புறம் பேச சான்ஸ் கிடைக்காது டா பேசிடு" என்று அவன் மனதிற்குள் சொல்லிக்கொண்டே வண்டியை நிறுத்தி விட்டு அவளிடம் மெல்ல சென்றான். அவன் கண்கள் அவளை சிறு தயக்க பார்வை பார்த்துவிட்டு யாராவது தன்னை பார்க்கிறார்களா என்று சுற்றியும் பார்த்தது.

கைவிரல்கள் நடுங்கியதால் நெட்டி முறித்துக்கொண்டே போனது, அவளிடம் செல்ல செல்ல அவன் இதயத்துடிப்பு அதிகமானது. சில நொடி இப்பொழுது பேச வேண்டாம் என அவன் கால்கள் திரும்பி போக சொன்னது. ஆனால் அவளின் காந்தமீன் கண்கள் அவனை கட்டி இழுத்தது.

ஜீவாவை விட அவளுக்கு இதயம் வேகமாகவே துடித்தது சிறிது மூச்சை இழுத்து விட்டாள்.

அவளின் கண்கள் அவனைப் பார்த்துவிட்டு சுற்றியும் பார்த்தது, கைவிரல்கள் நெஞ்சோரம் அணைத்து வைத்திருந்த புத்தகத்தின் முனையை கிழித்து கிள்ளி விளையாடியது. ஒரு பக்கம் நழுவும் சால்வையை எடுத்து தோள் மீது போட்டு கண்ணை மறைக்கும் கருங்கூந்தலின் சிறு முடியை வலது கரம் நெற்றியோரத்திலிருந்து ஒதுக்கியது, அவனை இன்னும் தெளிவாக பார்ப்பதற்காக,

அவன் முதலில் பேசுவான் என்று நினைத்தாள் ஆனால் அவன் பேசுவதாக தெரியவில்லை உடனே இவள் பேச்சை ஆரம்பித்து விட்டாள்.

அவள் தைரியத்தை வளர்த்துக் கொண்டு "உங்க பேரு ஜீவா தானே". அவளின் மெல்லிய குரல் கேட்டதும் உடல் சிலிர்த்து வேகமாக தலையை ஆடினான் "ஆமா ஆமாம்" என்றான்.

"உங்களுக்கு எப்படி என் பேரு தெரியும்" என்று கேட்கலாம் நினைத்தான் ஆனால் அவளின் மெல்லிய குரலில் இருந்து இவன் பெயர் கேட்டதும், நாம் வெகு நேரம் சித்திரை வெயிலில் அலைந்து திரிந்து ஒரு வேப்பமரத்தின் நிழலில் நிற்கும் போது குளிர் காற்று போல அடிக்கும் அல்லவா, அதுபோன்று தான் அவனுக்கும் இருந்தது.

அந்தப் பெண் அடுத்த வார்த்தையாக "எனக்கு ஒரு ஹெல்ப் பண்றிங்களா" என்று புன்னகையுடன் கேட்க.

மலையையே தூக்கிவிடுவது போல "சொல்லுங்க என்ன செய்யனும்" என்று மகாராணி கட்டளைக்கு சேவகன் பணிபுரிவது போல் கேட்டான் ஜீவா.

அவள் கையில் வைத்திருந்த புத்தகத்தில் கை நடுங்க அதில் உள்ளே மடித்து வைத்திருந்த காகிதத்தை ஜீவாவிடம் தயக்கத்துடன் கொடுத்துக் கொண்டே "இந்த லெட்டர உங்க பிரண்ட் குரு கிட்ட கொடுத்துடுங்க" என கேட்டாள்.

மழை பெய்யாமல் காற்றடிக்காமல் ஜீவா மனதிற்குள் இடி இடித்தது ஆனால் அதை வெளிக்காட்டிக் கொள்ளாமல் ஐந்து நொடிகள் அமைதியாக இருந்துவிட்டு உடனே தெளிந்தது போல் புன்னகைத்துக் கொண்டு "சரிங்க நான் கொடுக்குறேன்" என்று வாங்கினான்.

உடனே அந்தப் பெண்ணின் தோழி வர "சரிங்க என் பிரண்டு வந்துட்டா அப்புறம் பார்க்கலாம்" என்று சொல்லிவிட்டு அவள் தோழியிடம் சிரித்துப் பேசிக்கொண்டு போனாள், இவன் சிதைந்து நின்றான்.

தொண்டை சிறிது கொஞ்சம் அடைத்தது வண்டி எடுத்துக் கொண்டு நேராக அவன் வீட்டுக்கு அருகில் இருக்கும் கடற்கரை பக்கம் வண்டியை நிறுத்திவிட்டு கடல் அலைகளுக்கு அருகில் சென்று நின்றான்.

மனதிற்குள் காதல் தோல்வி அடைந்ததாக உணர்ந்தான். அந்தக் கடிதத்தை படிக்கலாமா என்று யோசித்து விட்டு, அது நாகரீகம் இல்லை வேண்டாம் என்று குருவிடம் கொடுக்க தயாராக இருந்தான்.

"நமக்கு எப்ப லவ் வந்துச்சோ அப்பயே சொல்லியிருக்கணும் நாம லைப்ரரில இருக்கிறத விட குரு தானே ரொம்ப நேரம் அங்கேயே இருப்பான். அதனாலயே அவன் மேல லவ் வந்துடுச்சோ, குரு அதிர்ஷ்டசாலிதான் நம்ம தேடி போயும் கிடைக்கல, குருவுக்கு தானா வந்த அமையிது" என வருகின்ற கண்ணீரை அடக்கிக் கொண்டு இப்படி எல்லாம் யோசித்தான்.

"சரி பரவால்லடா ஜீவா பாத்துக்கலாம் விடு இந்த உலகத்துல வேற பொண்ணா இல்ல" என்று தனக்குத்தானே தைரியம் கூறிக் கொண்டான் ஆனாலும் உள் மனது உறுத்தியது. "சரி இதுக்கு மேல எதுக்கு அந்த புக்க படிச்சிகிட்டு நாளைக்கு முதல் வேலையா லைப்ரரில வச்சிடுவோம்".

புத்தகம் இருக்கும் இடத்தை யோசித்தான் "அது வண்டி பையில இருக்கு, சரி நாளைக்கு போய் வச்சிடுவோம்" என கடற்கரையில் இருந்து வீட்டுக்கு கிளம்புவதற்காக வண்டியை எடுக்க சென்றான் அங்கு இன்னொரு அதிர்ச்சி காத்திருந்தது அவன் வண்டி நின்ற இடத்தில், இப்போது அங்கு இல்லை. இடது கையை தலை மீது வைத்து "ஐயோ பூட்டிட்டு தான வந்தோன்" என்று அவன் சட்டை பையில் சாவியை தேடினான் அங்கு அந்தக் கடிதம் மட்டும் தான் இருந்தது சாவி இல்லை "ஐயோ மறந்து சாவிய வண்டியிலேயே வச்சிட்டேனா" என பதட்டமானான்.

சுற்றி அனைத்து இடங்களிலும் தேடினான் அங்கு வந்து செல்லும் ஆட்களிடம் கேட்டான் "அண்ணா இங்கு ஒரு 'ஆர்எக்ஸ் 100 பைக்கு' இருந்துச்சே பாத்தீங்களாணே, பூட்ட மறந்துட்டேன்" என பதட்டத்துடன் கேட்டான்.

"அட என்னப்பா இங்க பூட்டிட்டு வந்தாலே தூக்கிட்டு போயிடுவானுங்க, நீ வேற பூட்டாம வந்துட்டேன் சொல்லுற எவன் தூக்கிட்டு போனானோ போய் நல்லா தேடி பாரு போ" என வழிப்போக்கன் ஒருவர் சொன்னார்.

அப்போது ஜீவாவின் போனுக்கு தினேஷிடம் இருந்து அழைப்பு வந்தது உடனே ஜீவா எடுத்த போது, "டேய் ஜீவா குருவுக்கு ஆக்சிடென்ட் ஆகிடுச்சிடா உடனே கவர்மென்ட் ஹாஸ்பிடலுக்கு வாடா"

"என்ன ஆச்சிடா" ஜீவா கேட்பதற்குள் போனை வைத்து விட்டான் தினேஷ்.

வண்டியை தேடுவதா? குருவை பார்க்க போவதா? என்று திக்கித் திணறி நின்றான். தலை முடியை பியத்து கொள்ளுவது போல இருந்தது.

நான்காவது பிரச்சனையாக அந்தப் பெண் குருவுக்கு கடிதம் கொடுக்க, ஐந்தாவது அவன் வண்டி திருட்டு போக, ஆறாவதாக குருவுக்கு விபத்து நடக்க, இது பத்தாதென்று ஏழாவது பிரச்சனையாக ஒன்று வந்தது.

****

அத்தியாயம் 08

மர்ம தீவு

இத்தனை பிரச்சனைகளும் ஒரே நாளில் அவன் கழுத்தை நெரித்தது.

ஜீவா சந்தித்த அந்த ஏழாவது பிரச்சனை என்னவென்று சொல்வதற்கு முன் அந்தப் புத்தகத்தை வைத்து விடலாம் என்று நினைத்தவன் இரண்டே நாளிலே அதை படிப்பதற்கு அவன் அறையில் காதில் பஞ்சு வைத்த படி இப்போது புத்தகத்தை எடுத்து வைத்திருக்கிறான்.

இவ்வளவு நடந்த பிறகும் அவனுக்கு பிடிக்காத புத்தகத்தை அவன் படிக்க நினைப்பது என்பது அதிசயத்தில் எட்டாவதாக சேர்க்க வேண்டும். அதுவும் புத்தகம் என்றாலே வெறுக்கக் கூடியவன். அந்தப் பெண்ணாலே தான் அந்தப் புத்தகத்தை படிக்க ஆரம்பித்தான் நடுவில் குருவுக்கு கடிதம் கொடுத்ததும் புத்தகத்தை வைத்து விடலாம் என்று நினைத்தவன். இப்போது படிக்கப் போகிறான், அதுமட்டுமில்லாமல் இத்தனை பிரச்சனைகள் இருந்தும் அவனுக்கு பிடிக்காத புத்தகத்தை படிப்பதற்கு இந்த இரண்டு நாட்களின் நடுவில் நடந்த மாற்றங்களை பின்னர் விவரிக்கிறேன்.

இப்பொழுது "இந்த புத்தகம் உங்களைத் தேர்ந்தெடுத்துள்ளது" என்ற புத்தகத்தை அவன் படிக்கும் ஆர்வத்தை எதற்கு தடுக்க வேண்டும் அப்புறம் அவன் மனம் மாறிவிடப் போகிறது வாருங்கள் அவன் படிப்பதை கேட்கலாம்.

வாய்விட்டும் படிக்காமல், மனதிற்குள்ளும் படிக்காமல், ஊர் கிழவிகள் புரளி பேசுவது போல் காற்றின் குரலில் படித்தான்.

ஜோயல் அந்த புத்தகத்தின் தலைப்பைப் படித்தார் "புதையல் எங்கே" என்று இருந்தது

ஒரு நாற்காலியில் அமர்ந்து மேசை மீது புத்தகத்தை வைத்து முதல் பக்கத்தை திறக்கும் பொழுது ஒரு அலறல் சத்தம் கேட்டு

மேசை மீதிருந்த புத்தகத்தை தவறுதலாக கையால் தட்டி விட்டார் அப்போது அவரின் டைரியும் சேர்ந்து கீழே விழுந்தது. அந்த அறையின் வாசப்படியில் பதட்டத்துடன் கப்பலின் கேப்டன் "சார் நாம சாகப் போறோம்" என்று அலறி அடித்துக் கொண்டு வந்தார்.

"சார் கடல்ல ஒரு பெரிய சுழல் உருவாகி இருக்கு, இப்போ அது நம்ம பக்கத்துல இருக்கு என்ஜினும் வொர்க் ஆகல" என்றார் கேப்டன்.

உடனே கேப்டன் உடன் ஜோயலும் கப்பலுக்கு வெளியே சென்று அந்த சுழலை பார்த்தார்கள் இரவில் மங்கலாக தெரிந்தது.

கடல் ஆக்ரோஷமாக தண்ணீரை உள்வாங்கியது மற்றும் இடியுடன் சிறிது மழை தூரல் விழ ஆரம்பித்தது.

அந்த இடி மழை சத்தத்தில் கேப்டன், ஜோயலிடம் சொன்னார் "என் வாழ்நாள்ல இந்த மாதிரி ஒரு சுழல நான் பார்த்ததே இல்ல, இது ரொம்ப பயங்கரமா இருக்கு கண்டிப்பா நாம சாகப் போறோம்" அவர் பேசிக்கொண்டிருக்கும் பொழுதே கப்பல் தள்ளாடியதில் கடல் தண்ணீர் கப்பலின் உள் தெளித்தது.

ஜோயல் அதை அரைகுறையாக கேட்டுவிட்டு சுழலையும் கப்பலின் அனைத்து பகுதிகளையும் உற்று நோக்கினார். கப்பலில் இருந்த நான்கு பாய்மரங்கள் மூடிய நிலையில் கட்டி இருந்ததையும், மேல் புறத்தில் ஒரு சிறிய விளக்கு வெளிச்சம் இருந்ததையும், அந்த வெளிச்சத்தில் மழைத்துளிகள் சாய்வான கோணத்தில் பெய்ததையும் பார்த்தார்.

உடனே ஜோயலுக்கு ஒரு யோசனை தோன்ற "முதல்ல பதட்டபடாதீங்க, நான் சொல்ற மாதிரி செய்யுங்க கப்பல்ல இருக்கிற அத்தன பேரையும் சீக்கிரம இங்க வர சொல்லுங்க" என குரலை உயர்த்தி சொன்னார்.

அந்த அரைகுறை நிலா வெளிச்சத்தில் சுழலை பார்த்தார், அந்த சுழல் மெல்ல மெல்ல கப்பலை இழுத்தது. ஒரு இருவது அடி தூரம் இருக்கும்.

அத்தனை பணியாளர்களையும் ஒலிபெருக்கி மூலமாக கப்பலின் மேல் தளத்திற்கு வர சொன்னார் கேப்டன்.

ஜோயல் அனைவருக்கும் கேட்கும் படி தன் குரலை ஒலிபெருக்கி மூலம் உயர்த்தி பேசினார். எல்லாரும் பாய்மரத்து பக்கத்துல போய் நில்லுங்க நான் சொல்லும்போது கயிற அவிழ்த்து விடுங்க என்று சொல்ல எல்லோரும் பதட்டத்துடன் சென்றார்கள்.

ஆனால் ஜோயல் சொல்வதற்கு முன்பே ஒரு ஆள் மட்டும் "எல்லோரும் சாக போகிறோம்" என பதட்டத்தில் ஒன்றும் புரியாமல் ஒரு கயிறை அவிழ்த்து விட்டார். ஒரு பக்கம் பாய்மரம் திடிரென விரிந்து கப்பல் மேலும் தள்ளாடிக் கொண்டு சுழலின் அருகில் வேகமாக சென்றது.

உடனே ஜோயல் "நோ" என வேகமாக கத்தினார். "நான் சொல்லும் போது கழட்டி விட சொன்னா என்ன பண்றீங்க" என கோவமாக கத்தினார்.

கப்பலும் கிட்ட தட்ட சுழலில் சிக்கிக் கொண்டது. அந்த சுழலுடன் சேர்ந்து மெல்ல மெல்ல சுழல ஆரம்பித்தது. அதில் இருந்த பணியாளர்கள் மேலும் பயத்துடன் ஜோயல் வார்த்தைக்காக கயிறை பிடித்த படி தாயார் நிலையில் இருந்தார்கள்

ஜோயல் நம்பிக்கையை கைவிடாமல் கப்பலில் இருந்த சிறிய விளக்கு வெளிச்சத்தை உற்றுப் பார்த்துக் கொண்டே இருந்தார் இதயம் வேகமாக துடிக்க ஆரம்பித்தது. நமது வீதிகளில் இரவு நேரத்தில் மழை தூறினால் தெருவிளக்கின் வெளிச்சத்தில் மழை பெய்வதை உறுதி செய்வோம் அல்லவா, அந்த சிறிய யுக்தியை தான் ஜோயல் கடைப் பிடித்தார். அந்த விளக்கு வெளிச்சத்தில் மழைத்துளிகள் சுழலுக்கு எதிர் திசையில் பெய்யும் வரை காத்திருந்தார் சரியான நேரம் வந்தவுடன் தன் தொண்டையை அடைத்த படி வேகமாக கத்தினார்.

"இப்போ கயிற இழுங்க" என்று சொல்ல ஒருவர் இருவர் சேர்ந்து பாய் மரத்தின் கயிற்றை அவிழ்த்து விட்டுவிட்டு, கப்பலில் ஆங்காங்கே இறுக்கமாக பிடித்துக் கொண்டார்கள்.

அப்போது பலமாக காற்று வீச பாய்மரங்கள் நன்றாக பறந்தது, கேப்டனும் அதற்கு ஏற்றார் போல் கப்பலை திருப்ப, சுழலை எதிர்த்து தண்ணீரை கிழித்துக் கொண்டு கப்பல் சீறி பாய்ந்து வெளியேறியது. எல்லோரும் தப்பித்ததை நினைத்து சந்தோஷத்தில் கோஷம் எழுப்பினார்கள். இவையெல்லாம் 20 நொடிகளில் நடந்து விட்டது.

சுழலை கடந்து வெகு தூரம் கப்பலை கொண்டு சென்றார் கேப்டன். மழையும் ஓய்ந்திருந்தது அதுவரை கேப்டன் ஜோயலை பார்க்கவில்லை.

ஒரு பாதுகாப்பான இடத்திற்கு சென்ற பிறகு தான் கப்பலின் கட்டுப்பாட்டை அவரின் உதவியாளரிடம் கொடுத்துவிட்டு கேப்டன், ஜோயலின் அறைக்குச் சென்று பார்த்தார்.

அந்த அறையில் இருக்கும் அலமாரியில் இருந்த புத்தகங்கள் கீழே கொட்டி கிடந்தது அவர் நாற்காலி சாய்ந்து கிடந்தது உள்ளே அவரும் இல்லை என கனநொடியில் பார்த்து புரிந்து கொண்டார்.

உடனே அவர் மனம் பல சிந்தனைகள் செய்தது "வேற எங்கயாவது இருக்காரா" கப்பலினுள் எங்கு தேடியும் கிடைக்க வில்லை. "ஒரு வேள இப்படி நடந்து இருக்குமோ சுழலில் இருந்து கப்பல் வெளிய வரும் போது தவறி கீழ விழுந்து இருப்பாரோ" என்று நினைக்கும் போது சிறிது பதட்டம் ஆனார். கடைசியாக ஜோயல் நின்ற இடத்திலிருந்து கப்பல் வெளியே எட்டிப் பார்த்தார் கேப்டன். ஜோயலின் பைனாகுலர் கப்பலின் வெளியே உள்ள ஆணியில் மாட்டிக்கொண்டு அங்கும் இங்கும் ஆடிக்கொண்டிருந்தது, அதைக் கண்டு அதிர்ச்சி அடைந்தார்.

கேப்டனின் யூகம் சரிதான், அவர் கப்பலை சுழலிலிருந்து வேகமாக திருப்பும் போது தள்ளாடியதில் ஜோயலால் பிடிமானத்தை சரியாக பிடிக்க முடியாமல் கை வழுக்கி தவறுதலாக சுழலில் விழுந்தார், சுழல் அவரை வேகமாக உள்ளே இழுத்தது அப்போது ஜோயல் நினைத்தார் "நாம் செத்தோம்" என்று.

அவருக்கு தலை சுற்றியது, உடம்பில் நடுக்கம் அதிகமானது, நீச்சல் அடிக்க முயற்சி செய்தும் முடியவில்லை, அவரின் கைகள் எதாவது பிடிப்பதற்கு கிடைக்குமா எனத் தேடியது. அப்பொழுது அவரே எதிர் பார்க்காத ஒரு அதிசயம் நடந்தது.

திடிரென்று கையில் ஒரு நீளமான கயிறு தென்பட்டது அதை இருக்கமாக பிடித்துக் கொண்டார். அதை பிடித்த பிறகு அவரை அந்த சுழலிலிருந்து கப்பலைவிட மிக பெரிய உருவம் ஒன்று வெளியே வேகமாக இழுத்துச் சென்றது.

அவரால் அந்த உருவத்தை பார்க்க முடியவில்லை கண்ணில் தண்ணீர் வேகமாக அடிப்பதால் கண்களை இறுக்கமாக மூடிக்கொண்டார் அந்தக் கயிறை மட்டும் விடவில்லை. தண்ணீருக்குள் மூச்சி விட

முடியாமல் தவிக்கின்ற வேலையில் அந்த உருவம் படார் என்று கடலின் மேற்பரப்பில் வந்தது. இவரும் திணறி மூச்சை விட்டுவிட்டு, அது என்னவாக இருக்கும் என பார்க்க முயற்சி செய்தார் அந்த உருவம் மங்கலாக அவர் கண்களுக்கு தெரிந்தது அது இப்பொழுது தண்ணீரின் மேற்பரப்பில் அவரை மெதுவாக இழுத்து சென்று ஒரு இடத்தில் நின்றது.

பின்னர் அவர் கண்களுக்கு நன்றாக தென்பட்டது. "உஉஉஉம்ம்" என சத்தத்துடன் நீல திமிங்கலம் அதன் மேல் துவாரத்தில் இருந்து தண்ணீரை புஸ்வானம் போல் வெளியேற்றியது. அப்படியே வியந்து பார்த்தார் அவரின் உடல் தண்ணீர்குள் இருக்கும் போதே சிலிர்த்து விட்டது. ஆனால் ஜோயலால் அதன் முழு உருவத்தை அந்த இரவில் பார்க்க முடியவில்லை.

திமிங்கலங்கள் உருவத்தில் பெரியதாக இருந்தாலும் அது சாப்பிடும் உணவுகள் கிரில், இறால், சிறு சிறு மீன்களை தான் அதிகம் விரும்பி உண்ணும். அதிலும் கிரில் என்ற உயிரினத்தை ஒரு நாளைக்கு மட்டுமே 6000 கிலோ சாப்பிடும், அதாவது அதுவும் இறால் வடிவத்தில் தான் இருக்கும். அதனாலயே ஜோயலை ஒன்றும் செய்ய வில்லை. ஆனால் அது உணவுக்காக வாயைத் திறக்கும் போது எது குறுக்க வந்தாலும் விழுங்கி விடும்.

திமிகலத்தை பற்றி நன்றாக தெரிந்து வைத்திருந்தார் ஜோயல். அவருக்கு அப்போதுதான் புரிந்தது தன் கையில் உள்ள கயிர், அதன் மீது யாரோ வீசப்பட்ட கொக்கியின் கயிறு என்று.

அந்த அறைகுறை நிலா வெளிச்சத்தில் தூரம் ஏதோ தீவு போன்ற இடத்தில் சிறிய ஒளி போல உப்பு தண்ணீரில் ஊறி போன அவரின் சிவந்த கண்களில் தென்பட்டது.

அங்கு போகலாம் என நினைத்து "இந்த கயிறு வெகு நேரம் நம் உயிரை காப்பாற்றாது" என புரிந்து கொண்டு அந்தத் திமிங்கலத்தின் சதையை பிடித்து அதன் மீது ஏற முயற்சித்தார் ஆனால் அதன் தோல் வழு வழுபாக இருந்தால் கை நழுவியது, பின்னர் கயிறை பிடித்து இழுத்து அதன் மேல் ஏறினார். அதை காப்பாற்றும் நோக்கில் அந்தக்

கொக்கியை புடுங்க முயற்சி செய்தார் முதலில் முடியவில்லை அது ஆழமாக குத்தப்பட்டிருந்தது பிறகு முழு பலத்தையும் உபயோகித்து கொக்கியை வலுவாக ஆட்டி பிடிங்கியபடி தண்ணீர் குள் தடுமாறி விழுந்தார். அது வரை அசையாமல் இருந்த திமிங்கலம் "உர்ர்ர்ர்ர்" என நீண்ட சத்தமிட்டுக் கொண்டே கடலுக்குள் சென்றது.

ஜோயல் மட்டும் கடலின் மேல் பரப்பிலேயே இரு கைகளை அசைத்து நீந்தினார். அவருக்கு தொண்டையை அடைத்துக்கொண்டு கண்ணீர் வந்தது, தன்னை காப்பாற்றிய திமிங்கலத்தை நினைத்து.

அப்புறம் நேராக அந்த அருகில் உள்ள தீவில் இருந்த ஒளியை நோக்கி ஒரு கிலோமீட்டர் தூரம் நீச்சல் பயணம் செய்தார்.

அவர் தூரமிருந்து பார்த்த வெளிச்சம் அந்தத் தீவின் கடற்கரைக்கு செல்லும் போது இல்லை, அவருக்கு இருந்த களைப்பில் அதையும் கவனிக்காமல் அப்படியே படுத்து மயங்கினார்.

அடுத்த நாள் காலையில் அவர் அந்தத் தீவின் கடற்கரையில் படுத்து உறங்கியதை மரத்திலிருந்த சிறு கடல் பறவைகள் பார்த்தது. அவைகள் அவரின் அருகில் இரு கால்களால் தவ்வி தவ்விச் சென்ற போது அவர் விடும் குறட்டை சத்தத்தில் பறந்தோடியது.

அவரின் தொப்பை பகுதியில் ஏதோ ஒன்று ஊறியது அது மெதுவாக வயிற்றிலிருந்து அவரின் மார்பு பகுதிக்கு சென்று கழுத்தை தொடர்ந்து காது வழியாக வேகமாக ஏறி நெற்றியில் நின்றது. தலையை அசைத்து மெதுவாக கண் விழித்தார். நெற்றியில் ஊறியதை பார்த்து பயந்து அசையாமல் இருந்தார். அது ஒரு விஷத் தேள் என புரிந்து கொண்டார், ஜோயல் அசையாமல் இருக்க முயற்சி செய்தார் ஆனால் அவரின் கண்கள் மட்டும் நெற்றியை நோக்கி உருண்டது. அந்த தேளுக்கு அவரின் கண்கள் இரையாக தெரிந்தது அதன் கொடுக்கை வான் அளவில் தூக்கி அவர் கண்களை கொட்ட சென்ற போது உடனே ஒரு சிறிய கடல் பறவை அந்தத் தேளை தூக்கி சென்று அதை பங்கு போட்டது. இவர் திடுக்கென எழுந்து உட்கார்ந்தார் "நல்ல வேள அந்தப் பறவ மட்டும் வரலனா என் கண்ணு போயிருக்குமே" என நீண்ட பெரு மூச்சு விட்டார்.

கையை கீழே வைத்து ஊன்றி எழுந்து நின்று அந்தத் தீவை பார்த்தார். சிறிய அடர்ந்த காடும் அதன் பின்னால் ஒரு சிறிய குன்று மலையும் இருந்தது.

அங்கிருந்து எல்லா பக்கங்களிலும் பார்த்தார் கண்ணுக்கு எட்டிய தூரம் கப்பல்களும் எந்தத் தீவுகளும் தெரியவில்லை "அய்யய்யோ தப்பிச்சிட்டோம்'னு நெனச்சா இங்க வந்து மாட்டிக்கிட்டோமே" என புலம்பினார்.

அவர் போட்டிருந்த கோட்டில் ஏதாவது இருக்கிறதா என்று அவசர அவசரமாக பார்த்தார். தண்ணீரில் நனைந்த ஒரு லைட்டர், ஒரு பேனா, ஒரு பக்கம் உடைந்த மூக்குக் கண்ணாடி இதை எல்லாம் எடுத்து வெளியே போட்டு விட்டு கடைசியாக ஒரு பொருளை எடுத்த போது ஆச்சரியம் அடைந்தார் இது எப்படி வந்துச்சு என ஞாபகம் செய்தார் "ம்ம் அவசரத்துல என் டைரிய எடுக்குறதுக்கு பதிலா இந்த புத்தகத்த எடுத்துகிட்டேனா" என ஈரமாக இருந்த "புதையல் எங்கே" என்ற புத்தகத்தை கடற்கரை மணலில் ஓரத்தில் வைத்துவிட்டு இப்போ என்ன செய்யிறது. "இந்த தீவுல யாரும் இருக்குற மாதிரி தெரியலயே" அப்போது அந்த குன்று மலையை பார்த்ததும் முன்பு கடலில் கண்டெடுத்த காகிதத்தின் ஞாபகம் வந்தது "ஒரு வேள அந்தத் தீவா இருக்குமோ" என்று நினைத்ததும் ஆர்வம் அதிகமானது.

அது மிக சிறிய தீவாக இருந்ததால் அன்று ஒரே நாளில் அங்கிருந்த அத்தனை இடங்களுக்கும் சென்று பார்த்துவிட்டார். பறவைகளும், மரங்களும் மற்றும் அந்த குன்று மலையை தவிர வேற ஒன்றும் தென்படவில்லை.

திரும்பி கடற்கரைக்கு வந்தார் அங்கு அவர் கடற்கரை ஓரமாக வைத்திருந்த எந்த பொருளும் இல்லை. "ஐயோ நான் ஒரு முட்டாள் எல்லாம் பொருளையும் இங்கேயே வச்சிட்டு போயிட்டேன் இப்போ அத எல்லாத்தையும் அலை எடுத்துட்டு போயிடுச்சே அந்த புத்தகமும், லைட்டரும் வெயில்ல காய்ந்த பிறகு அந்தப் பேப்பர வச்சி நெருப்பு உருவாக்கி இருக்கலாம், கடல் மொத்தமா எடுத்துட்டு போயிடுச்சே இங்க வேற குளிர் அதிகமா இருக்கே" என நினைத்து நினைத்துப் புலம்பினார்.

இரண்டாம் நாளில் அந்த மலைக்குன்றை நன்றாக சுற்றி வரும் போது அங்கு ஒரு சிறு குகை இருந்தது அதன் உள்ளே சென்றார் அங்கு ஒரு பெரிய பெட்டியின் மேல் போர்வை போடப்பட்டு இருந்தது அந்தப் போர்வையை விலக்கி அந்தப் பெட்டியை திறந்தார், அதற்குள் எக்கச்சக்கமான தங்க நகைகள் பல நாட்டு ரொக்க பணங்கள் இருந்தது, அதனுடன் பெட்டியை சுற்றி பல காலி மது பாட்டில்கள் கிடந்தது அதைக் கண்டு மிகவும் ஆச்சரியப்பட்டார் இவ்வளோ நகை, பணமா எனத் திகைத்து நின்றார் அவைகளை கண்டதும் ஜோயலின் மற்றொரு முகம் வெளிவந்தது. அந்த தீவில் உணவு தேடும் பொழுது சில முறை நினைப்பார் "இங்க இருக்கும் பணத்தை வைத்து என்னென்னமோ வாங்கலாமே நமக்கென ஒரு சொந்த கப்பல் வாங்கலாம், ஹெலிகாப்டர் வாங்கலாம்" என பல கற்பனைகள் செய்தார்.

"இப்ப புரியுது இங்க திருட்டுபயலுங்க இருக்கானுங்க போல திருடுற எல்லா பொருளையும் இங்க பத்திரமா வச்சி இருக்கானுங்க இதுல வேற பயமுறுத்துற மாதிரி இந்த தீவுக்கு வராதீங்கன்னு லெட்டர் வேற பாட்டில்ல எழுதி போடுறானுங்களா" என்று நினைத்து அவர்கள் வருவதற்குள் அவைகளை எடுத்துக் கொண்டு இந்த தீவை விட்டு சீக்கிரம் கிளம்ப வேண்டுமென்று காய்ந்த மர துண்டுகளை வைத்து படகு போல் செய்து தப்பித்து விடலாம் என்று நினைத்தார் ஆனால் எவ்வளவு முயற்சி செய்தும் அவரால் முடியவில்லை.

கிட்டதட்ட ஒரு வாரம் ஆகிவிட்டது உணவின்றி, தண்ணீர் இன்றி அவரின் தொப்பையே குறைந்து விட்டது கன்னங்கள் சுருங்கியது கையில் எலும்புகள் தெரிந்தது. அப்போது நன்றாக ஒன்று புரிந்தது எவ்வளவு பணம் நகைகள் இருந்தாலும் பசித்தால் அதை சாப்பிட முடியாது என்று. அந்தத் தீவில் ஒரு பழமரம் இருக்கிறது ஆனால் அது மிகச் சிறிய பழம் என்பதால் அது அவரின் பசியை போக்கவில்லை சில முறை தாகம் தாங்காமல் கடல் தண்ணீரை குடிக்கச் சென்று அது உப்பாக இருந்தால் வாந்தி எடுத்துவிடுவார். இதற்கு பெசாமல் அந்த சுழலிலே சிக்கி இறந்து போய் இருக்கலாம் என்று கூட நினைத்தார். நடக்க கூட முடியாமல் மயங்கிய நிலையில் கடற்கரையின் ஒரு மரத்தோரம் சாய்ந்து படுத்துக் கொண்டார்.

அப்போது ஒரு சிறிய என்ஜின் கப்பலில் நான்கு பேர் வந்தார்கள் தீவின் கடற்கரையில் நான்கு பேரும் ஏறிக் குதித்தார்கள்.

அவர்கள் இரக்கமற்ற ராட்சசர்கள் இது சிறிய தீவாக இருப்பதால் யாருக்கும் தெரியாது என்று இவர்கள் இதை தங்குமிடமாக மாற்றிக் கொண்டார்கள் இவர்கள் கடலில் செல்லும் கப்பல்களில் செய்த கொள்ளைகளும், கொலைகளும் ஏராளம். பொழுதுபோக்குக்காக இவர்கள் பல உயிர்களை பறித்து விளையாடும் அரக்கர்கள்.

இப்போது கூட ஒரு சிறிய கப்பலை சூறையாடி விட்டுதான் வந்திருக்கிறார்கள். திமிங்கலம் ஜோயலை காப்பாற்றியதல்லவா அன்றுதான் இந்தத் தீவில் தெரிந்த ஒளியைக் கண்டு இவர் நீச்சல் அடித்து வந்தார். அது அவர்களின் சிறிய கப்பலின் ஒரு விளக்கின் ஒளி. அவர்கள் அப்போதுதான் இந்தத் தீவை விட்டு கிளம்பினார்கள். அப்போது சென்றவர்கள் 7 நாட்களுக்கு பிறகு இப்போது தான் இந்த தீவுக்கு வந்திருக்கிறார்கள். வங்கி கணக்கில் இவ்வளவு நகை பணம் வைத்திருந்தால் கணக்கு சொல்ல வேண்டும் என்பதற்காக இந்த தீவில் மறைத்து வைத்திருக்கிறார்கள்.

தீவில் இறங்கியதும் மரத்தோடு சாய்ந்திருந்த ஜோயலிடம் சென்றார்கள் அதில் ஒருவன் தனது ஷூ காலால் அவரை தட்டி எழுப்பினான்.

அவர் எழுந்திருக்கவில்லை ஜோயலுக்கு மூச்சி உள்ளதென்று அவரின் சிறிய வயிறு காட்டி கொடுத்தது, உடனே அருகில் இருந்தவனிடம் கண்ணை காட்ட மற்றொருவன் அவன் இடுப்பில் இருந்த ஒரு கத்தியை ஸ்டைலாக சுத்திவிட்டு ஜோயல் காலில் குத்தினான். "அஅஅஆஆ" என வலியில் கத்தினார், கண்ணிலிருந்து தானாக கண்ணீர் வடிய, தொண்டை காய்ந்து போன குரலில் கேட்டார் "யார்ரா நீங்க எல்லாம், எதுக்குடா குத்துனிங்க" என சொல்லிக்கொண்டே காலை பிடித்தபடி கதறினார்.

"நீ யாருடா, இந்த தீவுல என்ன பண்ற, இங்க எத்தன நாளா இருக்க" எனக் குத்தியவன் கேட்க.

ஜோயல் தன் காலைப் பிடித்துக் கொண்டு "7 நாளு 7 நாளு" என இருமுறை வலியில் சொன்னார்.

"அப்பனா நாங்க வச்சிருக்கிற பணம் நகை எல்லாத்தையும் கண்டுபுடிச்சி இருப்பியே இனிமே நீ உயிரோட இருக்கக் கூடாது" எனச் சொல்லிவிட்டு மற்றொருவன் ஜோயல் கழுத்தில் கத்தியால் அறுக்க வந்தான்.

அப்போது ஷூகாலால் எட்டி உதைத்தான் அல்லவா அவன் அறுக்க போனவனிடம் "இருடா இரு" என்று சொல்லிவிட்டு "இன்னைக்கு நம்ம ஒரு போட்டி வச்சுக்கலாமா "இவன தலைகீழா தொங்கவிட்டு கண்ண பாத்து யாரு குத்துறாங்களோ அவங்க இந்தத் தீவுக்கு ராஜா ஓகேவா".

"இது நல்லா இருக்கே, ஓகே தான்" ஒருவன் சொல்ல மற்ற இருவர்களும் "ஓகே நானும் ரெடி தான்" என்று சொல்லிவிட்டு ஜோயல் கையை ஒருவன் கட்ட சென்றான் அப்போது ஜோயல் அவனை அடிக்கச் சென்றார் உடனே அந்த முரடன் அவரின் கையை தடுத்து முறுக்கி முதுகின் பின்புறமாக கட்டி, காலில் பல முடிச்சிகள் போட்டு மரத்தின் மேல் தலை கீழாக தொங்கவிட்டார்கள்.

அந்த அரக்கர்கள் நான்கு பேரும் பலமாக சிரித்தார்கள் "ஹா ஹா ஹா", "யாரு ராஜானு பாக்கலாமா" என ஒருவன் சொன்னான்.

நான்கு பேரும் ஜோயலை விட்டு பத்தடி தள்ளி நின்று கத்தியால் அவர் கண்களை குறிப்பார்த்தார்கள் அதற்குள் மற்றொருவன் "டேய் டேய் இருங்கடா" என்னோட கத்தி அவன் கால்ல குத்தி இருக்கு, இருங்கடா நான் எடுத்துக்கிறேன் அப்புறம் ஒண்ணா சேர்ந்து வீசலாம் இல்லனா நீங்க பொய் ஆட்டம் ஆடுவீங்க" என்று சொல்லிவிட்டு கத்தியை வேகமாக அவர் காலிலிருந்து உருவி எடுத்தபோது மீண்டும் அவர் வலியில் துடித்தார் நான்கு பேரும் ஒன்றாக நின்று குறி பார்த்தார்கள்.

ஜோயல் தலை கீழாக தொங்கி இருந்ததால் வாயிலிருந்து எச்சில் வழிந்தது. காலில் இருந்து ரத்தம் வடிந்தது அவர் கண்கள் சிவந்தது அவர்களை ஒன்றும் செய்ய முடியவில்லை என்று அவர் கைகள் முறுக்கியது. பின்பு சாக தயாராக இருந்தார் கண்களை மூடிக்கொண்டார்.

முதலில் ஒருவன் கத்தியை வீசினான், அந்தக் கத்தியும் சரியாக அவர் கண்ணை நோக்கி பாய்ந்தது. அப்பொழுது வலதுபுறமாக மின்னல் வேகத்தில் துப்பாக்கியின் தோட்டா வந்து அந்தக் கத்தியின் மீது பட்டது கன நொடியில் அந்தக் கத்தி திசை மாறி மரத்தின் மீது குத்தி நின்றது.

அந்த நால்வரும் ஆச்சரியமாக தோட்டா வந்த பக்கம் திரும்பி பார்த்தார்கள்.

அதற்குள் ஜீவாவின் அம்மா "எப்பா சமைக்க எண்ணெய் இல்ல சீக்கிரம் போய் வாங்கிட்டு வாப்பா" எனச் சொல்லிக்கொண்டு அவன் அறையின் வாசற்படியில் நின்றாள்.

"மா இருமா இருமா பத்து நிமிஷத்துல வரேன்" என கெஞ்சுவது போல சொன்னான். அம்மாவும் அவன் படித்துக் கொண்டிருப்பதை புரிந்து கொண்டு கிளம்பிவிட்டாள்.

அடுத்த வரியை ஆர்வமாக படித்தான் ஜீவா.

புல்லாங்குழல் போன்ற துளையிலிருந்து தோட்டாக்கள் இடிச்சத்தத்துடன் வெளியாகி அந்த நால்வர் நெற்றியின் மீது தொடர்ச்சியாக பாய்ந்தது.

ஜோயலும் சத்தம் வந்த பக்கம் திடுக்கென்று திரும்பி பார்த்தார் அங்கே கப்பலின் கேப்டன் கையில் துப்பாக்கியுடன் நின்று கொண்டிருந்தார்.

ஜீவாவுக்கு அப்படியே புல்லரித்து விட்டது "போடு செம்ம ட்விஸ்டுல" நினைத்துக் கொண்டு புன்னகை செய்தான். அந்த அத்தியாயம் முடித்து விட்டு, அடுத்த அத்தியாயத்தை வந்து படிக்கலாம் என்று புத்தகத்தை மூடினான். பிறகு அம்மா சொன்ன எண்ணையை வாங்க சென்றான். போகும் போது அந்தப் பெண்ணால் தனக்குள் நிகழ்ந்த மாற்றங்களை நினைத்துக் கொண்டே போனான் "என்ன நம்ம இப்படி மாறிட்டோம் புக்கே நமக்கு பிடிக்காதே இப்போ கொஞ்சம் கொஞ்சமா படிக்கிறோமே, எனக்கு தெரிஞ்சு அவ தான் இதுக்கு காரணம். பரவா இல்ல இந்த கத படிக்க கொஞ்சம் நல்லா

தான் இருக்கு ஆனா என்ன தான் இன்ட்ரஸ்ட்டா போனாலும் அப்பப்போ தூக்கம் வருது, சரி குரு வேற அந்த பொண்ணுக்கு, இந்த புக்கு ரொம்ப பிடிக்கும்'னு சொல்லிருக்கான் இதுக்காகவே சீக்கிரம் படிக்கணும்" என்று தனக்கு தானே பேசிக் கொண்டே போனான்.

****

விருந்து

அம்மா சொன்ன சமையல் எண்ணெயை வாங்கிக் கொடுத்து விட்டு மீண்டும் புத்தகத்தை திறந்தான்.

புல்லாங்குழல் போன்ற துளையிலிருந்து தோட்டாக்கள் இடிச்சத்தத்துடன் வெளியாகி அந்த நால்வர் நெற்றி மீது தொடர்ச்சியாக பாய்ந்தது.

ஜோயல் தலைகீழாக தொங்கிய நிலையில் சத்தம் வந்த பக்கம் திடுக்கென்று திரும்பி பார்த்தார் அங்கே கப்பலின் கேப்டன் கையில் துப்பாக்கியுடன் நின்று கொண்டிருந்தார்.

ஞாபகம் மூட்டும் வகையில் திரும்பி முன்பு படித்த அந்த அத்தியாயத்தின் கடைசி வரிகளை மீண்டும் படித்துவிட்டு அடுத்த அத்தியாயத்தின் தலைப்பைப் படித்தான்.

அந்தத் தலைப்பு "விருந்து" என்று இருந்தது.

தோட்டாக்கள் வெளியாகி இருவரின் மீது பாய்ந்து உடல் சரிந்து உயிர் இழந்தார்கள். மற்ற இருவருக்கும் அந்த தோட்டக்கள் நேராக ஒருவனின் கை மீதும் மற்ற ஒருவன் அதிலிருந்து முழுமையாக தப்பித்தும் அருகில் உள்ள காட்டுக்குள் உயிரை கையில் பிடித்துக் கொண்டு ஓடினார்கள்.

கேப்டனும் முதலில் விரைந்து சென்று ஜோயலின் கால் கட்டுகளை அவிழ்க்கும் போது காட்டுக்குள்ளிருந்து ஒரு தோட்டா கேப்டனின் தோள் பட்டையை துளைத்தது. ஒரு பக்கம் தோளைப் பிடித்துக்கொண்டு இதற்கு மேலும் அவர்களை சும்மா விடக்கூடாது என்று அந்த சிறு காட்டுக்குள் நுழைந்தார்.

மரத்திற்கு மரம் மறைந்து மறைந்து அவர்களை தேடி போனார் கேப்டன். அங்கிருந்த மலைக்குன்று வரைக்கும் சென்று பார்த்து விட்டார் அவர்கள் அங்கு இல்லை ஏதோ ஞாபகம் வருவது போல் திரும்பி விரைவாக ஜோயலிடம் வந்தார்.

ஜோயலிடம் வேகமாக வந்தவர் ஜோயலை நெருங்கிய பிறகு மெதுவாக நடந்து வந்து நின்றார் ஏன் என்றால் அந்த இருவரில் ஒருவன் ஜோயலின் தலையில் துப்பாக்கியை வைத்த நிலையில் நின்றான். அவன் கேப்டனை பார்த்து ஆவேசமாக ஒன்று சொன்னான் "இந்தக் கிழவன காப்பாத்ததான வந்த உன் முன்னாடியே இவன் உயிர் போக போது பாரு, முதல்ல உன் துப்பாகிய இங்க தூக்கி போடு" கேப்டனும் உடனே துப்பாக்கியை அவன் காலடியில் தூக்கி வீசினார்.

அவனுக்கு பின்னால் ஒரு குரல் கேட்டது "டேய் ஏன் டா வெயிட் பண்ற சீக்கிரம் அவன போட்டு தள்ளிட்டு வாடா" என்று கடற்கரையில் சிறு வெள்ளை கப்பலில் மூட்டையுடன் இருந்த மற்றொருவன் அவனை அழைத்தான்.

"டேய் இருடா இவன அப்படியே விட சொல்றியா, நம்ம முன்னாடி நம்ம தோஸ்த கொன்னால இப்போ இவன் முன்னாடி இவன அணு அணுவா கொன்னா தான் என் ஆத்திரம் தீருமே" என்று சொல்லிவிட்டு ஜோயலின் அடிப்பட்ட காலுக்கு பதிலாக அடுத்த காலில் துப்பாக்கியால் சுடப் போனான்.

உடனே அவன் பின் மண்டையில் பலமாக கட்டையால் அடி விழுக மயங்கி கீழே விழுந்தான். அதைப் பார்த்த அவன் தோஸ்தும் அவனை விட்டு மோட்டார் கப்பலில் அலைகளை கிழித்துக்கொண்டு வேகமாக கிளம்பினான்.

அந்த அரக்கனை அடித்தது கப்பலில் கேப்டனுடன் பணிபுரியும் அவரின் உதவி பணியாளர். கப்பலை அந்தக் குன்று மலைக்கு பின்னால் நிறுத்தி விட்டு, "நான் மட்டும் போகிறேன் வேற யாரும் வரவேண்டாம்" என்று கேப்டன் சொல்லியும், அவரின் உதவிப் பணியாளர் 5 பேரை அவசரமாக அழைத்துக் கொண்டு கேப்டனை பின் தொடர்ந்து வந்தான், இவன் பெயர் குட்டி ராஜா என்பார்கள்.

கேப்டன், குட்டி ராஜாவை பார்த்து சிறு புன்னகை செய்து விட்டு, தலை சுற்றி மயங்கி கீழே விழுந்தார்.

வந்தவர்கள் குண்டடி பட்ட கேப்டனையும், படுகாயம் அடைந்த ஜோயலையும் காப்பாற்றிக் கொண்டு கப்பலுக்கு தூக்கி சென்றார்கள்.

ஆறு மணி நேரத்திற்கு பிறகு கேப்டன் மெதுவாக கண்விழித்தார் அவர் முன் மூன்றே பேர் நின்று கொண்டிருந்தார்கள். குட்டி ராஜா, டாக்டர் பிரானப்.

அவருக்கு அருகில் மற்றொரு கட்டிலில் சிகிச்சை பெற்று கேப்டனுக்கு முன்பே கண்விழித்து இவரையே பார்த்துக் கொண்டிருந்தார் ஜோயல்.

அவர்களை பார்த்ததும் திடுக்கென்று எழுந்து உட்கார்ந்தார் கேப்டன். "நீங்க நல்லா இருக்கீங்களா" என்று ஜோயிலை முதலில் விசாரித்தார், பிறகு "சாப்டிங்களா" என்று கேட்டார்.

ஜோயல் இவ்வளவு நேரம் ரொம்ப நாள் பசியோடு இருந்து கொண்டு கப்பலில் இருக்கும் தண்ணீரை மட்டும் குடித்துவிட்டு களைப்பான தோற்றத்தில் அவரின் அருகில் அமர்ந்திருந்தார். கேப்டன் "சாப்டிங்களா" என கேட்டதும். "ஒரு வாரம் இருக்கும் இதுவரைக்கும் சாப்படல ரொம்ப பசிக்குது" என்று பரிதாபம் கலந்த குரலில் பதில் கொடுத்தார் ஜோயல். அவ்வளவு பெரிய ஆராய்ச்சியாளர் இப்படி வெட்கத்தை விட்டு கேட்டதுக்கு காரணம் "பசி" மட்டும் தான்.

உடனேயே குட்டி ராஜாவிடம் "என்ன பண்றீங்க எல்லாம் முதல்ல இவருக்கு இப்பவே விருந்த ரெடி பண்ணுங்க" என்று கோவமாக ஒரு பக்கம் தோள் பட்டையை பிடித்துக்கொண்டு கத்தினார்.

அருகில் இருந்த ஜோயல், கேப்டனின் கையை பிடித்து அமைதியாக இருக்கும் படி சொன்னார். ஆனால் கேப்டன் "இல்ல இல்ல நீங்க போய் முதல்ல சாப்பிட்டு ரெஸ்ட் எடுங்க நான் நல்லாதான் இருக்கேன், நீங்க போய் சாப்பிடுங்க" என்றார்.

ஜோயலும் சிகிச்சை பெற்ற காலுடன் நேராக சாப்பாடு மேசைக்கு ஆவலோடு சென்றார்.

அங்கு யாரும் இல்லை, எந்த உணவும் இல்லை அங்கிருந்த நாற்காலியில் கைதாங்கலாக பிடித்து அமர்ந்த அடுத்த நொடியில் நான்கு பேர் நிறைய பாத்திரங்களை கொண்டு வந்து அந்த மேசையில் அடுக்கினார்கள்.

பல நாள் உழவர் உழைத்து பசுமை நிலத்தில் இருந்து அறுவடை செய்யப்பட்ட அரிசியில் பொங்கி எடுக்கப்பட்ட சுட சுட வெள்ளை சாதமும், கடலில் பிடிக்கப்பட்ட மீன்களை கொண்டு வறுவலும், குழம்பும்; இறாலை வைத்து தொக்கும், வறுவலும்; நண்டை நசுக்கி சூப்பும், பொரியலும் என இன்னும் பல உணவுகள் வைக்கப்பட்டது.

ஜீவா இந்த வரிகளை படித்ததும் அவனுக்கே நாக்கில் எச்சில் ஊறிவிட்டது. "இதெல்லாம் என் முன்னாடி இருந்தா வெளுத்து கட்டி இருப்பேனே".

உடனே அவனுக்கு வயிற்றில் உண்டியலில் காசு போடும் சத்தம் போல் கேட்டது. புத்தகத்தை மூடி வைத்துவிட்டு சாப்பிட சென்றான். சமையலறையில் ஆறிப்போன ஐந்து இட்லி இருந்தது "மாவ் இட்லி சூடா இல்லயே" என்றதும்.

"நான் உன்ன எத்தன தடவ கூப்டேன், அப்போ நீதானே அப்புறம் சாப்டுக்குறேன் சொன்னே, இப்போ ஆறிபோனத நீதான் சாப்பிடணும்" என்று அம்மா சிறு கோபமாக சொன்னாள்.

சரி இட்லி ஆறி போனாலும் பரவயில்லை என்று சாம்பாரை சுட வைத்து அதனுடன் சாப்பிட்டான். அப்பொழுது அம்மாவிடம் கேட்டான் "மாவ் நாளைக்கு மீன் குழம்பு இல்லனா, இறால் தொக்கு வைக்கிரியா" என ஆசையாக கேட்க,

உடனே அம்மா "அது இருக்கட்டும் என்னதான் ஆச்சு ரிசல்டு, பக்கத்துல அந்த ரேவதி மகனுக்குலாம் வந்துடுசினு சொன்னாங்க. நீயும் அவனும் ஒன்னாதானே படிக்கிறீங்க உனக்கு இன்னும் வரலையா" என்று கேட்டாள்.

சாப்பிட்டுக் கொண்டிருந்தவன் முகத்தை சோகமாக வைத்துக் கொண்டு "ரிசல்ட் வந்துடுச்சு மா திரும்பவும் எல்லா சப்ஜெக்டும் அரியர்"

"திரும்பவுமா" என்று ரொம்பவும் அதிர்ச்சி அடையவில்லை இது எப்பவும் நடப்பது தானே என அமைதியாக இருந்தாள் இவன் பாஸ் ஆகினால் தான் அதிர்ச்சி அடைவாளே தவிர அரியர் வைத்ததற்கு அல்ல "சரி விடு அடுத்த முற பாத்துக்கலாம்" என தைரியம் சொன்னாள்.

அவன் அம்மா முகம் சோகமானதும் ஒரு ஆச்சரியமான விஷயத்தை சொன்னான். "மாவ் அரியருனு சும்மா சொன்னே... இந்த முற எல்லா சப்ஜெக்டுலயும் பாஸ் ஆகிட்டேன், நானும் முதல்ல ∴பெயிலு தான் நெனச்சேன் எனக்கு வந்த ரிசல்ட் கூட அப்படித்தான் வந்துச்சு அப்புறம் நேத்திக்கு எங்க சாரு பிரின்டிங் மிஸ்டேக்

ஆகிடுச்சுப்பா நீ எல்லாம் சப்ஜெக்டலயும் பாசுனு சொன்னாரு. எனக்கே அதிசயமா இருந்துச்சு" என்று புன்னகையுடன் சொன்னான்.

அம்மாவும் உடனே "உண்மையாவா சொல்லுற" என எழுந்து தன் கணவரின் புகைப்படத்தையும், சாமியின் புகைப்படத்தையும் பார்த்து கும்பிட்டு விட்டு திருநீறை எடுத்து வந்து அவன் நெற்றியில் இட்டு விட்டு புன்னகைத்தாள்.

வள்ளி விரைவில் உறங்கியதால் வீடு அமைதியாக இருந்தது இல்லை என்றால் ஜீவா சொன்ன வார்த்தைக்கு அங்கு ஒரு ரகளையே நடந்திருக்கும் ஜீவாவை நம்பி இருக்க மாட்டாள்.

ஆனால் ஜீவா சொன்னது முற்றிலும் உண்மை தான். இப்பொழுது இவன் கதை புத்தகம் படிப்பதற்கு இதுவும் ஒரு காரணம். அதான் அனைத்து பாடங்களிலும் பாஸ் ஆகி விட்டோமே என்று இப்போது இதைப் படிக்கிறான். இவன் இந்த புத்தகத்தை படிப்பதற்கு மற்றொரு முக்கியமான காரணமும் உண்டு அதையும் விரைவில் சொல்கிறேன்.

பின்னர் ஜீவா சாப்பிட்டு விட்டு மீண்டும் கதையை தொடர ஆரம்பித்தான்.

அனைவரும் இவர் மிகப் பெரிய ஆராச்சியாளர் நாகரீகமாக சாப்பிடுவார் என்று நினைத்தார்கள் ஆனால் அங்கு நடந்ததோ வேறு. அவருக்கென ஒரு வெள்ளித் தட்டு ஒன்று வைக்கப் பட்டிருந்தது. அதில் உண்ணாமல் மீன் குழம்பு இருந்த பாத்திரத்தில் சோறைக் கொட்டி, இறால் தொக்கு சேர்த்து நன்றாக பிசைந்து கை நிறைய சாப்பாட்டை அள்ளி வாயில் திணித்தார். விக்கல் எடுத்தும், தொண்டையில் மீன் முள் சிக்கியும் அதைப் பொருட்படுத்தாமல் சாப்பிட்டுக்கொண்டே இருந்தார்.

திடிரென தாகம் எடுத்த பிறகு அருகில் இருந்த தண்ணீருக்கு பதிலாக சூடாக இருந்த நண்டு சூப்பை தவறுதலாக எடுத்துக் குடித்தார். சூடு தாங்காமல் "உஉஉ அஅஅ" என வாய் வழியாக காற்றை இழுத்து விட்டார்.

அதைக் கண்டு சாப்பாடு பரிமாறியவர்கள் கேலி செய்து சிரித்தார்கள்.

அவர் ருசியை பார்க்கவில்லை தனது அரக்க பசியை தணிக்க நினைத்தார்.

பல்லி போல இருந்த அவரின் வயிறு பலூனில் காற்று நிரம்புவது போல மெல்ல மெல்ல பெரியதானது.

பசியில் அங்கிருக்கும் அனைத்து உணவுகளையும் நாம் ஒருவரே முடித்துவிடலாம் என்று நினைத்து சாப்பிட ஆரம்பித்தவர் இப்போது வயிரு நொம்பியதும் பாதியிலேயே நிறுத்திக்கொண்டார் ஜோயல். கர்ப்பிணி பெண் போல் வயிறை தடவிக்கொண்டே அவரின் அறைக்குச் சென்று உறங்கினார். அன்று மதியம் படுத்தது தான் அடுத்த நாள் காலையில் தான் எழுந்தார்.

எழுந்ததும் அவரின் அறையை விட்டு வெளியே போனார். கப்பல் இன்னும் அந்தத் தீவை விட்டு போகவில்லை என்று கன நொடியில் புரிந்துக்கொண்டு நேராக கேப்டனின் அறைக்கு சென்றார்.

அவரின் அறைக்கு செல்லும் பொழுது கேப்டன் சூடாக காபி குடித்து கொண்டிருந்தார். ஜோயலை பார்த்ததும் "ஏன் என்னாச்சி இன்னும் நல்லா ரெஸ்ட் எடுக்கலாம்ல, ஜூலி அவருக்கு ஒரு காபி போடுமா" என்றதும், அந்தப் பணி பெண் சமையலறைக்கு சென்று 2 நிமிடத்தில் காபியை தயார் செய்து ஜோயலிடம் கொடுக்க கேப்டன் அறைக்கு மீண்டும் வந்தாள். ஆனால் அங்கு ஜோயலும் இல்லை கேப்டனும் இல்லை.

ஜூலி வெளியே சென்றதும், ஜோயல் கேப்டன் அருகில் அமர்ந்தார். "இப்போ உங்களுக்கு எப்படி இருக்கு" என்று இரண்டு பேரும் ஒரே நேரத்தில் ஒரே வார்த்தைகளை கேட்டுக் கொண்டார்கள். இருவரும் புன்னகை செய்துவிட்டு ஜோயல் பேச்சை தொடங்கினார்.

"இந்தத் தீவுல இலையையும், பழமும் தின்னு தின்னு வயிறு வீணா போயிடுச்சு நேத்திக்கு டாக்டர் அவ்வளவு மருந்து கொடுத்து

சரியாகாத என் உடம்பு, உங்க விருந்துல தான் சரி ஆச்சு இப்போ கொஞ்சம் பரவால்ல" என்றார் ஜோயல்.

"எனக்கும் ஒன்னும் இல்ல சார், தோள்பட்டையில குண்டு பட்டதுனால ஒரு மாசத்துக்கு கைய தூக்கி எந்த பெரிய வேலையும் செய்யக்கூடாதுனு சொல்லிட்டாரு" என புன்னகைத்த படியே சொன்னார்.

"எப்படி இந்தத் தீவுக்கு வந்தீங்க, எப்படி என்ன கண்டுபிடிச்சீங்க" என்று ஜோயல் ஆர்வமாக கேட்டார்.

"இந்த மாதிரி என்கிட்ட நிறைய கேள்வி இருக்கு நானும் கேட்கணும்" என்று கேட்டார். "முதல்ல சுழல்ல இருந்து எப்படி தப்பிச்சீங்க, இந்தத் தீவுக்கு எப்படி வந்தீங்க, ஒரு வாரம் எப்படி இந்தத் தீவில இருந்தீங்க, அந்த நாலு பேரு ஏன் உங்கள கொடும படுத்துனானுங்க" என்று பல கேள்விகளை அடுக்கினார் கேப்டன்.

ஜோயலுக்கு திடிரென்று ஒரு ஞாபகம் வர கேப்டன் கேள்விகளுக்கு பதில் சொல்லாமல் "சொல்ல மறந்துட்டேன், இங்க வேண்டாம் வெளிய போகலாம்" என்று சொல்லிவிட்டு குட்டி ராஜாவின் உதவியுடன் படகு மூலமாக அந்தத் தீவின் கடற்கரைக்கு சென்றார்கள்.

குட்டி ராஜாவை படகுடன் கடற்கரையிலே காத்திருக்க சொல்லிவிட்டு இருவரும் காட்டு குள் சென்றார்கள்.

"என்ன விஷயம்" என்று கேப்டன் கேட்க

"இந்த தீவுல புதையல் இருக்கு" என்று சொல்லி அந்தக் குகையை நோக்கி வேகமாக கால் வலியுடன் கேப்டனை அழைத்துச் சென்றார் ஜோயல்.

கேப்டன் அதைக் கேட்டுவிட்டு "என்ன புதையலா???... இந்தத் தீவுலையா??... எங்க இருக்கு?" என்று ஆச்சரியமாக கேட்டார்

ஜோயல் அதற்கு பதில் சொல்லாமல் குகைக்குள் விரைந்து சென்று பார்த்தார். அவர் முன்பு பார்த்த தங்கம் மற்றும் பணங்கள் எதுவும் இல்லாமல் பெட்டித் திறந்த நிலையில் காலியாக இருந்தது.

"ஐயோ இங்க தான பார்த்தேன்" என்று ஜோயல் அதிர்ச்சி அடைந்து புலம்பினார்.

ஆனால் கேப்டன் புரிந்து கொண்டார் "அந்த இருவரில் ஒருவன் இங்கிருந்த எல்லாத்தையும் மூட்டையில் எடுத்து கொண்டு போய் இருக்கிறான்" என்று.

இதோடு இந்த அத்தியாயம் முடிக்கப்பட்டிருந்தது

ஜீவாவும் இரவு 11 மணி ஆகியிருந்தால் புத்தகத்தை முடிவிட்டு உறங்கினான்.

வழக்கம்போல் அவனுக்கு தூக்கம் வரவில்லை இந்த புத்தகத்தினால் அல்ல. அந்த ஏழாவது பிரச்சனையை நினைத்து அது என்னவென்றால் அவனது வீட்டில் புகைப்படமாக தொங்கிக் கொண்டிருக்கும் தனது அப்பாவை நேரில் பார்த்தது.

****

மருத்துவமனை

புத்தகத்தை படித்து விட்டு தூங்க நினைக்கும் போது தனது அப்பாவை போல நேரில் பார்த்தது ஜீவாவுக்கு திடிரென ஞாபகம் வந்தது "யாரு அது அப்படியே அப்பா போலவே இருந்தாங்க" என்று யோசித்தான்.

****

இரண்டு நாளைக்கு முன்பு அன்று இரவு குருவுக்கு விபத்து என்று தினேஷ் போனில் சொன்னான் அல்லவா. அப்பொழுது வண்டியை தேடுவதா, அவனைப் பார்க்க போவதா என்று யோசித்தான்.

பதட்டத்தில் என்ன செய்வதென்று தெரியாமல் அங்கேயும் இங்கேயும் அலைந்துவிட்டு நேராக குருவை பார்க்க போகலாம் என்று அங்கிருந்து அரசு மருத்துவமனைக்கு வேகமாக ஓடினான்.

மருத்துவமனைக்கு சென்று வரவேற்பு இடத்தில் குரு எந்த அறையில் இருக்கின்றான் என்று விசாரித்தான். அங்கு பணிபுரியும் பெண் "5 வது அறை" என்றாள். அதைக் கேட்டுவிட்டு வேக நடை போட்டுகொண்டு அந்த அறையை நோக்கி செல்ல செல்ல ஒரு பெண் அலறும் சத்தம் கேட்டது.

அந்த அறையின் கதவை வேகமாகத் திறந்தான் ஜீவா. உள்ளே ஒரு டாக்டர், சில செவிலியர்கள் சேர்ந்து ஒரு பெண்ணிற்கு பிரசவம் பார்த்துக்கொண்டிருந்தார்கள். அதைப் பார்த்துவிட்டு ஐயோ வேறு அறைக்கு தவறுதலாக வந்துவிட்டோம் என்று அறையின் நம்பரை பார்த்தான். அந்த அறையின் எண் 7 என்று இருந்தது.

பின்னர் சரியான அறையின் எண் "5 க்கு" சென்று, மெதுவாக கதவைத் திறந்து பார்த்தான்.

அங்கு குருவின் இரண்டு காலின் முட்டிகளில் வெள்ளை கட்டு போடப்பட்டு உறங்கிக்கொண்டிருந்தான். அருகிலிருந்த கோமலிடம் ஜீவா சென்று என்ன நடந்தது என்று கேட்க.

அதற்கு கோமல் "டேய் அவனுக்கு பெருசா ஒன்னும் ஆகல'டா, உனக்கு தினேஷ் தான் போன் பண்ணான், எனக்கும் அவன்தான் பண்ணான் என்னய வர சொல்லிட்டு அவன் ஏதோ வேல இருக்குனு சொல்லிட்டு கிளம்பிட்டான்"

"ஆமாம் குருவுக்கு எப்படி டா அடி பட்டுச்சி" என்று ஜீவா கேட்க.

"இவன் சைக்கிள போகும் போது பின்னாடி ஒரு லாரிகாரன் இவன் கிட்ட போயிட்டு ஹாரன் அடிச்சோனே பயந்து போயி சைக்கிள ஒரு சின்ன பள்ளத்துல விட்டுப்புட்டான் அங்க இவன் கால் முட்டியில அடிப்பட்டுடுச்சி, ஆன அது சின்ன அடிதான் அதுக்கு போயி ஹாஸ்பிடலுக்கு வந்துருக்கான் இந்த குரு"...

"சரி நீ இவன பாத்துக்கோ நான் போறேன் எனக்கு கொஞ்சம் வேல இருக்கு" என்று கோமல் சொல்ல.

அதற்கு ஜீவா கோபமாக "டேய் ஏன்டா கடுப்பேத்துறீங்க, என் வண்டிய எவனோ தூக்கிட்டு போயிட்டான், அத தேடும் போதுதான் தினேஷ் போன் பண்ணான் அதான் இங்க வந்துட்டேன்"

"எப்படிடா, ஏன் வண்டிய நீ பூட்டலயா, சரி எங்கேயும் போயிருக்காது, எடுத்தவன் இந்த ஏரியா காரனா தான் இருப்பான் சரி நீ போய் தேடு, நான் இவன பாத்துக்கிறேன்" என்றான் கோமல்.

ஜீவாவும் அங்கிருந்து கிளம்பினான், உடனே அவன் பாக்கெட்டில் இருந்த அந்தப் பெண் கொடுத்த லெட்டர் ஞாபகம் வந்தது. அதை எடுத்து கோமலிடம் சற்று சோகத்துடன் கொடுத்துவிட்டு "இந்த லெட்டர குரு எழுந்தோனே அவன் கிட்ட கொடுத்துடு" என்று சொல்லிவிட்டு கிளம்பிய போது,

அந்த ஏழாவது அறையிலிருந்து அந்த கர்ப்பிணிபெண் "அம்மா" என்று நீண்ட சத்தமிட்டாள்.

ஜீவாவும், கோமலும் சில நிமிடங்களில் வெளியே வந்து பார்த்தார்கள் அப்போது ஒரு செவிலியர் "உங்களுக்கு ஆண் குழந்த பிறந்துருக்கு" என்று சொல்லிக்கொண்டே வெளியே நின்று இருந்த அந்தப் பெண்ணின் கணவரிடம் கொடுத்தாள்.

அந்த அப்பா, குழந்தையை வாங்கும் போது எங்கே தனது கை ரேகை பட்டு அவனுக்கு வலிக்குமோ என்று பூவை கசங்காமல் கையாளுவது போல் அவ்வளவு மென்மையாக பிடித்துக்கொண்டார். அவரின் உதடுகள் "என் பையன் என் பையன்" என கோஷமிட்டது. அவரின் கண்களிலிருந்து ஆனந்த கண்ணீர் அந்தப் பிஞ்சு குழந்தை மீது விழ, முத்தம் கொடுத்து மகிழ்ந்தார். அந்தக் குழந்தையும் "வீல்" என்று கத்திக் கொண்டு அழுதது.

அதை தூரமிருந்து பார்த்த ஜீவாவுக்கு புல்லரித்தது. "என் அப்பாவும் இப்படிதான் என்ன கொஞ்சி இருப்பார்ல" என நினைத்தான்.

கோமலும் அதைப் பார்த்து விட்டு "அடடே குழந்த பொறந்துடுச்சா பாவும் அந்த அம்மா தான் ரொம்ப நேரமா கத்திக்கிட்டு இருந்தாங்க எவ்வளவு வலி இருந்துருக்கும்" என பரிதாபமாக பேசினான்.

உடனே ஜீவாவுக்கு அம்மாவின் ஞாபகம் வர "அய்யய்யோ அம்மாட என்ன சொல்ல போறேன்னு தெரியல எங்க அப்பா ஞாபகமா அந்த ஒரு வண்டி தான இருந்துச்சி இப்போ அதையும் தொலைச்சிட்டோமே" என மனதிற்குள் நினைத்தான்.

"சரிடா கோமல் அவன பாத்துக்கோ, நான் போய் தேடனும்" என்று சாதாரணமாக சொல்லிவிட்டு மெதுவாக மருத்துவமனையிலிருந்து வெளியே வந்தான்.

மருத்துவமனையின் நுழைவாயிலில் முன் அவன் வண்டி அவனுக்காக காத்திருந்தது.

அதை எதார்த்தமாக பார்த்துவிட்டு "என்ன நம்ம வண்டி மாதிரி இருக்கு" என்று சொல்லிக்கொண்டே வண்டியின் அருகில் சென்று, வண்டியின் நம்பரை பார்த்தான் "TN 75 ** 8779" அவனுடையது என உறுதி செய்து, திடீரென ஞாபகம் வர முன் பையில் புத்தகம் இருக்கிறதா என்று பார்த்தான் அதுவும் சரியாக இருந்தது. தனது வண்டி என உறுதியான பிறகுதான் அவனுக்கு சற்று நிம்மதியாகவே இருந்தது.

"எப்படி இங்க வந்துச்சு, யாரு எடுத்துட்டு வந்து இருப்பாங்க" என யோசிக்கையில் அவன் கண்ணாலே அவனை நம்ப முடியவில்லை. கண்ணை கசக்கி பார்த்தான்.

தெருவிலிருந்த விளக்கு வெளிச்சத்தில் 20 அடி தூரத்தில் தன் அப்பாவை போல ஒருவர் நின்றார், அவர் ஜீவாவை பார்த்ததும் ஏதோ ஒன்றை கீழே வைத்துவிட்டு ஒரு வீட்டின் பின் சுவரு வழியாக மறைந்தார்.

அது என்னவென்று ஆர்வமாக சென்று எடுத்துப் பார்த்தான் ஜீவா. அது வண்டியின் சாவியாக இருந்தது "அப்போ... இவர் தான் என் வண்டிய திருடிட்டு போனதா, யார் அது எங்க அப்பா மாதிரி இருந்தாங்க, திருடுன வண்டிய ஏன் என்ன பார்த்த உடனே இந்த சாவிய வச்சிட்டு போனாங்க" என சில சிந்தனைச் செய்தான்.

பின்னர் வண்டி கிடைத்ததை கோமலிடம் சொல்வதற்கு உள்ளே சென்றான். அந்த ஐந்தாவது அறைக்குச் செல்லும் பொழுது குரு எழுந்து உட்கார்ந்து அந்தக் கடிதத்தை படித்துக் கொண்டிருந்தான்.

குரு, ஜீவாவை அந்த அறையில் பார்த்ததும், அவனிடம் ஆச்சரியமாக சொன்னான் "டேய் ஜீவா அந்தப் பொண்ணு என்னைய லவ் பண்ணுதாம் டா". அதை ஜீவா கேட்டதும் வண்டி கிடைத்ததை சொல்ல மறந்தான்.

கோமலும் "யாருடா அந்தப் பொண்ணு" என புன்னகையுடன் கேட்க

உடனே ஜீவா தயக்கத்துடன் "அதுவா நம்ம பெருமாள் கோவில் பக்கத்துல லைப்ரரி இருக்குல்ல, அங்க நூலகர் ஒருத்தர் இருக்காரு அவரோட பொண்ணு தான்" என சிறு வருத்தம் கலந்த திமிருடன் கோமலிடம் சொன்னான்.

குரு அதைக் கேட்டுவிட்டு "டேய் அது உன்னோட ஆளுடா" என்றான்.

"அதான் இப்ப உன்ன லவ் பண்றாளே" என சொல்லி ஜீவா கோபம் கொண்டான்.

"என்னடா உளறுற என்ன லவ் பண்றாளா?... யாரு சொன்னா" குரு கேட்க.

"ஏன்டா நடிக்கிற, என் கூடயே இருந்துகிட்டு, நான் அவள் லவ் பண்றேன் தெரிஞ்சும் அந்தப் பொண்ண கரெக்ட் பண்ணிட்டல" என சந்தேகத்துடன் கேட்க.

அதற்கு குரு "டேய் டேய் இருடா, இந்த லெட்டர உன்ட யாரு கொடுத்தா"

"நான் லவ் பண்ண பொண்ண, உன்ன லவ் பண்ண வச்சியே அந்தப் பொண்ணுதான்" என சிறு ஆவேசமாக ஜீவா பதில் சொல்ல,

குரு ஏதோ புரிந்து கொண்டது போல் வாய்விட்டு சிரித்துவிட்டு "டேய்... இந்தா, இந்த லெட்டர முதல்ல படி" என ஜீவாவிடம் கொடுத்தான்.

"எதுக்குப்பா உங்க லவ்வுக்குள்ள எதாவது முக்கியமான விஷயம் இருக்கும் நான் எதுக்கு படிச்சிக்கிட்டு" என முகம் சுழித்தான்.

"அட பைத்தியக்காரா முதல்ல இத படிடா" என குருவும் சிறு கோபத்துடன் சொல்ல,

ஜீவா அதை வெடுக்கென்று பிடுங்கி நெறிந்த புருவங்களுடன் மனதிற்குள் படிக்க ஆரம்பித்தான்.

கடிதத்தில் இருந்தவை...

""என் பேரு கனிமொழி, உங்க வீட்டுல இருந்து தள்ளி ஆறாவது வீடுல தான் நான் இருக்கேன், நான் உங்கள தினமும் பாப்பேன், நீங்க தான் என்ன கண்டுக்கவே மாட்டிங்க உங்கள ரொம்ப பிடிக்கும், எப்போதுமே உங்க ஞாபகமாவே இருக்கு, இத நேருல சொல்ல தைரியம் இல்ல அதான் என் தோழிகிட்ட கொடுத்து உங்க கிட்ட கொடுக்கச் சொன்னே.

சீக்கிரம் ஒரு நல்ல பதிலா சொல்லுங்க

ஐ லவ் யூ குரு""

...என்று இருந்தது. ஜீவா அதைப் படிக்கப் படிக்க நெறிந்த புருவங்கள் கீழ் இறங்கி அவன் உதடுகள் புன்னகை புரிந்தது. சிறிய வெட்கத்துடன் குருவிடம் அந்தக் கடிதத்தை கொடுத்தான்.

"இப்ப என்ன சொல்லுற" என குரு புன்னகையுடன் கேட்க

"ஆமா இப்போ கால் வலி எப்படி இருக்கு" என சமாளித்தான் ஜீவா.

இவ்வளவு நேரம் குரு முகத்தையும், ஜீவா முகத்தையும் மாறி மாறி பார்த்தக் கொண்டிருந்த கோமல், ஜீவாவை விளையாட்டாக அடித்து விட்டு "ஏன்டா இப்பதான் கேட்கணும் தோணுச்சா, எப்படிடா உங்களுக்கெல்லாம் ஈசியா பொண்ணுங்க மாட்டுறாங்க" என கேலி செய்தான்.

"எனக்கு இல்லடா, குருவுக்கு தான்... பாத்தில்ல லெட்டர" என கோமலிடம் சொல்லி கேலி செய்தான் ஜீவா.

கோமலுக்கு திடிரென ஞாபகம் வர "டேய் நீ வண்டி தேட போறேன்னு சொன்னியே என்ன ஆச்சிடா"

"வண்டியா? ஏன் என்ன ஆச்சிடா" என குரு கேட்க.

"அத ஏன் டா கேக்குற" என பீச்சில் வண்டி தொலைந்து போனத்திலிருந்து தொடங்கி, ஆஸ்பத்திரி வாசலில் வண்டி இருந்ததையும், தன் அப்பாவை போல ஒருவரை பார்த்தது வரைக்கும்" சொல்லி முடித்தான் ஜீவா.

அதை குரு ஆச்சரியமாக கேட்டுவிட்டு "அது எப்படிடா திருடுன வண்டிய விட்டுட்டு போயிருக்காரு, நல்ல திருடனா இருப்பாரோ, உங்க அப்பா மாதிரியா இருந்தாரு, அது வேற யாரோ அப்படி இருந்து இருக்கலாம், " என குரு சொன்னான்.

கோமல் அதுக்கு "எப்படியோ வண்டி கிடச்சிடுச்சல, இனிமேலாவது வண்டிய லாக் பண்ணிட்டு போடா" என்றான். "ஆமா யாருடா அந்தப் பொண்ணு, அழகா இருப்பாளா" என கோமல் மீண்டும் கதையை ஆரம்பிக்க...

அப்படியே மூன்று பேரும் சிரித்து பேசினார்கள், பிறகு ஜீவா வண்டியில் கோமலையும், குருவையும் அழைத்துக்கொண்டு அவரவர்களின் வீட்டில் விட்டுவிட்டு அவனும் வீடு திரும்பினான்.

வண்டியில் செல்லும் பொழுது, அவள் அருகில் நின்று அவனிடம் பேசியதை யோசித்தான். ஜீவா என்ற அவன் பெயரை அவளின் உதடுகள் உச்சரித்தை நினைத்து பேரானந்தம் கொண்டான்.

இரவு 9.10 மணி நேரத்தில், குளிர் காற்று வீசுகையில், அவன் செல்லும் சாலையோரத்தில், ஒரு டீ கடையின் ரேடியோவில் கவிஞர் வாலி அவர்கள் எழுதிய; விஸ்வநாதனும், ராமமூர்த்தியும் சேர்ந்து இசை அமைத்த; T.M. சுத்தராஜனும், L. R. ஈஸ்வரியும் அழகான குரலில் பாடிய...

ஆயிரம் அழகிகள் பார்த்ததுண்டு
ஆனால் அவள் போல் பார்த்ததில்லை
வா வா என்பதை விழியில் சொன்னாள்

மௌனம் என்றொரு மொழியில் சொன்னாள்.... என்ற பாடல் வரிகள் மட்டும் அந்தக் கடையை கடக்கும் போது அவன் காதோரம் கேட்க.

அந்த பாடலை ஜீவாவும் பாடி கொண்டே அவளை நினைத்தான்.
ஆயிரம் அழகிகள் பார்த்ததுண்டு
ஆனால் அவள் போல் பார்த்ததில்லை...
அன்று இரவு அந்தப் பாடல் அவன் மூளை நரம்புக்குள் ஓடியது...

இப்படி ஒரு சம்பவத்தால் தான் 7ம் தேதி புத்தகத்தை வைத்துவிடலாம் என்று நினைத்தவன். இப்போது மேலும் அவளுக்கு பிடித்த புத்தகத்தை சீக்கிரமாக படித்துவிட்டு அவளிடம் இன்னும் நெருங்கி பழகலாம் என அடுத்த இரண்டு நாளைக்கு பிறகு அந்த "விருந்து" என்ற தலைப்பு வரை இப்போது படித்துள்ளான். அன்று இரவு தான் தந்தையை போல ஒருவரை பார்த்தது ஞாபகம் வந்தது. அப்புறம் ஒரு 17 நாட்கள் உருண்டோடியது...

****

நவம்பர் 27 ஆம் தேதி

அப்போது இரவு 11.45 இருக்கும் அப்பொழுது அவன் அம்மா ஜீவாவை எழுப்பினாள் "ஜீவா ஜீவா வெளிய நல்லா காத்து மழை அதிகமா இருக்குப்பா, மேல் கூற பிச்சிக்கிட்டு போயிடும் போல இருக்கு, எல்லாருமே அந்த பகவதி அம்மன் கோயிலுக்கு போறாங்க நம்மளும் அங்க போலாம் வா" என்றாள்.

102

"ம்மா அதலாம் ஒன்னும் ஆகாதுமா" என அலட்சியமாக ஜீவா சொல்ல

அப்போது வானத்தைக் கிழிக்கும் அளவிற்கு இடி சத்தம் கேட்டது.

அந்தச் சத்தத்திற்கு வள்ளி பயத்தில் அலறினாள் "மாவ் அவன் வந்தா வரான் நாம போலாம் வா" என பதட்டத்தில் சொல்ல

"சரி வரேன் இரு" என ஜீவாவும் சொல்லி சில முக்கியமான பொருட்களை அவன் அறையில் பாதுகாப்பாக ஒரு இடத்தில் வைத்து விட்டு வீட்டை பூட்டிவிட்டு, வண்டியையும் பூட்டிவிட்டு வேக நடை போட்டுகொண்டு கோவிலில் இருக்கும் மண்டபத்திற்கு சென்று விட்டார்கள்.

நிறைய பேர் அங்கு பாதுகாப்புகாக வந்திருந்தார்கள். ஜீவா குடும்பம் அந்தக் கூட்டத்தில் ஓரமாக நின்றார்கள். இன்னும் நிறைய பேர் வர வர நெரிசல் அதிகமானது. அப்பொழுது ஜீவா மட்டும் அம்மாவையும், தங்கையையும் பிரிந்து அந்தக் கோவில் முனை வரைக்கும் சென்று மழை சாரல் விழும் இடத்தில் நின்றான். இரவில் சரியாக பார்க்க முடியாததால் கோவிலின் வெளி சுற்று பாதையில் தவறுதலாக கால் வழுக்கி விழுந்தான்.

அப்பொழுது அந்தக் கோவிலிலிருந்த தென்னை மரம் ஒன்று "மட மட மட" என சத்தத்துடன் முறித்துக் கொண்டு ஜீவாவின் மீது விழுந்தது.

****

அத்தியாயம் 11

மரம்

பலத்த காற்றில் ஜீவாவின் மீது தென்னை மரம் முறித்துக் கொண்டு "மட மட" வென விழும் அந்தக் கன நேரத்தில் முரட்டான இரு கைகள் அவனை அந்த இடத்திலிருந்து வேகமாக இழுத்தது.

மரம் விழுந்த போது மண்டபத்தில் உள்ளவர்கள் எல்லோரும் அலறினார்கள்.

ஜீவாவுக்கு அப்படியே தூக்கி வாரி போட்டது இதயம் வேகமாக துடித்தது, வேகமாக எழுந்து மண்டபத்திற்குள் சென்று யாரு நம்மை இழுத்தென்று பார்த்தான். கூட்டத்தில் யாரென்று அவனுக்கு தெரியவில்லை, அப்புறம் தென்னை மரம் விழுந்த இடத்திலிருந்து ஒரு ஆள் எழுந்து வந்து ஜீவாவிடம் பேசினார்.

"தம்பி இது உன்னோட சாவியா, நீ கீழ விழுந்தப்ப இதுவும் விழுந்துடுச்சி போல என் கால்ல தட்டு பட்டிச்சி" என கேட்டுக்கொண்டே கொடுத்தார்.

"இப்ப நீங்க தான் என்ன இழுத்தீங்களா" என அந்த இரவு வெளிச்சத்தில் அவரின் முகத்தை பார்க்க முயற்சி செய்தான் ஜீவா. ஆனால் சரியாக அவரின் முகம் தெரியவில்லை.

"ஆமாம்'பா, மேல அந்த மரம் வேகமா ஆடும் போதே நெனச்சேன் அது கீழ விழ போதுனு, நீயும் அப்பதான் வழுக்கி கீழ விழுந்துபுட்ட நான் மட்டும் வரலன என்ன ஆகி இருப்பியோ" என்று அந்தப் பலத்த மழை, காற்று சத்தத்தில் குரலை உயர்த்தி பேசினார்.

ஜீவாவும் "அது என்னோடது தான்" என வாங்கிக் கொண்டே "நல்ல வேல நீங்க வந்தீங்க இல்லனா என்ன ஆகி இருப்பேனோ" என்று நன்றி சொல்ல நினைத்தான் ஆனால் வார்த்தை வர வில்லை அதற்கு அவரும் நன்றியை எதிர்பார்க்க வில்லை. "சரி சரி உள்ள

போய் நில்லு" என்று சிறிது அதட்டுவது போல் சொல்லிவிட்டு கூட்டத்தில் மறைந்தார்.

அவர் தான் ஜீவாவின் தந்தை என்று அவனுக்கும் தெரியாது, அந்தத் தந்தைக்கும் தன் மகன் என்று தெரியாது. இருவரும் அந்நேரத்தில் எதர்ச்சியாக சந்தித்துக் கொண்டார்கள்.

****

அடுத்த நாள் காலையில் தான் அந்த மழை நின்றது. ஜீவாவும் அவன் குடும்பத்தினரும் அவர்களின் வீட்டின் பாதையில் செல்லும் பொழுது, தெருவோரமிருந்த சில மரங்கள் சில வீடுகளின் மீது விழுந்து நொறுங்கி இருந்ததை பார்த்தார்கள்.

அப்போது ஜீவா தூரமிருந்து பார்க்க, ஒரு நீண்ட தென்னை மரம் அவன் வீட்டின் மீது சாய்ந்திருந்ததைக் கண்டு வேகமாக ஓடினான்.

அம்மாவும், வள்ளியும் விரைந்து வந்தார்கள். ஜீவா முதலில் சென்று அவன் வீட்டின் முன் இருந்த கிளைகள் வெட்ட பட்ட வேப்ப மரத்தை தடவிக் கொடுத்து "குட் பாய்" என்றான்.

ஏனென்றால் அந்த சாய்ந்த தென்னை மரம் ஜீவா வீட்டின் மேல் விழாமல், பாதியாக வெட்ட பட்ட வேப்ப மரத்தின் நடுக்கிளை தாங்கிய நிலையில் இருந்தது.

பின்னர் மரம் வெட்டுபவர்களை வர வைத்து அந்த சாய்ந்த மரத்தை, துண்டு துண்டாக வெட்டி அகற்றுவதற்கு ஜீவா உதவினான். அம்மாவும், வள்ளியும் காற்றினால் வீட்டின் உள்ளே இருந்த சிறு சிறு சேதங்களை சரி செய்தார்கள்.

அதன் பிறகு அந்த வெட்ட பட்ட வேப்பமரத்தை பற்றி அம்மாவிடம் பெருமையாக சொன்னான். "மாவ் நான் அப்பவே சொன்னல மரத்த வெட்டவேணாம்னு, நல்ல வேல அன்னைக்கு நான் வந்துட்டேன், இல்லனா நீங்க இத முழுசா வெட்ட சொல்லிருப்பீங்க, இப்போ அது தான் நம்ம வீட்ட காப்பாத்தி இருக்கு" என்று நிறுத்தாமல் பேசிக் கொண்டே இருந்தான்.

அன்று கனமழை காரணமாக கன்னியாகுமரி மாவட்டத்தில் அனைத்து பள்ளி, கல்லூரிகளுக்கும் விடுமுறை என்று அரசாங்கம் அறிவித்துவிட்டது.

எப்போது அறிவித்தார்களோ அப்போதையிலிருந்து வெயில் அடிக்க ஆரம்பித்தது.

ஜீவாவும் சும்மா இருப்பானா?... அந்தப் புத்தகத்தை எடுத்துக் கொண்டு அவளைப் பார்ப்பதற்கு நூலகம் சென்றான்.

****

அத்தியாயம் 12

குரு தாத்தா

மழை ஓய்ந்து வெயில் அடிக்கும் வேளையில் அவளைப் பார்க்க அன்று மதியம் 3 மணிக்கு மேல் நூலகத்திற்கு சென்றான். அப்போது நூலகம் பூட்டி இருந்தது "நேத்திக்கு பெஞ்ச மழைக்கு என் மாமா லீவு விட்டார் போல" என நினைத்து வண்டியை திருப்பினான். சரியாக அந்த நேரத்தில் நூலகர் வந்து நூலகத்தின் கதவை திறந்தார். ஜீவாவும் புன்னகைத்துக் கொண்டே மெல்ல உள்ளே சென்றான்.

"அட இவ்வளவு மழைக்கு அப்புறமும் நீ மட்டும் தான் வந்து இருக்கியே" என்று நூலகர் அவனிடம் பேசினார்.

இதான் வாய்ப்பு என்பது போல் அவரிடம் நன்றாக பேச ஆரம்பித்தான். "அட ஆமாங்க நேத்திக்கலாம் செம்ம மழ"... என அவருடன் பழகுவதற்கு பேச்சை தொடங்கினான்.

பின்னர் பேச்சு முடிந்ததும் வழக்கம் போல் அந்த மேசையின் நாற்காலியில் அமர்ந்து அந்தப் புத்தகத்தை எடுத்து வைத்து அவளுக்காக வாசலை பார்த்த படி காத்திருந்தான். அவளும் சிறிது நேரம் கழித்து சாதாரண முக பாவனையில் வந்தாள். வாசலில் வரும் போதே ஜீவா அமர்ந்து இருப்பதை பார்த்ததும் கண்கள் விரிந்தது, புருவம் சிறிது நிமிர்ந்தது, கன்னங்கள் சிவந்து, உதடுகள் புன்னகை செய்தது.

ஜீவாவும் அவளைப் பார்த்ததும் பச்சிளம் குழந்தை போல் சிரித்தான்.

உடனே அவளின் அப்பா "வா 'அம்மு'... லைப்ரரிக்கு வர மாட்டேன் சொன்னே" என்று கேட்க.

"நீங்க போன மறந்து வைச்சிட்டு போயிட்டீங்க ரொம்ப நேரமா ஒருத்தர் போன் பண்ணிக்கிட்டே இருக்காரு" என்று சொல்லிவிட்டு அவரிடம் போனை கொடுத்தாள்.

"அம்மு" என்ற அவளின் பெயரை கேட்டதும், அந்த ஒரு நிமிடத்தில் ஆயிரம் தடவை அவன் மனம் சொல்லிப் பார்த்தது.

ஜீவாவுக்கு அவள் பேசினாளா அல்லது வீணையோட கலந்த குயிலின் குரல் போல் பாடினாளா என இந்த சந்தேகம் இன்று வரை நீடித்துக் கொண்டே இருக்கிறது.

அவளும் படிக்க வருவாள், இன்னும் நிறைய பேசலாம் என்று அவளின் முன்னால் அந்தப் புத்தகத்தை எடுத்து வைத்தான்.

ஆனால் நடந்ததோ வேறு தன் அப்பாவிடம் சொல்லிவிட்டு கிளம்பினாள். ஜீவாவும் ஆவலாக அவள் திரும்பி பார்ப்பாள் என்று இமைக்காமல் பார்த்துக்கொண்டே இருந்தான். ஆனால் ஏமாற்றமே மிஞ்சியது. சரி இப்போதே நாம் கிளம்பினால் அவர் எதாவது நினைத்துக்கொள்வார் என்று சிறிது நேரம் புத்தகத்தை புரட்டி படிப்பது போல் நடித்தான். அதில் சில வரிகள் எதார்த்தமாக படிக்கும் போது அதில் உள்ள வார்த்தைகள் அவனைக் கவர்ந்தது.

****

ஜோயலும், கேப்டனும் அந்தப் பெட்டியில் பார்த்துவிட்டு ஒன்றும் இல்லை என்று மனம் தளர்ந்தார்கள் அப்போது சிறு ஏமாற்றத்தில் கேப்டன் தன் பாக்கெட்டிலிருந்த சிகரெட்டை வாயில் வைத்து விட்டு லைட்டர் மூலம் நெருப்பு பற்ற வைத்தார். அப்போது அந்த இருட்டு குகையில், நெருப்பு வெளிச்சத்தில் ஏதோ மின்னியது அதைக் கண்ட ஜோயலுக்கு மிகவும் ஆச்சரியமாக இருந்தது, கேப்டனும் அதிசயமாக பார்த்தார் அவரின் உதட்டிலிருந்து அந்த சிகரெட் தானாக கீழே விழுந்தது. ஏன் என்றால் அந்தப் பெட்டியில் தங்கம் இல்லை ஆனால் அந்தப் பெட்டியே தங்கம் தான் அதாவது அதை முழுவதுமாக தங்கத்தில் வடிவமைக்கப்பட்டிருந்தது.

"பார்ரா பெட்டியே தங்கமா, நல்ல இருக்கே" என்று நினைத்தான் ஜீவா. நூலகர் ஜீவாவை பயமுறுத்தும் வகையில் "அச்ச்" என அந்த அறை எதிரொலிக்க தும்பினார்.

ஜீவா தெளிவு பெறுவது போல் அந்தப் புத்தகத்தை எடுத்துக் கொண்டு அவரிடம் கொஞ்சம் வேலை இருப்பதாக சொல்லிட்டு விரைந்து நூலகத்தை விட்டு வெளியேறினான்.

"அய்யோ அவ போயிருப்பாளோ, அஞ்சி நிமிஷம் தானே ஆகி இருக்கும் அதுக்குள்ளையே போயிட்டாளா" என்று வண்டியை எடுத்துக் கொண்டு அன்று அவள் நின்ற இடத்தை பார்த்துக்கொண்டே போனான். அங்கே அவள் இல்லை, "என்ன மாயம் மந்திரம் செய்றாளோ தெரியல திடீர் திடீர்னு மரஞ்சி போரா" என கேலியாக நினைத்தான்.

பின்னர் வீட்டில் வண்டியை நிறுத்திவிட்டு கால் நடையாக மாலை நேரத்தில் கடற்கரை பக்கம் தனிமையில் சென்றான்.

அப்போது கடற்கரையின் மணலில் தனிமையில் ஒரு வயதான பெரியவர் உட்கார்ந்து புலம்பிக் கொண்டிருந்தார் "ஏய் கடலே என்னையும் கூட்டிட்டு போக வேண்டியது தானே, என் மகன மட்டும் தனியா கூட்டிட்டு போயிட்டியே இது நியாயமா, அடுக்குமா உன் கண் முன்னாடி தானே இருக்கேன் இப்ப கூட என்ன தூக்கிட்டு போயிடு" என்று மணலை கடல் அலைகளின் மீது வீசி கோபமாக புலம்பிக் கொண்டிருந்ததை ஜீவா பார்த்தான்.

அந்தப் பெரியவர் யார் என்று பார்க்க கடலை ரசிப்பது போல் அவரின் அருகில் சென்று பார்த்துவிட்டு "அட இந்த தாத்தா தானே, அந்த புக்க குருக்கிட்ட கொடுத்தது, அதுமட்டுமில்லாம குருவ திருடன் சொன்னவர் தானே, சரி எதுக்கு வம்பு நம்ம வேற பக்கம் போயிடுவோம், இல்லன்னா எனக்கு ஒரு பேரு வச்சிடுவாரு" என்று திரும்பி நடக்க முயற்சிக்கும் போது "தம்பி தம்பி என் மகன் போல இருக்கே அந்தக் கைத்தடியை கொஞ்சம் எடுத்து தரியா" என்று அந்த தாத்தா அவனை அழைக்க "ஐயோ கூப்பிடுறாரே இந்த மாதிரி எத்தன பேர மகன்னு சொல்லி வேல வாங்குனாரோ" என்று மனதிற்குள் நினைத்துக் கொண்டே அந்தத் தடியை எடுத்துக் கொடுத்தான்.

அந்த தாத்தா அவன் முகத்தை பார்த்து விட்டு "டேய் தம்பி உன்ன எங்கேயோ பார்த்த மாதிரி இருக்கே"

"தெரியல தாத்தா, நான் உங்கள இன்னைக்கு தான் பாக்குறேன்" என்று பொய் சொல்லிவிட்டு அங்கிருந்து கிளம்பினான். அந்த தாத்தாவும் "அட நில்லுப்பா" என்று தடியை வைத்து ஊன்றி எழுந்து

நிற்பதற்குள் அவனை காணவில்லை அவரும் சுற்றும் முற்றும் பார்த்தார்.

மாலை நேரம் என்பதால் சூரிய அஸ்தமனத்தை காண அந்தக் கன்னியாகுமரியின் கடற்கரைக்கு நிறைய பேர் வந்திருந்தார்கள். நிறைய பொழுது போக்கு கடைகள் மற்றும் நிறைய மீன் சந்தைகள் போடப்பட்டிருந்தது. அதில் ஒரு கடையில் ஜீவா புகுந்துக் கொண்டான். அங்கு ஒரு பாட்டி மீன்களை கூவி கூவி விற்றாள்.

"மீனு மீனு என்ன மீனு வேணும் சொல்லு கடல் இருக்கிற அத்தன மீனும் இங்க தான் இருக்கு 'வாங்கம்மா வாங்க, வாங்கய்யா வாங்க" என அந்தப் பாட்டி குரலை உயர்த்தியும் இழுத்தும் கூவினாள். ஜீவா அதை வேடிக்கை பார்ப்பது போல் நின்றான். அந்தக் கூட்டத்தில் மறுபக்கம் இருந்து ஒரு முதியவரின் குரல் வந்தது.

"அப்போ எனக்கு சுறா 2 கிலோ, திமிங்கலம் 2 கிலோ, ஆக்டோபஸ் ஒரு கிலோ போதும், தனி தனியா கட்டி கொடுத்துடு" என்று கேலியாக கேட்டார். கூட்டத்தில் இருந்தவர்கள் சிரித்தார்கள்.

ஜீவாவும் குரல் வந்த பக்கம் சிரித்துக்கொண்டே பார்த்தான் அங்கு அந்த குரு தாத்தா நின்றுக் கொண்டிருந்தார். அவரைப் பார்த்ததும் முகம் சுருங்கி "அட இவ்வளவு பெரிய கூட்டத்தில எப்படி என்ன கண்டுபிடிச்சாரு, சரி அப்படியே கிளம்பிடுவோம்" என்று நினைக்கையில்,

"அட இருப்பா அந்தப் பாட்டி தான் எல்லா மீனும் வச்சிருக்கே, நான் வாங்கி தரேன் நில்லு" என்று ஜீவாவின் கையை பிடித்து நிற்க வைத்தார்.

அதற்கு அந்தப் பாட்டி "என்ன பெருசு இன்னைக்கு உனக்கு வம்பு இழுக்க ஆள் கிடைக்கலையா" எனக் குரலை உயர்த்திக் கேட்டாள்.

"ஆமா நான் பெருசு, நீ மட்டும் வயசு பொண்ணா? ஏய் மீன் கிழவி நீ தானே எல்லாம் மீனும் வச்சிருக்கேன் சொன்ன, இப்ப இல்லங்கிற" என்று அந்த குரு தாத்தா அதட்ட,

"சரி சரி அந்த மீனெல்லாம் என்கிட்ட இல்ல ஜிலேபியும், கெண்டை மீனும் இருக்கு, இப்ப சொல்லு எந்த மீன் வேணும்'னு" அந்தப் பாட்டி சண்டை வேண்டாம் என்று அடக்கமாக பேச,

"எனக்கெல்லாம் தெரியாது, எனக்கு திமிங்கலமும், சுறாவும் கண்டிப்பா வேணும் " என பிடிவாதம் பிடித்தார் குரு தாத்தா.

"சரி நீங்க வாங்குங்க எனக்கு கொஞ்சம் வேல இருக்கு" என்று ஜீவா கேட்க. "அட இருப்பா உனக்கு வாங்கித் தரேன்" என்றார் தாத்தா.

மீண்டும் அந்தப் பாட்டியிடம் "என்ன? இன்னும் மீன் எடுத்து வைக்கலையா, எங்க திமிங்கலம்??" என்று கேலியான புன்னகையுடன் தாத்தா கேட்க.

அந்தப் பாட்டி பேச்சை மாற்றுவது போல் "இந்த பையன் யாரு, உன்னோட பேரனா"

"ஏன் என்னோட பேரனா இருந்தா மேல ரெண்டு கிலோ கொடுக்க போறியா" என்று அந்தத் தாத்தா சொன்னதும். இந்தச் சண்டையை வேடிக்கை பார்த்துக் கொண்டிருந்தவர்கள் சிரித்தார்கள்.

"அட நீ மீனே வாங்க வேணாம்'யா, என் வியாபாரத்த கெடுக்காத அங்குட்டு போறியா" என சிறு கோவமாக பேசினாள் பாட்டி.

அந்தத் தாத்தாவும் விட்டுக் கொடுப்பது போல "சரி சரி நான் இன்னொரு நாள் வரேன் திமிங்கலமும், சுறாவும் எனக்காக புடிச்சி வை" என்று சொல்லிவிட்டு ஜீவாவை அங்கிருந்து அழைத்துச் சென்றார்.

ஜீவா மனதிற்குள் எண்ணங்கள் ஓடிக்கொண்டே இருந்தது "என்ன இந்தத் தாத்தா சரமாரியா பேசுறாரு, வாயத் திறந்தாலே பட்டாசு போல வெடிக்குதே, இப்போதான் புரியுது அன்னைக்கு குரு என்ன என்ன பேச்சு வாங்கி இருப்பான்'னு" என்று மனதிற்குள் நினைக்கையில்,

"ஆமாம்'பா உன் பேர் என்ன" அந்தத் தாத்தா ஜீவாவை கேட்க

அப்போது அந்தக் கடற்கரை ஓரத்தின் சாலையில் இருசக்கர வாகனத்தைத் தள்ளிக் கொண்டு ஜீவா நண்பனான குரு வந்தான்.

அதை பார்த்த ஜீவா "டேய் என்னடா பைக் எடுத்துட்டு வந்து இருக்க, உனக்கு தான் ஓட்ட தெரியாதே, வீட்டுல இருந்தா தள்ளிட்டு வந்த, கால் சரி ஆகிடுச்சா"

அதற்கு குரு "டேய் அதெல்லாம் அப்பவே சரியாயிடுச்சுடா, என்ன குமாரு தான் வீட்டுல இருந்து ஆச்சிட்டு வந்தாண்'டா, நேரா உன் வீட்டுக்கு போனோம் நீ பீச்சுக்கு போயிருக்கணு உங்க அம்மா சொன்னாங்க, அவனும் எதோ வேல இருக்குன்னு சொல்லிட்டு போயிட்டான், அப்புறம் உங்க வீட்ல இருந்து தள்ளிகிட்டே வரேன், நீ தான் ஓட்ட சொல்லிக் கொடுக்கணும்" என்று பேசிக்கொண்டு இருக்கும் பொழுதே அந்தத் தாத்தாவை பார்த்தான் குரு.

ஜீவாவும் இதான் வாய்ப்பு என்று "சரி வா கிரவுண்டுக்கு போகலாம்" என்று சொல்லி அங்கிருந்து நழுவப் பார்த்தான்.

இவ்வளவு நேரம் அமைதியாக இருந்த தாத்தா "தம்பி நீ தான அன்னைக்கு புக்கு வாங்கிட்டு போனே" என்று குருவை கேட்க.

"ஆமா தாத்தா நான்தான் உங்ககிட்ட வாங்கிட்டு போனே, என்ன ஞாபகம் இருக்கா" என்று குரு புன்னகையுடன் கேட்க.

"சரி அந்த புக்க உன் பிரண்ட் கிட்ட கொடுத்தியா?... இல்ல நீ அந்தப் பணத்த ஆட்டைய போட்டியா" என்று அந்தத் தாத்தா கேட்டதும். அந்தப் பாட்டியை கேலி செய்யும் போது சிரிக்காத ஜீவா, இப்போது வாய் விட்டு சிரித்தான்.

உடனே குருவின் முகம் சுருங்கியது "தாத்தா அப்படியெல்லாம் சொல்லாதீங்க இவன் தான் அன்னைக்கி புக்க விட்டுட்டு போனவன் அந்த புக்க இவன் கிட்டயே கொடுத்துட்டேன் அதுல இருந்த பணம் மட்டும் என்னோடது, வேணும்னா இவன் கிட்ட கேட்டுப் பாருங்க" என சிறு கோபத்துடன் சொன்னான் குரு.

ஜீவாவும் வண்டியில் ஏறி விட்டு, குருவை பின்னாடி அமர வைத்துக் கொண்டு கிளம்ப தயாராக இருந்தான். அதற்குள் அந்தத் தாத்தா "அவன் சொல்லுறது உண்மையா தம்பி" எனச் சந்தேகத்துடன் கேட்க

"ஆமா தாத்தா அந்த புக்கு என்னோடது தான், அதுல இருந்த பணம் மட்டும் அவனோடது" என்றான் ஜீவா.

"உன் பேரு என்னான்னு சொல்லவே இல்லையே'பா" அந்தத் தாத்தா கேட்க

"என் பேரா? 'ஜீவா' தாத்தா" என புன்னகையுடன் சொன்னான். பின்னாடி அமர்ந்த குரு சிறு கோபத்துடன் "டேய் போலாம்'டா, இருட்டாகிட போது" என்றான்.

ஏதோ கன நொடியில் யோசித்துவிட்டு "உன்னோட முழு பேரு என்ன" மீண்டும் அந்தத் தாத்தா ஆர்வமாக கேட்க.

"ஜீவ ரத்தினம்' தாத்தா" என்று சொன்ன போது,

"ஜீவரத்தினமா?... உங்க அப்பா பேரு என்ன" என்று அதிக ஆர்வமாக கேட்டார்.

"ஆதவன்' தாத்தா" என புரியாதது போல் சொன்னான்.

ஆம் ஜீவாவின் முழு பெயர் "ஜீவரத்தினம்" ஆனால் யாரும் அவன் முழு பெயர் இட்டு கூப்பிட மாட்டார்கள். பல பேர் "ஜீவா" என்றும், சில பேர் "ரத்தினம்" என்றும், ஒரு சில பேர் "ஜீவனத்தினம்" என்றும் அழைப்பார்கள். அவன் வீட்டில் புகைப்படமாக தொங்கிக்கொண்டிருக்கும் அவன் அப்பாவின் பெயர் "ஆதவன்".

உடனே குரு "டேய் சீக்கிரம் கிளம்புடா" என குரு நச்சரிக்க,

ஜீவாவும் அந்த தாத்தாவை ஒரு பார்வை பார்த்துவிட்டு கிளம்புவது போல் அவரிடம் எதுவும் சொல்லாமலே குருவிடம் "டேய் அந்தப் பொண்ணு பேரு 'அம்மு'வாண்டா ஒரு வேல கேரளா பொண்ணா இருக்குமோ" என ஆர்வமாக பேசிக் கொண்டே வேகமாக சென்றான்.

"ஆதவனா???... " என சிறிது கீழே குனிந்து யோசித்துவிட்டு ஆவேசம் கொண்டார் குரு தாத்தா. ஜீவா வண்டியை ஓட்டிக் கொண்டு போக போக அவன் பின்னாடியே இவர் ஓட முயற்சித்த போது கல் தடுக்கி தவறி கீழே விழுந்தார், ஜீவாவுக்கும் தெரியவில்லை அவன் வெகுதூரம் போய்விட்டான். ஆனால் ஜீவா மட்டும் அங்கு ஒரு நிமிடம் இருந்திருந்தால் அவன் உயிர் அவன் கூட்டை விட்டுப் பிரிந்திருக்கும்.

அவர் விழுந்த இடத்திலிருந்து எழுந்து உட்கார்ந்து அவரின் கை பையில் ஒரு சிறிய கூர்மையான கத்தியை எடுத்துப் பார்த்துக்கொண்டே உள்ளம் பொங்க கடும் கோபத்துடன் கண்ணீர் விட்டார்.

****

ஆதவன்

இதே கன்னியாகுமரியில், 15 வருடத்திற்கு முன்பு, நவம்பர் 2000 ஆண்டு அன்று.

குரு தாத்தா ஒரு மிகச் சிறந்த மீனவர் அவரிடம் ஒரு குடிசை வீடும், ஒரு மோட்டார் கட்டுமர படகும் இருந்தது. இவருக்கு கல்யாணம் ஆகி 6 வருடம் கழித்துதான் ஒரு மகன் பிறந்தான் அவனை அந்தக் கடல் தேவர்கள் கொடுத்த குழந்தையாக நினைத்து "தேவா" என்று பெயரும் வைத்திருந்தார். அவனுக்கும் மீன் பிடிக்கும் திறமையை கற்றுக் கொடுத்திருந்தார். அதன் பிறகு குரு தாத்தாவின் மனைவி உடல் நலகுறைவால் உயிரை விட நேரிட்டது.

அப்படியே வருடகள் ஓடி, தேவாவுக்கு 25 வயதாக இருந்தபோது, ஆதவன் தனது ஐந்து வயது குழந்தையாக இருந்த ஜீவாவை, குரு தாத்தா வீட்டிற்கு அழைத்து வந்தான். அங்கு தேவா மீன் வலையை பின்னிக் கொண்டிருந்தான். "குழந்தை ஜீவா" தேவாவை பார்த்ததும் அவனிடம் சென்று விளையாட ஆரம்பித்தான்.

"என்னைய புடி, என்னைய புடி" என்று தேவா ஓட, அந்தக் கடற்கரை மணலில் ஜீவா துரத்தி விளையாடினான்.

வெளியே இருந்த குரு தாத்தா "என்னப்பா உன் பையனா?... , இப்பதான் இந்தப் பக்கம் வரணும் தோணுச்சா"என ஆதவனை கேட்க.

ஆதவன் "ஆமாம் பா என் பையன் தான், ரொம்ப வேல அதிகமா இருந்துச்சிபா, இன்னைக்கு தான் சென்னையில இருந்தே வந்தேன்" என்று சிறு வலி கலந்த புன்னகையுடன் சொன்னான்.

அந்தக் குழந்தை ஜீவாவை, குரு தாத்தா அழைத்து "உன் பேரு என்ன" கேட்டார்

"ஜீவரத்தினம்" என்னும் பெயரை குல குலக் குரலில் இழுத்து "சீவ ராட்டினம்" என்று சொல்லி அங்கும் இங்கும் ஆடிக் கொண்டே இருந்தான். அப்புறம் மீண்டும் தேவாவுடன் விளையாடச் சென்றான்.

"என்ன? சீவ ராட்டினமா" என சிரித்துக் கொண்டே தாத்தா கேட்க. "அது ஜீவ 'ரத்தினம்'ப்பா அத தான் அப்படி சொல்லுறான்" என்றான் ஆதவன்.

அதைக் கேட்ட குரு தாத்தா "அடடே நல்ல பேருதான்" என்று சொல்லிவிட்டு, அவரின் மகன் தேவாவை பார்த்துக்கொண்டே "தேவாவுக்கும் இந்நேரம் இந்த மாதிரி ஒரு குழந்த இருந்திருக்கும். என்ன பண்றது என்னோட மருமகளுக்கு தான் குழந்த பொறந்த உடனே ரெண்டு பேருமே இந்த உலகத்த விட்டு போய்ட்டாங்க, அவளையே இன்னும் நெனச்சிகிட்டு இருக்கான். இவன இன்னொரு கல்யாணம் பண்ண சொன்னாலும் கேக்கவே மாட்டுறான், நீயாவது எடுத்து சொல்லுபா" என கவலையுடன் சொன்னார் குரு தாத்தா.

"சரிப்பா நான் பேசுறேன், இன்னைக்கி தேவாவும் நானும் சேர்ந்து ஒரு நாலு பேரு கடலுக்கு போலாம்னு இருக்கோம்" என்று ஆதவன் சொல்ல,

"சரிப்பா பார்த்து போயிட்டு வாங்க, மழை அதிகமா வர மாதிரி இருந்தா திரும்பி வந்துடுங்க" என்று சொல்லிவிட்டு தேவாவிடம் வேற ஒரு வேலை இருப்பதாக சொல்லி கிளம்பிவிட்டார் குரு தாத்தா.

குழந்தை ஜீவா "நானும் கடலுக்கு வரேன், நானும் கடலுக்கு வரேன்" என அடம்பிடித்து அழுதான் ஆனால் ஆதவன், ஜீவாவை வீட்டுக்கு சென்று தன் மனைவியிடம் விட்டுவிட்டு திரும்பவும் தேவா வீட்டிற்கு வந்தான், சற்று நேரத்தில் மற்ற இரண்டு நண்பர்கள் வந்த பிறகு நான்கு நண்பர்களும் சேர்ந்துக் கொண்டு சந்தோஷமாக கடலுக்குள் மோட்டார் கட்டுமரப்படகில் ஒரு சிறிய பயணம் செய்தார்கள்.

அந்த கட்டுமர படகும் கிட்டதட்ட 10 கிலோமீட்டர் தூரம் சென்று விட்டது, மழையும் காத்தும் சிறிது வந்தது.

அதில் கோபால் என்பவன் "டேய் வாங்கடா திரும்பி போயிடலாம்" என்று சொல்ல;

ரங்கன் என்பவன் "இப்படித்தான் காத்தடிக்கும் அப்புறம் தானா போயிடும்'டா" ஆனால் ரங்கன் வார்த்தைக்கு எதிராக நடந்தது மழை வேகமாக பெய்ய ஆரம்பித்தது.

ஆதவனும் கிளம்பலாம் என்று சொல்ல தேவாவும் மோட்டாரின் ஒயரை இழுத்தான். இயங்குவது போல் சத்தம் வந்து மீண்டும் நின்று விட்டது பின்னர் பலமுறை இழுத்தும் அந்த மோட்டார் இயங்கவில்லை, கோபாலும், ரங்கனும் பதட்டம் ஆனார்கள். அந்தப் படகில் இரு துடுப்பு இருந்தது அதை வைத்து திரும்பி செல்ல நினைத்தார்கள், அப்போது கடலில் இருந்து இன்னும் பல கட்டுமர படகுகள் கரையை நோக்கி சென்றது அதில் தேவாவுக்கு தெரிந்த ஒருவர் "தம்பி என்னாச்சு" என்று கேட்க.

"மோட்டார் ரிப்பேர் ஆகிடுச்சிண்ணா" என பதட்டமானக் குரலில் தேவா சொல்ல,

ஏற்கனவே என் படகுல நிறைய பேர் இருக்காங்க ஒரு ரெண்டு பேர் மட்டும் வாங்க நான் போய் அவங்கள கரையில விட்டுட்டு அப்புறம் வந்து கயிறு கட்டி உன் படக இழுத்துட்டு போறேன் என கத்தி சொன்னார். கோபாலுக்கும், ரங்கனுக்கும் நீச்சல் தெரியாததால் முதலில் அவர்கள் இருவரும் அந்த நபரின் மோட்டார் படகில் ஏறிக் கொண்டார்கள். காற்று இன்னும் பலமாக வீசியது.

ஆதவனும், தேவாவும் துடுப்பு போட்டுக் கொண்டே கரையை நோக்கிச் சென்றார்கள் காற்றும் பலமாக அடித்தது. அவர்கள் பின்னால் பெரிய அலைகள் எழுந்து அவர்களின் கட்டுமரப் படகை கன நொடியில் கவிழ்த்தது.

ஆதவன் மூச்சுத் திணறிக் கடலின் மேற்பரப்பில் வெளியேவந்து தேவாவை தேடினான், அவன் பின்னால் கட்டுமர படகு கவிழ்ந்து இருந்ததைக் கண்டு அதை அவன் முழு பலத்தை உபயோகித்தும், கடல் அலையின் எதிர் திசைக்கு ஏற்றார் போல் கட்டுமர படகை சாமர்த்தியமாக திருப்பி அதன் மேல் ஏறி நின்று "தேவா தேவா" என்று கத்தினான் ஆதவன். இதயம் பதட்டமானது அவனையே அறியாமல் கண்களில் கண்ணீர் வந்தது.

எவ்வளவு தேடியும் தேவா கிடைக்காததால், புயல் வருவது போல அறிகுறிகள் தென்பட்டதை கண்டு தன் உயிரை காப்பாற்றிக் கொள்வதற்கு கரைக்கு திரும்பினான் ஆதவன். அங்கு தேவாவின் அப்பா காத்துக் கொண்டிருந்தார்.

அந்த குரு தாத்தா, தனிமையில் வரும் ஆதவனை பார்த்து "என் பையன் எங்க" என்று ஆத்திரத்துடன் கேட்டார்.

ஆதவனும் நடந்ததை சொல்ல அவர் நம்பவில்லை "நீ தான் என் பையன ஏதோ பண்ணி இருக்க, என்ன பண்ண சொல்லுடா" என்று ஆதவாவின் சட்டையை பிடித்து தரையில் தள்ளிவிட்டு, குரு

தாத்தா வேறொரு மோட்டார் படகை எடுத்துக்கொண்டு புயல், மழை பாராமல் கடலில் தேவாவை தேடிச் சென்றார்.

"தேவா தேவா" என இடி சத்தத்திற்கு இணையாக அவனை அழைத்தும், எங்கு தேடியும் கிடைக்கவில்லை. அவர் முயற்சியும் வீண் போனது, கரைக்கு வந்து நேராக ஆதவனின் வீட்டிற்கு ஆத்திரத்துடன் சென்றார் அங்கு வீடு பூட்டி இருந்தது.

ஆதவன் தன்னால் குடும்பத்திற்கு எதாவது பிரச்சனை வரும் என்று தன் மனைவியையும், குழந்தையாக இருந்த ஜீவாவையும், வள்ளியையும் உடனடியாக அழைத்துக் கொண்டு ஆதவா பணிபுரியும் இடத்திற்கு அதாவது சென்னைக்கு முன்பே ரயிலில் கிளம்பிவிட்டான்.

அந்த இரவு நேரத்தில் ரயலில் செல்லும் போது ஆதவன் தன் நண்பனை தொலைத்து விட்டோம் என்ற குற்றவுணர்ச்சியில் தனியாக ரயிலின் கதவுத் திறந்திருந்த நுழைவாயிலில் ஓரமாக நின்று "நான் இன்னும் கொஞ்சம் நேரம் தேடி இருக்கணும், தேடி இருக்கணும்" என கண்ணீர் வடித்த படி புலம்பினான்.

அப்போது திடீரென்று மூன்று திருடர்கள் வந்து ஆதவாவிடம் இருந்து பணத்தை பறிக்க மிரட்டி கேட்க "தர மாட்டேன்" என்றான். உடனே அந்த திருடன் கத்தியை காட்ட, ஆதவன் பணத்தை கொடுப்பது போல் அவர்களை அடிக்க முயற்சி செய்தான். தூக்கத்தில் "அப்பா அப்பா" என எழுந்த வந்தான் குழந்தை ஜீவா, அவனை தொடர்ந்து அம்மாவும் வந்தாள். அந்தத் திருடர்கள் மனைவி, மகன் முன்னால் ஆதவனிடம் பணத்தை பிடுங்கி விட்டு அவனை ஓடும் ரயிலிலிருந்து தள்ளிவிட்டு அவர்களும் தப்பித்துவிட்டார்கள். "அப்பா" என்று ஜீவா தேம்பி தேம்பி அழ, ரயிலில் பயணம் செய்பவர்களின் தூக்கத்தை கெடுக்கும் விதமாக கற்பகம் நெஞ்சைப் பிடித்துக்கொண்டு கதறி கதறி அழுதாள்.

அவர்கள் எல்லாம் ஆதவா இறந்துவிட்டான் என்று நம்பிவிட்டார்கள். ஆனால் அவன் விழுந்த இடத்தில் தூர்வாரப்படாத ஏரி இருந்ததால் சிறு காயத்துடன் உயிர் தப்பினான்.

அது இன்று வரை ஜீவா குடும்பத்திற்கும் தெரியாது, அந்த குரு தாத்தாவுக்கும் தெரியாது.

ஆனால் இத்தனை வருடங்கள் ஆகியும் அன்று முதல் இன்று வரை கோபம் குறையாமல் நாளுக்கு நாள் வன்மம் அதிகமாகி ஒரு நாள் ஆதவன் கிடைப்பான் என்னைக்கு இருந்தாலும் அவனுக்கு என் கையாலதான் சாவு என்று நினைத்திருந்தார் குரு தாத்தா.

குரு தாத்தா, ஜீவாவைக் கொலை செய்ய நினைக்கும் காரணம் இப்போது ஆதவன் கன்னியாகுமரியில் தான் இருப்பான். என் மகனை இழந்த பிறகு எனக்கு எப்படி இருந்துருக்கும், அந்த வேதனையை அவனும் அனுபவிக்க வேண்டும் என்று ஜீவாவை பார்த்ததும் ஒரு பைத்தியகாரர் போல் மாறிவிட்டார்.

இப்போது ஆதவன் வீட்டை நோக்கி கடும் கோபத்துடன் வேக நடை போட்டுக் கொண்டு சென்றார் குரு தாத்தா.

****

அத்தியாயம் 14

ரங்கன்

குரு தாத்தா வேகமாக சென்று ஆதவன் வீட்டை பார்த்தார். அந்த வீடு பழுதடைந்துக் காணப்பட்டது. அந்த வீடு ஆதவாவின் பழைய வீடு, ஜீவா இருப்பதோ கற்பகத்தின் வீட்டில் இருக்கிறான். கற்பகம் என்பவள் ஜீவாவின் அம்மாவின் பெயர். கற்பகத்தின், தாயார் ஒரு விபத்தில் இறந்துபோன துக்கத்தில் அவளின் தந்தை சன்னியாசியாக 8 வருடத்திற்கு முன்பு காசிக்கு சென்றவர் இன்று வரை வரவில்லை. அதனால் கற்பகம் மற்றும் அவளின் இரண்டு குழந்தைகள் மட்டும் தான் அந்த வீட்டில் இருக்கிறார்கள். அந்த பழைய வீட்டிற்கும் ஜீவா வீட்டிற்கும் ஒரு கிலோ மீட்டர் தூரம் இருக்கும்.

******

ஜீவா, குருவுக்கு வண்டி ஓட்ட கற்றுக் கொடுத்துவிட்டு 8 மணி அளவில் வீடு திருப்பினான். இரவு சாப்பிட அம்மா அழைத்தாள். "குரு கூட வெளிய சாப்டேன்'மா நீங்க சாப்பிடுங்க" என்றான்.

படித்துக் கொண்டிருந்த வள்ளி "நீ மட்டும் நல்லா வெளிய சாப்டுட்டு வந்துட்டியா" எனக் கேட்க

அதற்கு ஜீவா "குரு தான் எனக்கே வாங்கிக் கொடுத்தான்" என்று பொய் கூறினான்.

வள்ளி அதைக் கேட்டுவிட்டு முகம் சுளிப்பது போல் மீண்டும் அவளின் பாட புத்தகத்தைப் படித்தாள். ஜீவா அதைக் கெடுக்கும் வகையில்...

பீமின் சக்தி... தூள் பறக்கும்... அவனது சக்தி... அனல் பறக்கும்... சோட்டா பீம்... சோட்டா பீம்... சோட்டா பீம்... சோட்டா பீம்... பீம் பீம் பீம்... என போகோ சேனலில் சோட்டா பீம் என்ற கார்ட்டூனை தொலைக்காட்சியில் வைத்தான்.

"மாவ் மாவ் உன் பையன பாருமா எனக்கு எக்ஸாம் இருக்குன்னு தெரிஞ்சும் வேணும்'னே டிவிய போடுறான்" என்று கத்தினாள் வள்ளி.

"அன்னைக்கு இப்படித்தானே நான் படிக்கும் போது டோரா புஜ்ஜி வச்சல, இப்போ நீ காதுல பஞ்சு வச்சிகிட்டு படி" என்று கேலிச் செய்தான் ஜீவா.

எட்டிப் பார்த்த அம்மா "விடுப்பா அவ படிக்கட்டும்" என சொல்ல, அவனும் நிறுத்திவிட்டு அவன் அறைக்குச் சென்றான்.

எதாவது திரைப்படம் பார்க்கலாம் என்று மடிக்கணினியை எடுத்து வைத்தான் பிறகு என்ன நினைத்தானோ தெரியவில்லை அதை மூடிவிட்டு "இந்த புத்தகம் உங்களைத் தேர்ந்தெடுத்துள்ளது" என்ற புத்தகத்தை எடுத்து வைத்தான்.

நிதானமாக பக்கங்களை திருப்பினான். அதன் முதல் பக்கத்தில்.....

"ரங்கன் எழுதிய

இந்த புத்தகம் உங்களைத் தேர்ந்தெடுத்துள்ளது"

..... என்று இருந்தது. அதைக் கண்டு "ம்ம் யாருனு தெரியல நல்ல தான் எழுதி இருக்காருல, எப்படி இப்படியெல்லாம் யோசிக்கிறாங்க. சரி இன்னும் என்ன என்ன இருக்குனு பாக்கலாம் என அடுத்த அத்தியாயத்தை வாசிக்க தொடங்கினான்.

அந்த தங்கப் பெட்டியை எடுக்க இன்னும் சில ஆட்களை வர வைத்து அதை சிறு படகு மூலமாக கப்பலுக்கு கொண்டு சென்றார்கள். ஜோயலும், கேப்டனும் கரையில் நிற்க, மீண்டும் அவர்களை அழைக்க படகு தீவை நோக்கி வந்தது. அப்போது ஜோயல் மனதிற்குள் ரொம்ப நேரமாக ஓடிய சந்தேகத்தை கேட்டார் "எப்படி நான் இந்த தீவில தான் இருக்கேன்னு கண்டுபுடுச்சிங்க" என கேப்டனிடம் கேட்டார்.

"அது ஒரு வித்தியாசமான கத சார்... நான் ஒரு நாலு நாளா உங்கள தேடுன ஆனா நீங்க எங்கேயும் கிடைக்கல, நீங்க செத்துட்டிங்க கூட நெனச்சேன். அப்புறம் உங்க பைனாகுளர் வச்சி பார்க்கும் போது சந்தேகப்படும் படியா தண்ணில நிறைய பேப்பர் பிரிஞ்சி தனி தனியா 1, 2 கிலோ மீட்டர் தூரத்துல தள்ளி தள்ளி மிதந்துகிட்டே வந்துச்சு கிட்ட தட்ட அத நம்பி தான் வந்தேன், கப்பல் இருக்குறவங்க தேவையில்லாம தேட வேண்டாம் அவர் இறந்து போய் இருப்பாருன்னு சொன்னாங்க".

"ஆனா அந்த பேப்பர பாத்துகிட்டே வரும்போது திடீருன்னு தூரமா ஒரு தீவு தெரிஞ்சது. எனக்கென்னமோ நீங்க இங்க இருப்பிங்கன்னு தோணுச்சு, அப்புறம் இதோ இந்த குன்று மலைக்கு பின்னாடி கப்பல

நிறுத்திட்டு கீழ இறங்கி எதார்தமா கப்பல் முன்னாடி பாக்கும் போது ஒரு பேப்பர் ஒட்டியிருந்தது, அத எடுத்தப்ப தான் தெரிஞ்சிது அது ஒரு புக்கோட தலைப்பு பக்கம் மாதிரி இருந்துச்சி, அதோட பேரு கூட ம்ம் "புதையல் எங்கே" என்று இருந்துச்சி, இது நம்ம சின்ன லைப்ரரில இருக்குற புக்காச்சே இது எப்படி இங்க வந்துச்சினு யோசிக்கும் போதுதான் டக்குன்னு உங்க ஞாபகம் வந்துச்சு, அத வச்சி இங்க தேடிகிட்டே வந்தேன் அப்போதான் அந்த கிறுக்கனுங்கள பாத்தேன்" என்று முடித்தார் கேப்டன்.

"அந்த புக்க எரிச்சி குளிர் காயலாம் நெனச்சேன் ஆனா இப்போ அது தான் என் உயிர காப்பாத்தி இருக்கா" என்று மனதிற்குள் அதிசயமாக நினைத்தார் ஜோயல்.

அதன் பிறகு குட்டி ராஜா ஒரு சிறிய படகை கொண்டு வந்து அவர்களை அழைத்து சென்றான். கப்பலின் அருகில் சென்றவுடன் மேலிருந்து கயிற்றிலான ஏணியை கீழே போட்டப்பட்டது, அதில் மூவரும் ஏறி கப்பலுக்குள் வந்த போது அந்தத் தங்கப் பெட்டி கப்பலுக்கு நடுவில் மேல் தளத்தில் வைக்கப்பட்டிருந்தது. அதை சுற்றிலும் பணியாட்கள் மற்றும் சுற்றுலா பயணிகள் வேடிக்கை பார்த்துக் கொண்டிருந்தார்கள்.

அந்தத் தங்கப் பெட்டி, காலை கதிரவனால் அனைவரின் கண்களுக்குள் மின்னியது.

இந்த வரிகளோடு அத்தியாயம் முடிக்கப்பட்டதால் மேலும் படிக்கலாம் என்று பக்கத்தைத் திருப்பினான் அடுத்த அத்தியாயம் எத்தனை பக்கங்கள் உள்ளதென்று எண்ணி பார்த்தான் அது 15 பக்கங்கள் இருந்தால் நேரத்தைப் பார்த்துவிட்டு மேலும் படிக்க மலைத்துக் கொண்டு சரி நாளைக்கு படித்துக் கொள்ளலாம் என்று முடி வைத்துவிட்டு உறங்கச் சென்றான்.

எப்படி இந்த மாதிரி எல்லாம் கத எழுதுறாங்க இதெல்லாம் கற்பனையா இருக்குமா? இல்ல உண்மையா நடந்த சம்பவத்த வைச்சி எழுதுறாங்களா? எதோ நல்ல தான் போகுது சீக்கிரமா இந்த புக்க படிச்சிட்டு அவ கிட்ட இத வச்சி ரொம்ப நேரம் பேசலாம். ஆனா அவ

முன்னாடி போனாதான் பேச்சே வர மாட்டுது" என தனக்கு தானே புலம்பிக்கொண்டே அன்று அவளைப் பார்த்ததை நினைத்து அந்தப் புத்தகத்தை நெஞ்சோரம் அனைத்த வாரு அம்மு என்ற பெயரை சொல்லிவிட்டு "காதலில் தீபம் ஒன்று ஏற்றினாலே என் நெஞ்சில்" என தம்பிக்கு எந்த ஊரு திரைப்படத்திலிருந்து இளையராஜா இசையமைத்த, எஸ்.பி.பி பாலசுப்ரமணியம் பாடிய, ரஜினிகாந்த் நடித்த பாடலை ஜீவா பாடினான்.

****

அடுத்த நாள் மாலை நேரத்தில் நூலகத்திற்கு சென்றான். அங்கு அவன் உள்ளே சென்றதும் நூலகர் அவனிடம் பேச்சுக் கொடுத்தார் "என்னபா உன் பிரண்ட் குரு இப்பல்லாம் ஆளையே காணோம்"

"அவனுக்கு உடம்பு சரியில்ல" என்று ஏதோ ஒரு காரணத்தை சொன்னான் ஜீவா.

"ஆமாம்'பா நேத்திக்கே உன் கிட்ட கேக்கணும் நெனச்சேன் இந்த புக்க படிச்சிட்டியா" என ஜீவா கையிலிருந்த புத்தகத்தை பார்த்து கேட்டார்.

"இன்னும் இல்லலன்னா, படிச்சிக்கிட்டே இருக்கேன்" என அவன் பதில் சொல்லி மறு கேள்விக் கேட்டான் "இந்த புக்க நீங்க படிச்சிருக்கிங்களா?"

அதற்கு அவர் சிரித்துக் கொண்டே "இந்த புக்க எழுதுனதே நான் தான்'பா" எனப் பெருமையாகச் சொன்னார் நூலகர்.

"என்ன? இத நீங்க தான் எழுதுனிங்களா" என கண்கள் விரித்து ஆச்சரிய புன்னகையுடன் கேட்டுவிட்டு, "உங்க பேருதான் ரங்கனா?" என வியப்புடன் கேட்டான் ஜீவா.

"ஆமாம்'பா... நானே தான்" என்று புன்னகையுடன் நூலகர் எனும் ரங்கன் சொன்னார்.

"இதோ இந்த புத்தகம் எழுதுனதுக்கு வைரமுத்து சார் கையால 10 வருஷத்துக்கு முன்னாடி வாங்குன விருது" என்று சொல்லி பள

பளக்கும் புத்தகத்துடன் பொருந்திய பேனா பதக்கத்தை கர்வத்துடன் காட்டினார் ரங்கன்.

சூப்பர்'னா, எப்படி'னா எழுதுனீங்க, இது கற்பனை கதையா? என வியப்பும், ஆர்வமும் கலந்து பாராட்டிக் கொண்டே கேட்டான். அவரும் "முழுக்க முழுக்க என்னோட கற்பன கத தான்'பா, என்னோட வெற்றிக்கு இந்த நூலகத்துல, அரசாங்க வேலையும் கிடச்சிது" என மகிழ்ச்சியுடன் சொன்னார் ரங்கன்.

"ஓ அப்படிங்களா... சூப்பர்... நான் பாதி கத தான் படிச்சேன் அதுவே நல்ல எழுதி இருக்கிங்க... முழுச படிச்சிட்டு சொல்லுறேன்" என்று புன்னகையுடன் உள்ளே சென்றான்.

மேசையில் அமர்ந்தபடி "என் மாமா ஒரு எழுத்தாளரா, என்னாமா கத எழுதுறாரு, இவ்வளவு நாள் இது தெரியாம போச்சே" என்று நினைத்துக் கொண்டே புத்தகத்தைத் திறந்தான்.

நூலகத்திற்கு சில பேர் வந்து சென்றார்கள் ஆனால் 2 மணி நேரம் ஆகியும் அவள் வரவில்லை என்று வருத்தம் கொண்டான்.

அந்த இடைப்பட்ட இரண்டு மணிநேரத்தில் மனதிற்குள் ஓடிய எண்ணங்கள் "எப்படி இவ்வளவு கற்பனையா எழுதி இருப்பாரு, உண்மையாலுமே பெரிய விஷயம் தான், இது தான் விதியோ அந்த புக்கு இதனால தான் என்ன தேர்தெடுத்து இருக்கோ, நானும் அந்தப் பொண்ணும் ஒண்ணு சேரணும்'னு, புத்தகமே பிடிக்காது என்ன போயி, அந்த புக்க எடுத்தனால சில வித்தியாசமான கனவு வர அதனால நான் அந்த புக்க எடுக்க போயி, அந்தப் பொண்ண என் முன்னாடி படிக்க வச்சி, நான் அந்த புக்க அவளுக்காக படிக்க போயி, கத இன்னும் சுவாரசியமா போக, இப்ப பாத்தா அந்த புக்க எழுதுனதே என் எதிர்கால மாமா தானா, பரவா இல்லையே விதி நம்மகிட்ட நல்லா தான் விளையாடுது, இந்த புக்குல ஜோயல் கிட்ட அந்த புக்கு விளையாண்ட மாதிரி, இந்த புக்கும் என் கூட விளையாடுதா? எனக் கேலியாக நினைத்துப் பார்த்து அந்தப் புத்தகத்தை தடவிக் கொடுத்தான். கிளம்பும் போது ரங்கனிடம் "சரி நான் போயிட்டு வரேங்க" என்றான் ஜீவா. அவள் வராததை நினைத்து வருத்தத்துடன் வீடு திரும்பினான்.

ஆனால் அன்று ஒரு வித்தியாசமான நிகழ்வு நடந்ததை நினைத்து மகிழ்ச்சி கொண்டான் "என்னா... ட்விஸ்ட்டுல, என் மாமா தான் அந்த புக்க எழுதி இருக்காருனு தெரியாம போயிடுச்சே, இல்லன்னா இதயே சாக்க வச்சு அவளுட்ட பேசி இருப்பேன், பரவாயில்ல ஒரு எழுத்தாளரா அவார்ட்லாம் வாங்கி இருக்காரு, அவார்ட் கொடுக்குற அளவுக்கு அப்படி என்ன இருக்குனு முழுசா படிச்சா தான் தெரியும்" என்று வண்டியின் கைப்பிடியை முறுக்கிய வாரு வேகமாக வீட்டிற்கு சென்றான்.

வீட்டிற்கு சென்ற போது அம்மாவும், வள்ளியும் பதட்டத்தோடும், அவனிடமிருந்து எதையோ மறைத்துக் கொண்டும் சந்தேகப்படும்படி நடந்துக்கொண்டார்கள்.

****

பிறந்தநாளா? இறந்தநாளா? நவம்பர், 30

இன்று, 29 நவம்பர்

நூலகத்திலிருந்து வீட்டிற்கு சென்றபோது அம்மாவும், வள்ளியும் பதட்டத்தோடும், அவனிடமிருந்து எதையோ மறைத்துக் கொண்டும் சந்தேகப்படும் படி நடந்துக்கொண்டார்கள்.

ஆனால் அவனுக்கு என்னவென்று தெரிந்திருந்தது தனது பிறந்தநாளுக்காக கேக்கை மறைக்கிறார்கள் என்று. "வருஷம் வருஷம் இதே தான் பண்றாங்க ஒரு சப்ரைஸ் கூட இல்ல, ஒரு வேல சப்ரைஸ்னா என்னானு கூட தெரியாது போல" என்று மனதிற்குள் நினைத்துக் கொண்டே இரவு உணவு சாப்பிட்டு விட்டு அவன் அறையின் கதவை மூடி விட்டு சத்தம் கேக்காதவாரு காதில் பஞ்சு வைத்த படி புத்தகம் படிக்கச் சென்றான்.

"மீண்டும் நிறைய புயல் காற்றுகளுக்கு அப்புறம் ஜோயல் நினைத்தது போல் அந்தமான் தீவின் துறைமுகத்திற்கு சென்று விட்டார்கள். அங்கு செல்லும்பொழுது அத்தனை பணியாட்களும், பயணிகளும் அதிர்ச்சியானார்கள்" என கதை சுவாரசியமாக சென்றதால் இரண்டு அத்தியாயம் போனதே தெரியாமல் படித்தான் ஜீவா. இரவு 9.30 மணிக்கு படிக்க ஆரம்பித்தான் 11 மணி வரை அந்த இரண்டு அத்தியாயத்தை படித்தான்.

அந்தப் புத்தகத்தில் கடைசி ஒரு அத்தியாயம் மட்டும் இருந்ததால், படித்து முடித்துவிடலாம் என்று தொடங்கினான்.

"ஜோயல் நினைத்தது போல் அந்தமான் தீவின் துறைமுகத்தை வந்தடைந்தார்கள். அந்த மர்ம தீவில் இருந்து பணம் நகைகளுடன் தப்பித்துச் சென்றான் அல்லவா. அவன் துறைமுகத்தில் 20 அடியாட்களுடன் ஜோயலுக்காகவும், கேப்டனுக்காகவும் கொலை

வெறியுடன் காத்துக் கொண்டிருந்தான். அங்கு ஒரு பெரிய போர் நடக்க போகிறது என்று எல்லோரும் பயத்தில் இருந்த நேரத்தில் ஜோயல்ராஜ் அவர்களிடம் "தனியாக போய் பேசிப் பாக்குறேன்" என்ற போது கேப்டன் ஒப்புக் கொள்ள வில்லை அப்புறம் ஜோயல் அவருக்கு தைரியம் சொல்லி "நான் பாத்துக்கிறேன்" என்று சொல்லிவிட்டு, அவர்களிடம் தனியாக சென்று "உன்னோட தங்க பெட்டி எங்க கிட்ட தான் இருக்கு உனக்கு அது வேணும்'னா நான் சொல்ற மாதிரி செய்யணும்" என்றார்.

ஜோயல் தனியாக வருவதைப் பார்த்த அந்தக் கொலைகாரன் சந்தேகத்துடன் நின்றான். பிறகு அது ஒரு தங்க பெட்டி என்றும் இப்போது அது அவர்களிடம் தான் உள்ளது என்று தெரிய வந்தவுடன் முதலில் அவனிடம் உள்ள ஆட்களை வைத்து சுலபமாக அந்த கப்பலை அழித்து விட்டு அந்தப் பெட்டியை கைப்பற்றலாம் என்று நினைத்தான் ஆனால் அப்படி என்ன அவன் கேட்க போகிறான் என்று கொஞ்சம் சந்தேகம் படும்படி கேட்டான்"சரி என்னானு சொல்லு"

"எனக்கு படகு ஓட்ட தெரியாது நீ சொல்லி கொடுத்துட்டு அப்புறம் அந்தப் பெட்டிய எடுத்துக்கோ" என்றார் ஜோயல்.

"என்ன???... படகு ஓட்ட சொல்லி தரணுமா, போட டேய்" என்று மரியாதையில்லாமல் சொல்லிவிட்டு சிரித்தான் அதைப் பார்த்த அடியாட்களும் சிரித்தார்கள். சிரித்து விட்டு "அதலாம் வேலைக்கு ஆகாது, இப்போ நீ போய் உங்க ஆளுங்கள வைச்சி அந்தப் பெட்டிய இங்க வச்சிட்டு போயிடு, உனக்கு உயிர் பிச்ச தரேன், இல்ல அதோ தெரியிதுல கப்பல், அதுல உங்க எல்லாத்தையும் சேத்து மொத்தமா எரிச்சிடுவேன்" என்று மிரட்டினான்.

அதற்கு ஜோயலின் பதில் "நீ சொல்லி தரலனா அந்தப் பெட்டி எங்க இருக்குனு என் உயிரே போனாலும் சொல்லமாட்டேன், என் மேலயும் சரி கப்பல்ல இருக்குறவங்க மேலயும் சரி ஒரு சின்ன கீரல் பட்டா கூட கடைசி வரைக்கும் உன்னால அத கண்டு பிடிக்க முடியாது" என்றார்.

உடனே அந்தக் கொலைகாரனுக்கு கோவம் பொங்கி கொண்டு வர "டேய் கிழவா ஒழுங்கா கொடுத்து'டு இல்லன்னா அவ்வளவுதான்"

என்று சொல்லி ஒரு 10 பேரை கப்பலில் சென்று தேடி பார்க்க சொன்னான். ஆனால் ஜோயல் சொல்லியது போல் கப்பலுக்குள் எந்த இடத்திலும் இல்லை.

"யோவ் கிழவா ஒழுங்கா சொல்லிடு என் பொறுமையா சோதிக்காத" என்றான்.

இம்முறை ஜோயல் சிரித்து விட்டு "அப்போ ஒழுங்கா படகு ஓட்ட சொல்லி கொடுத்துட்டு வாங்கிக்கோ"

ஏன் சமந்தமே இல்லாம படகு கத்து தர சொல்றான் இந்த கிழவன், இதில் ஏதோ சதி திட்டம் இருக்கிறது என்று நினைத்தான் பின்னர் வேற வழி இன்றி "சரி வந்து தொல" என்று கரையில் இருந்த ஒரு படகை எடுத்துக் கொண்டு கற்றுக் கொடுத்தான். "யோவ் துடுப்ப ஒழுங்காவே பிடிக்க தெரியல உனக்கு எதுக்கியா இதெல்லாம்" என்று திட்டிக் கொண்டே அவனுக்குள் இருந்த கோவ மிருகத்தை அடக்கிக் கொண்டு தெள்ளத் தெளிவாக சொல்லிக் கொடுத்தான். படகில் செல்லும் போதே ஜோயலின் கழுத்தை நெரித்து பெட்டி எங்கே இருக்கு என்று கேட்கலாம் தோன்றியது ஆனால் எங்கே ஒரு அழுத்தில் அந்த கிழவன் உயிர் இழந்துவிட்டால் அப்புறம் அந்த பெட்டியை கண்டே பிடிக்க முடியாது என்று நிதானமாக இருந்தான். கடலுக்கு போகும் போது அந்தப் படகை கொலைகாரன் துடுப்பு போட்டு ஓட்டிச் சென்றான் திரும்பி கரைக்கு வரும் போது ஜோயல் துடுப்பு போட்டுக் கொண்டே வந்தார்.

கரைக்கு வந்த கொலைகாரன் பொறுமை தாங்க முடியாமல் ஜோயலை கொலை செய்து விடுவான் என்று எல்லோரும் எதிர்பார்த்தார்கள் ஆனால் அந்தக் கொலைகாரன் அடியாட்களை போக சொல்லிவிட்டு, அந்த தங்கப் பெட்டிய நீங்களே வச்சுக்கோங்க, நீங்கள் சொன்ன மாதிரி கொள்ளை அடிச்ச பணத்தெல்லாம் அவங்க வீட்டுலயே போய் சேத்துடுறேன், உங்களுட்ட அப்படி நடந்ததுக்கு என்ன மன்னிச்சிடுங்க என்று ஏதோ மாயம் செய்தது போல முழுவதுமாக மாறிய நல்ல மனிதன் போல் ஜோயலிடம் பேசினான் அந்தக் கொலைகாரன். அப்படி அந்த இரண்டு மணி நேரத்தில் என்ன நடந்தது?... ஜோயலுக்கு படகு தானே கற்று கொடுக்கச் சென்றான்.

அதற்கு காரணம் ஜோயல் அந்தக் கொலைகாரனிடம் ஏதோ ஒன்றை கொடுத்ததால் தான்.

****

அது என்னவென்று மேலும் மிக ஆர்வமாக படிக்க நினைத்த ஜீவாவுக்கு,

30 நவம்பர்,

சரியாக நள்ளிரவு 12 மணி அளவில் ஜீவாவின் தொலைபேசிக்கு அவனின் நண்பர்கள் ஒவ்வொருவராக அழைத்து ஜீவாவுக்கு பிறந்தநாள் வாழ்த்துக்கள் சொன்னார்கள். ஆனால் குருவிடமிருந்து இன்னும் அழைப்பு வரவில்லை என்று காத்துக் கொண்டிருக்கையில், அதற்குள் அவனுக்கு ஒன்று தோன்றியது "என்ன மணி 12க்கு மேல ஆச்சு அம்மா இன்னும் கூப்புடாம இருக்காங்க லைட்டு மட்டும் எரிஞ்சுகிட்டு இருக்கு" என்று அவன் அறைக்குள் மூடப்பட்டிருந்த கதவின் துவாரங்கள் வழியே வெளிச்சம் வந்ததை வைத்து மனதிற்குள் எண்ணமிட்டான். அதற்கு மேல் புத்தகத்தை படிக்காமல் கட்டிலின் ஓரம் மூடி வைத்துவிட்டு கதவை திறந்துப் பார்த்தான். அப்போது அந்தப் புத்தகம் கட்டிலிருந்து நழுவி கீழே விழுந்துவிட்டது.

அந்த புத்தகத்தை கண்டு கொள்ளாமல் ஹாலில் ஒரு சிறிய நாற்காலியில் வைக்கப்பட்ட சாக்லேட் கேக் இருந்தது அதை சிறு பார்வையிட்டான் அதில் "ஹாப்பி பர்த்டே ஜீவா" என்று ஆங்கிலத்தில் எழுதப் பட்டிருந்தது. அவன் வீட்டின் வாசல் கதவு திறந்திருந்ததை கண்டு சிறிது புன்னகையுடன் "அம்மா, வள்ளி" என்று மெதுவாக கூப்பிட்டு விட்டு "எங்கேயோ ஒளிஞ்சி இருக்கீங்க சீக்கிரம் வெளிய வாங்க ஏமாத்துனது போதும்" எனக் கேலியாக அழைத்துப் பார்த்து விட்டு எல்லா அறைகளிலும் தேடிப் பார்த்தான்.

மறுக்குரல் வராததால் சிறிது பதட்டமானான். மீண்டும் "அம்மா, ஏய் வள்ளி" என்று வேகமாக அழைத்துக் கொண்டு வாசலின் கதவைத் தாண்டி வெளியேச் சென்றான். அப்பொழுது குருவிடம் இருந்து அழைப்பு வர அழைப்பை ஏற்று காதில் வைத்த போது ஒரு அதிர்ச்சி

சம்பவத்தைக் கண்டதால் அந்த அழைப்பை முழுமையாக பேசாமல் போனை கீழே போட்டு விட்டான்.

மெதுவாக நடந்து வந்த அவனின் பாதங்கள் கடற்கரையைப் பார்த்ததும், வேகமாக கடற்கரையை நோக்கி ஓடினான் ஏனென்றால் அம்மாவை போல ஒரு உருவத்தையும் தங்கையை போல ஒரு உருவத்தையும் யாரோ இரண்டு முரடர்கள் படகில் வலுக்கட்டாயமாக ஏற்றுவது போல் அவனுக்குத் தெரிந்தது.

அவன் கடல்கரையின் அருகில் செல்ல செல்ல அவன் ஓடி வந்த வேகமும் குறைந்தது ஏனென்றால் அவன் அம்மாவிற்கு படகில் இருந்து ஒருவன் கைக் கொடுக்க அம்மாவும் அவன் கையை பிடித்து ஏறினாள். அடுத்ததாக வள்ளியும் கூடவே ஏறினாள், பிறகு அந்த மோட்டார் படகு கடலுக்குள் சீறிப்பாய்ந்து வேகமாக சென்றது.

ஜீவாவுக்கு "யார் அவனுங்க, எதுக்கு, என்ன ஆச்சு, ஏன் இப்படிலாம் நடக்குது, கடத்திட்டு போறாங்களா, இல்ல எங்க அம்மா என்னைய விட்டுட்டு போறாங்களா, ஒரு வேல வந்தவங்க வசியம் மருந்து போட்டு ஆச்சிட்டு போராங்களா ஒன்னுமே புரியவில்லையே" என பித்து பிடிக்கும் அளவிற்கு நிறைய கேள்விகள் அவன் மனதில் எழுந்தது.

வெகு நேரமாக அந்தப் படகு அவன் கண்ணை விட்டு மறையும் வரை மன உடைச்சலுடன் தொண்டை அடைத்துக் கொண்டு வர "அம்மா, வள்ளி" என கத்தினான்.

முக்கால் வாசி வளர்ந்திருந்த நிலா வெளிச்சத்தில் அவன் பின்னால் இருந்து புகைச்சலாக வந்துக் கொண்டிருந்தது.

திடுக்கென்று திரும்பிப் பார்த்தான் அவன் வீட்டு பக்கம் ஏதோ எரிந்துக் கொண்டிருந்தது. அதைக் கண்டு பின், காலில் உள்ள மணல்கள் அவன் தலையில் விழும் படி வேகமாக ஓடத் தொடங்கினான்.

நேராக அவன் வீட்டின் முன் நின்றான் அவன் கண்களுக்குள் எதிரொளியாக அவனின் அழகான சிறிய வீடு கொழுந்து விட்டு ஜோதிப் பிளம்பாய் எரிந்துக் கொண்டிருந்தது.

இதயம் பலமாக அடித்துக் கொள்ளும் அளவிற்கு அவன் வீட்டின் முன் இருந்த வாளித் தண்ணீரை எடுத்து வீட்டின் உள் பக்கம் வீசினான் கை நழுவிக் கொண்டு வாளித் தண்ணீருடன் உள்ளேச் சென்று விழுந்தது.

அங்கும் இங்கும் ஓடினான் என்ன செய்வது என்று தெரியாமல் திக்கி திணறி நின்றான். வீட்டின் முன் மண்டியிட்டு படி கடற்கரையை ஒரு தடவைப் பார்த்த போது அவனை அறியாமல் கண்களில் கண்ணீர் கொட்டியது மூச்சு வலுவானது, கண்கள் இருளாகி மயக்கத்தில் வெட்டப்பட்ட வேப்ப மரத்திற்கு அருகில் விழுந்தான்.

அடுத்த நிமிடமே ஒரு அதிசயம் தோன்றியது அது விதியோ, இயற்கையின் சக்தியோ தெரியவில்லை திடிரென்று கரு மேகங்கள் சூழ்ந்து பலத்த கன மழை பெய்தது.

அவன் மயக்கத்தில் விழுந்த அடுத்த வினாடியே மழை பெய்ததால் அதே மழை, அவன் மயக்கத்திற்கு விடுதலைக் கொடுத்து எழ வைத்தது. அவன் எழும்போது கடைசியாக வீட்டின் மேல் கூரை ஓரம் எரிந்துக் கொண்டிருந்த சிறிய நெருப்பை, மழை நீர் அணைக்கும் காட்சியைப் பார்த்தான்.

வீட்டுக்குள் வேகமாக எழுந்து உள்ளே சென்று அரைகுறை இருட்டில் எதையோ தேடிக் கொண்டிருக்கையில் அவன் வீட்டின் மேல் கூரை உள்ளே மடமடவென சரிந்து உள்ளே விழுந்தது. கூரை விழும் பொழுது அவன் அறையில் உள்ள கட்டிலின் அடியில் கன நொடியில் ஒளிந்துக் கொண்டான். எந்த சத்தமும் இல்லாததால் மெல்ல மெல்ல வீட்டைவிட்டு வெளியே வந்து, மீண்டும் கடற்கரையில் ஓரம் நிறைய படகுகள் நின்று கொண்டிருந்ததைப் பார்த்தான். அவனுக்கொரு யோசனைத் தோன்றியது.

அப்போது சிறு தூரலூடன் மழை நின்றது.

"இதுல ஒரு படகு எடுத்துக்கிட்டு, அந்தப் படகு போன பக்கம் போகலாம் என்று கடற்கரை ஓரமாக படகை எடுக்க ஓடினான். நிறைய மோட்டார் கட்டுமற படகுகள் சங்கிலி போட்டு பூட்டப்பட்டிருந்தது. வேறு படகை தேடி மெல்ல மெல்ல பார்த்துக் கொண்டே போனான். ஒரு படகு மட்டும் துடுப்புடன் இருந்தது.

படகில் கட்டிருந்த கயிற்றை அவிழ்க்க முயற்சித் தான், அப்பொழுது கடலிலிருந்து கடற்கரைக்கு ஒரு மோட்டார் கட்டுமர படகு வேகமாக வந்துக் கொண்டிருந்தது. அதைக் கண்டு ஜீவா அதே படகுக்குள்ளே உட்கார்ந்துக் கொண்டான்.

அந்த மோட்டார் படகை கரையிலே நிறுத்திவிட்டு முரட்டு மேனிக்கொண்ட ஆண் ஒருவர் இறங்கி கடற்கரை ஓரமாக இருந்த வீட்டின் பக்கம் சென்றான். ஜீவாவும் இதான் வாய்ப்பு என்று அந்த மோட்டார் படகை திருட யோசனை செய்தான்.

வேகமாக ஓடி சென்று அந்த முரடன் வந்த படகில் ஏறிக்கொண்டு சாவியுடன் இருந்ததை பார்த்துவிட்டு மோட்டாரின் கயிறை இழுத்து இழுத்துப் பார்த்தான். முதலில் இயங்கவில்லை மூன்றாவது முறை இழுக்கும் பொழுது மோட்டர் படகு மெல்ல நகர ஆரம்பித்தது.

வாழ்க்கையில் படகு சவாரி கூட செய்ததில்லை இப்பொழுது தன்னந்தனியாக கடலுக்குள் செல்வதை நினைத்து பதட்டத்துடன் ஒவ்வொரு அலையாக கடந்து முன்னோக்கி செல்ல, அலைகள் அவனை பின்னோக்கித் தள்ளியது. குடும்பத்தை காப்பாற்றும் நோக்கில் மேலும் வேகத்தை அதிகப்படுத்தி சென்றான்.

அப்பொழுது கடற்கரையில் இருந்து "அடேய் அடேய்" என பலமாக ஒரு குரல் கேட்டது.

அந்தச் சத்தம் அலைகளுக்கு நடுவே மெல்ல அவன் காதில் கேட்டது. குரல் வந்த பக்கம் திரும்பி பார்த்த போது கடற்கரையில் இருந்து மற்றொரு துடுப்பு படகை எடுத்துக்கொண்டு ஒரு முரடன் கோபத்துடன் துரத்துவது போல் தோன்றியது.

"அய்யய்யோ போனவன் திரும்பி வந்துட்டான்" என்று அந்த முரடன் படகின் சொந்தகாரனாக இருப்பான் என நினைத்து அவரைக் கண்டு கொள்ளாமல் அடுத்து வரும் பெரிய அலையை நோக்கி வேகமாக ஏறி சென்று விடலாம் என்று நினைத்தான்.

மீண்டும் அந்த முரடன் "ஜீவா" என இடி முழங்கும் சத்தத்துடன் அவனை அழைத்தான்.

ஜீவாவும் திடுக்கென்று "யாராக இருக்கும்" என்று ஆவலாக திரும்பிப் பார்த்தான். ஆனால் அதற்குள் முன்னே வந்த பெரிய அலை அவன் படகை கவிழ்ப்பது போல் செய்தது. ஜீவாவும் அந்த பதட்டத்தில் கடலுக்குள் தவறி விழுந்தான்.

கன நொடியில் அவனுக்கு என்ன நடந்தது என்று தெரியவில்லை. கடலுக்குள் சென்று மீண்டும் ஒரு பனை ஓலை மட்டை போல் மிதந்து வெளியே வந்தான். படகு இன்னும் கவிழாமல் இருப்பதைக் கண்டு படகை நோக்கி செல்லலாம் என்று நினைத்து ஒரு நீச்சல் தெரியாத கரப்பான் பூச்சி போல் தண்ணீரின் மேல் தத்தளித்தான்.

வெளி நீச்சல் அடிக்க, கடலின் ஆழம் அவனுக்கு வெகு நேரம் தரவில்லை. சினிமாவில் காண்பிப்பது போல் சாதாரண கண்களுக்கு கடலுக்குள் பார்வைத் தெரியும் என்று நினைத்து விழிகளை விரித்து பார்த்தும், பார்வை தெரியவில்லை. பின்பு கடல் ஆழம் அவனை மெல்ல மெல்ல விழுங்க ஆரம்பித்தது. கைகளையும், கால்களையும் இடைவேளையின்றி அங்கும் மிங்கும் வேகமாக அசைவுக் கொடுத்து நீச்சல் அடித்து மேலே வருவதற்கு முயற்சித்தான் ஆனால் முயற்சி பலிக்கவில்லை.

திக்கு முக்காடி திணறினான் ஜீவா, அவன் படித்த புத்தகத்தில் வந்த அதிசயம் போல எதாவது கயிறு வந்தால் பிடித்துக் கொள்ளலாம் என்று அரை நொடி பொழுதில் சிந்தனை வந்து மறைந்து சென்றது. ஆனால் அதற்குமேலும் அவன் உடல் எடை ஒரு நொடி கூட தாமதிக்காமல் கடலின் உள்ளே சென்றது, பதட்டத்தால் மூச்சி விட வழியின்றி தண்ணீரை குடிக்க ஆரம்பித்தான். இதயம் பழைய ரயிலின் என்ஜின் போல "டப் டப் டப் டப்" என வேகமாக அடித்துக்கொண்டது. இறந்துவிட்டாய் என்று அவனின் மூலை உறுதியாக அவன் காதில் தண்ணீரின் மூலம் அழுத்திய படி சொன்னது. உடல் அசைவு மெல்ல மெல்ல குறைந்து, உணர்வு இழந்தது போல் கண்கள் மெல்ல மூடிய படி மயங்கினான்.

அவன் கண்கள் நீண்ட நேரம் இருளாகியது......

****

பல கேள்விகள்

அவன் கண்கள் நீண்ட நேரம் இருளாகியது.......

பிறகு அவன் வயிற்றில் ஏதோ அழுத்தம் வந்து வந்துச் சென்றது போல உணர்ந்தான். சற்று நேரத்தில் வாயிலிருந்து கடல் தண்ணீரை கக்கினான் ஜீவா.

உப்புத் தண்ணீரில் ஊறிப்போன விழிகளால் மெதுவாக இமைகளைத் திறந்தான். சற்றுத் தெளிவான இரவு வானம் தெரிந்தது மறுபடியும் இமைகளில் இருந்த சில நீர் துளிகள் அவன் கண்ணில் விழுந்து மீண்டும் பார்வையை மங்கச் செய்தது. திடீரென்று நினைவு வந்தது போல் எழுந்து உட்கார்ந்து கண்களை துடைத்து விட்டு கடற்கரையைப் பார்த்தான்.

அவன் முன்னால், எங்கு கூப்பிட்டாலும் வரமால் பல காரணங்கள் சொல்லும் அவன் நண்பனாகிய "குரு" அந்த நள்ளிரவில் பதட்டத்துடன் நின்றுக் கொண்டிருந்தான்.

குருக்கு அருகில் வெள்ளையும் கருப்பும் கலந்த வண்ணத்தில் ஒரு ஆண் குதிரை கம்பீரமாக நின்றுக் கொண்டிருந்தது. அதன் கயிற்றை பிடித்தபடி நூலகம் அருகில் உள்ள பெருமாள் கோவிலில் ஜீவாவைக் கண்டாலே புன்னகையுடன் இரண்டு கரண்டி பொங்கல் கூடுதலாக வைக்கும் "ஐயர்" சோகத்துடன் நின்றுக் கொண்டிருந்தார்.

ஐயருக்கு அருகில் ஜீவாவின் சிறுவயதில் துரத்தி விளையாடிய ஆதவனின் நண்பனான "தேவா", ஜீவாவை காப்பாற்றி விட்டு, அவன் எழுந்தவுடன் கீழே கிடந்த ஒரு பெரியவரின் உடலை மடியில் வைத்து மனம் உருக சோகத்துடன் பார்த்துக்கொண்டிருந்தான்.

தேவாவின் மடியில் கிடந்தவர் அவனின் தந்தையான, "குரு தாத்தாவின்" கத்தியால் குத்தப்பட்ட உயிரற்ற சடலம்...

ஜீவாவின் மனம் கன நொடியில் பல கேள்விகளை தன்னைத் தானே கேட்டுக்கொண்டன... "அச்சச்சோ இந்த தாத்தா எப்படி இறந்தாரு, அந்த அண்ணே இந்த தாத்தாவுக்கு தெரிஞ்சவரா இருப்பாரோ என்று தேவாவை அடையாளம் தெரியாதது போல் பார்த்துவிட்டு, இந்த ஐயர் குதிரையோட இங்க என்ன பண்றாரு, குரு எப்படி இங்க வந்தான், இங்க என்ன தான் நடக்குது, என் அம்மாவும் தங்கச்சியும் எங்க?" என மனதிற்குள் நினைத்தான்.

இவை அனைத்தும் ஒன்றாக சேர்ந்து அவனை அந்த நொடியில் பைத்தியக்காரனாக மாற்ற வைத்தது.

****

கற்பகம், வள்ளி

29 நவம்பர், இரவு 11.45 மணி அளவில்

ஜீவா தலைகாணியின் பஞ்சை காதில் வைத்தபடி படித்துக் கொண்டு இருக்கும் போது,

ஜீவா பிறந்தநாளுகாக அம்மா கேக்கில் மெழுகுவர்த்தி ஏற்றுவதற்கு வள்ளியை சமையலறைக்குச் சென்று தீப்பெட்டியை எடுத்து வரச் சொன்னாள். வள்ளியும் சென்று தீப்பெட்டியை தேடிக் கொண்டிருக்க, அப்பொழுது ஆண் குரலில் "கற்பகம்" என்று யாரோ கதவை தட்டி அழைத்தார்.

முதலில் அது பிரம்மையாக இருக்கும் என்று அந்த நள்ளிரவு நேரத்தில் சத்தம் வந்த கதவு பக்கம் சென்று அமைதியாக இருந்தாள். மீண்டும் அந்தக் குரல் கேட்டது "கற்பகம்" என்று. அப்படியே அதிர்ச்சியாக நின்றாள், அந்தக் குரலை பல முறை அவள் காதில் கேட்டது போல் இருந்ததால் தைரியமாகவும், ஆர்வமாகவும் கதவின் தாழ்பாளை மெதுவாக தள்ளி, கதவை உள் பக்கமாக இருகைகளால் திறந்து ஒரு பெருமூச்சு இழுத்து விட்ட நிலையில் சிலையானாள். அரை நொடிகளில் கண்களில் ஊற்று நீர் போல் பொங்கி கண்ணீராய் வடிந்தது. உதடு விம்மியது, தொண்டையை அடித்துக் கொண்டு வந்தது, உள்ளே விடும் பெரு மூச்சு நெஞ்ஜோரம் தெரிந்தது.

அந்த நள்ளிரவில் அவளின் ஆதவனை கண்டாள்.

தனது கணவன் இறந்ததை புகைப்படமாக இல்லத்தில் வைத்திருந்தாலும், தனது இதய இல்லத்தில் இடைவிடாமல் அவரை குடிவைத்திருந்தாள். பல நாட்கள் கன்னியாகுமரி கடலோரத்தில் உதிக்கின்ற ஆதவனை பார்க்க மறந்திருபாள் ஆனால் 15 வருடமாக அவளுடைய ஆதவனின் புகைப்படத்தை ஒருநாளும் பார்க்காமல் இருக்க மாட்டாள்.

ஆதவனின் முக அமைப்பு சிறிதளவு கூட மாறவில்லை ஆனால் சில ரத்தக் காயங்களுடன் சட்டை கிழிந்த நிலையில் வலியை தாங்கிக் கொண்டு அன்பு மற்றும் பதட்டம் நிறைந்த கண்களுடன் நின்றுக் கொண்டிருந்தான் ஆதவன்.

ஆதவன் "பேச நேரமில்லை, என்னுடன் வா" என்று சொல்லிவிட்டு வலது கையை நீட்டினான்.

"ஏன் என்ன ஆச்சு, இத்தன நாளா எங்க இருந்திங்க, ஏன் என்ன பார்க்க வரல" என கழுத்து வரைக்கும் வார்த்தைகள் பொங்கிக் கொண்டு வர அதைக் கேட்காமல் தன்னையும் தன் பிள்ளைகளையும் மறந்து அவன் கை பிடித்து அவனுடன் சென்றாள்.

வள்ளி தீப்பெட்டியை எடுத்துக் கொண்டு வந்த பிறகு அம்மாவை காணவில்லை என்பதையும், கதவு திறந்திருந்ததை கண்டு சத்தமின்றி வெளியே சென்றாள்.

20 அடி தூரத்தில் யாரோ அம்மாவை வேக நடை போட்டுகொண்டு இழுத்துச் செல்வதை பார்த்துவிட்டு ஜீவாவிடம் சொல்லாமலே பின் தொடர்ந்தாள்.

வள்ளி பின் தொடரும் போது பின்னால் ஒருவன் திடீரென்று வந்து "வாமா" என்றதும் பயந்து போனாள்.

"அண்ணா என் அம்மாவ யாரோ கடத்திட்டு போறாங்க" என பதட்டத்துடன் உதவிக் கேட்டாள்.

அவனும் சிரித்துவிட்டு "அவரு உங்க அப்பா தான் வள்ளி" என்றான் தேவா.

"எங்க அப்பாவா" என ஆச்சரியமாக வள்ளி கேட்க,

"அதோ உங்க அம்மாவ ஆச்சிட்டு போறாங்கல அவருதான் உன் அப்பா" என மீண்டும் ஆள் காட்டி விரலால் ஆதவனை காட்டி சொன்னான்.

வள்ளி மனதிற்குள் இவனும் அவன் கூட வந்தவனாக இருக்குமென்று சிறு தைரியத்துடன் "என்ன... அது என் அப்பாவா?,

நல்லா கத சொல்லுறியே, இத போய் ஏதாச்சும் குழந்தைகிட்ட போய் சொல்லு, புள்ள பிடிக்கிறவன் தானே நீ, ஒழுங்கா போயிடு, என் அண்ண வீட்டுல தான் இருக்கான் வந்தானா உன்ன பொளந்துக் கட்டிடுவான்" என மிரட்டினாள்.

தேவாவுக்கு உடனே கன்னத்தில் அடித்தது போல இருந்தது "நான் திருடன் இல்லமா, நிஜமாவே அவரு உங்க அப்பாதான் வள்ளி" என்றான்.

"நான் உன்ன எப்படி நம்புறது, நீ யாருன்னு தெரியல நீயும் அவனும் சேர்ந்து என்னையும் எங்க அம்மாவையும் கடத்த பாக்குறீங்களா" என கோபத்துடன் கேட்டுக் கொண்டே பின்னால் நடக்க ஆரம்பித்தாள்.

"இப்படி ஒரு சூழ்நிலையில் யாராக இருந்தாலும் இப்படித்தான் புரிந்து கொள்வார்கள்" என்று வள்ளியின் நிலைமையை புரிந்து கொள்வது போல் "இதற்கு மேலும் வள்ளிக்கு விளக்குவதற்கு நேரமில்லை" என்பதை தேவா நினைத்துக் கொண்டு வலுக்கட்டாயமாக வள்ளியின் கையை பிடித்து இழுத்து கொண்டே "அவன் உன் அப்பா தான், நம்பலனா வந்து பாரு" என்று சொல்லி வேக நடையுடன் போனான்.

"டேய் விடுடா என்ன, டேய் விட போறியா இல்லையா" என உள்ளே பயம் இருந்தாலும் வெளியே மிரட்டிய படியே கோபத்துடன் தேவா இழுத்த இழுப்புக்கு போனாள்.

படகுக்கு அருகில் சென்றதும் "அம்மா அம்மா" என்று வள்ளியின் அலறலை கேட்டு கற்பகம் தெளிந்தது போல் "வள்ளி நீ மட்டும் தான் வந்தியா" என பதட்டத்துடன் கேட்க.

"நான் எங்க வந்தேன், இவன் தான் இழுத்துட்டு வந்தான்" என்று கோபத்துடன் சொன்னாள், அப்படி சொன்னதும் தேவாவின் முகம் சுருங்கியது. "இவரு என் அப்பாவாம் ஏதோ ஏதோ சொல்லுறான் இவன்" என தேவாவை மரியாதை இல்லாமல் பேசினாள் வள்ளி.

தேவா அதையெல்லாம் கண்டுக்கொள்ளாமல் அவன் அங்கும் இங்கும் சுற்றிப் பார்த்துவிட்டு "டேய் ஆதேவா சீக்கிரமா இவங்கள ஆச்சிட்டு போகணும்'டா" என அவசரப் படுத்தினான் தேவா.

ஆதவன் படகில் பாய்ந்து குதித்து கற்பகத்திற்கு கை கொடுத்தான் கற்பகமும் புன்னகையுடன் ஆதவனின் கதையை பிடித்து ஏறினாள்.

வள்ளி ஆச்சரியமாக பார்த்துவிட்டு "மாவ் யார்'மா இந்த ஆளு" என சகிப்புத் தன்மையுடன் கேட்டாள்.

அம்மா சிறு கோபத்துடன் "உன் அப்பா தான்டி" என அதட்டினாள் அம்மா.

ஆதவனும் "வள்ளி" என்று ஆசையாக அழைத்தான்.

அந்த இரவு நேரத்தில் ஆதவனின் முகம் சரியாக தெரியாததால் "மாவ் இவரு அப்பா இல்லமா" என்றாள்.

தேவா பொறுமையை இழந்து படகு குள்ளிருந்த ஒரு டார்ச் லைட்டை எடுத்து ஆதவாவின் முகத்தில் அடித்தான். ஆதவன் கண்கள் கூச, விழிகளை மூடி மூடித் திறந்தான்.

வீட்டிலிருந்த புகைப்படத்தில் உள்ள தனது அப்பவின் முகம் ஞாபகம் வந்தது வள்ளிக்கு, "கன்னங்கள் பெரிதாகவும் கண்கள் சிறிதாகவும் மீசையும் தாடியுடன் இருந்தது".

அந்த வெளிச்சத்தில் தனது அப்பாவை பார்த்த வள்ளிக்கு பேச்சி வராமல் உடல் சிலிர்த்தது உள்ளம் பொங்கியது அ... ப்... பா... என்று மெதுவாக உச்சரித்தாள். இருந்தாலும் மீண்டும் சிறு சந்தேத்துடன் "நீங்க என் அப்பாவா" என்று ஆதவனிடமே கேட்டாள்.

"ஆமாம் வள்ளி" என பாசத்துடன் உள்ளம் பொங்கிய நிலையில் ஆதவன் சொல்ல,

அதற்கு தேவா "அய்யோ இன்னுமா உனக்கு சந்தேகமா இருக்கு" என்று டார்ச் லைட்டை படகு குள்ளே போட்டு விட்டு வள்ளியை படகில் ஏற சொன்னான் "எம்மா சாமி, சீக்கிரமா ஏறு" என்று சிறு கேலியாக கும்பிடு போட்டு சொன்னான்.

"நீ யாரு? எங்க போறதுக்கு ஏற சொல்ற?" என தேவாவிடம் கோபமாக கேட்டாள்.

ஆதவன் அதற்கு "வாமா வள்ளி போற வழியில சொல்றேன்" என சொல்லிவிட்டு வள்ளிக்கு கை கொடுத்தான் வள்ளியும் தயக்கத்துடன் அவரின் கையை பிடித்து ஏறினாள்.

30 நவம்பர், நேரம் நள்ளிரவு 12.15...

அப்போதுதான் ஜீவா வீட்டிலிருந்து கடற்கரை பக்கம் ஓடி வரும்போது வள்ளி படகில் ஏறுவதை பார்த்து விட்டு மெதுவாக நடக்கத் தொடங்கினான்.

ஆனால் கற்பகம் மட்டும், ஆதவன் வள்ளியிடம் பேசும் பொழுது மட்டுமே வள்ளியையும், ஆதவனையும் மாறி மாறி சிறு பார்வை இட்டாள். மற்ற நேரங்களில் ஆதவனையே கண்ணிமைக்காமல் தன்னையே மறந்து "இது உண்மை தானா" என பார்த்துக் கொண்டிருந்தாள்.

மூன்று பேரும் ஏறிய பிறகு, தேவாவும் ஏறி என்ஜின் மோட்டாரில் ஓயரை இழுத்தான். அப்பொழுது வள்ளிக்கு ஞாபகம் வந்தது "மாவ ஜீவா வீட்டுலயே இருக்காளே".

அதற்கு தேவா "தெரியும் வள்ளி, இதுல நாலு பேர் தான் போக முடியும் நானும் உங்க அப்பாவும் திரும்பி வந்து அவன ஆச்சிகிட்டு வருவோம்" அதற்கு வள்ளி "ஏன் நீ கரையிலயே இருந்துகிட்டு ஜீவாவ அனுப்பி வைக்கலாம்'ல" என்று வள்ளியுடன் வாக்குவாதங்களோடு படகை வேகமாக கடலுக்குள் செலுத்தினான் தேவா.

அந்த இரவு வேளையில் ஜீவா ஓடி வந்ததால் அவனை யாரும் பார்க்க வில்லை, போகும் படகை பார்த்து பல கேள்விகளுடன் நின்று கொண்டிருந்தான் ஜீவா.

திரும்பி வரும் போது தேவா மட்டும் படகில் வந்தான். ஒரு கப்பலில் கற்பகத்தையும், வள்ளியையும் விட்டுவிட்டு, தேவாவுடன் ஆதவன் கிளம்பும்போது "நான் ஜீவாவ கூட்டிட்டு வரேன், நீ இவங்க கூடயே இரு" என்று ஆதவனிடம் சொல்லிவிட்டு வந்தான்.

ஐந்து நிமிடங்கள் கன மழை வந்து செல்ல, தேவா படகை கரைக்கு வேகமாக ஓட்டிச் சென்றான், அங்கு எரிந்து முடிந்து

புகைச்சல் வந்துக்கொண்டிருந்த ஜீவாவின் வீட்டை நோக்கி வேக நடை போட்டுக் கொண்டு சென்றான் தேவா.

ஜீவாவை அங்கு தேடி விட்டு இல்லை என்றதும் பதட்டத்துடன் மீண்டும் கடற்கரைக்கு அவனைத் தேடி வந்த போது, தேவா வந்த மோட்டார் படகை திருடிக் கொண்டு ஜீவா போவதை பார்த்து விட்டு மற்றொரு துடுப்புப் படகை எடுத்துக் கொண்டு "ஜீவா" என கத்திய படி அவனைத் தொடர்ந்துச் சென்றான் தேவா.

அப்போது பெரிய அலை அவனின் படகை கவிழ்க்க, கடலில் உயிருக்கு போராடிய ஜீவாவை கடலுக்குள் குதித்து காப்பாற்றினான் தேவா.

****

சந்திப்பு

நவம்பர், 2000 ஆம் ஆண்டில்

ஆதவன் தனது நண்பனாகிய தேவாவை கடலில் தொலைத்ததால் குரு தாத்தா அவனை அடித்து விரட்ட, குடும்பத்துடன் ரயிலில் சென்னைக்கு சென்ற போது திருடர்கள் அவனை வலுக்கட்டாயமாக தள்ளிவிட்டு, அவன் தூர்வாரப்படாத ஏரியில் விழுந்து சிறு காயங்களுடன் உயிர் தப்பினான் ஆதவன்.

உயிர் தப்பிய அடுத்த வினாடிகளிலே ஒரு அடிகுழாயில் சேருகளை கழுவி விட்டு, ரயில் சென்ற திசை பக்கம் இரண்டு மணி நேரமாக அந்த இரவில் ரயில் பாதையிலே நடந்தே சென்றான் எப்போதும் இந்த ரயில் பாதையில் 15 நிமிடத்திற்கு ஒரு ரயில் செல்லும் ஆனால் இப்போது இரண்டு மணி நேரமாக ஆதவன் செல்லும் போது எந்த ஒரு ரயிலும் அந்தப் பாதையில் வர வில்லை ஏன் என்றால் ரயில்களின் சேவை நிறுத்தப்பட்டிருந்தது. கடைசியாக அவன் குடும்பம் சென்ற அந்த ரயிலையும் கண்டு பிடித்துவிட்டான் அங்கிருந்த நிகழ்வை கண்ட பிறகு கண்களில் நீர் வத்தி போகும் வரை அழுதான், மூச்சி வலுவாக வந்தது, 10 ஆணிகளை ஒன்றாக அவன் இதயத்தில் இறக்கியது போல் இருந்தது.

காரணம் ஆதவாவின் குடும்பத்தை சேர்த்து மொத்தம் 156 பேருடன் பயணம் செய்த அந்த ரயில், பாதையிலிருந்து விலகி தடம் புரண்டு கவிழ்ந்து கிடந்தது. ஆனால் ஆதவனுக்கு தெரியாது அதிஷ்டவசமாக தன் குடும்பம் தப்பியது என்று.

ஆதவன் எப்படி தன் குடும்பத்திற்காக ரயிலைத் தொடர்ந்து போனானோ, அதே போல் கற்பகமும் ஜீவாவையும், வள்ளியையும் அழைத்துக்கொண்டு ரயிலின் அடுத்த நிறுத்தம் இடத்திலே இறங்கிவிட்டாள். ஆதவன் விழுந்த இடத்தைத் தேடி ஆட்டோவில் வந்தும், போலீஸில் கம்ப்ளைன்ட் கொடுத்தும், பல நாட்கள் அங்கு தேடிப் பார்த்தும், அந்த அடர்ந்த காடுக்குள் கண்டுபிடிக்க முடியாததால் ஆதவன் இறந்து விட்டதாக பல பேர் சொல்லியும் கற்பகம் மனதிற்குள் அப்படியெல்லாம் ஒன்று இருக்காது என்று நினைத்துக் கொண்டிருந்தாள்.

ஆனால் கற்பகத்தின் அப்பா, ஆதவன் இறந்துவிட்டான் என்று சொல்லி அவளையும் விதவைக் கோலத்தில் நிறுத்தினார். வீட்டிலும் ஆதவனின் புகைப்படம் தொங்க விடப்பட்டது.

ஆதவனுக்கு பல நாட்கள் தன் குடும்பத்தையும், தன் தோழனையும் "நானே கொன்று விட்டேன்" என்று நினைத்து குற்ற உணர்ச்சியில் மன வேதனையுடன் இருந்தான், பல முறை தற்கொலை செய்து கொள்ளலாம் என்று கூட தோன்றும் ஆனால் அதை விட்டு மீண்டு வர சென்னைக்கே சென்று அவனின் பணி வேலையைச் செய்து கொண்டு பல அனாதை இல்லத்திற்கும், முதியோர் இல்லத்திற்கும் உதவி செய்து பாவத்தை கழித்துக் கொள்வதாக நினைத்தான்.

கன்னியாகுமரியை தவிர தமிழ் நாட்டில் உள்ள அனைத்து மாவட்டகளுக்கும் சென்று உதவி செய்வான். ஏதோ உள்ளம் உருத்த 15 வருடத்திற்கு பிறகு 2015-ல் நவம்பர் மாதம் 7-ம் தேதி அன்று கன்னியாகுமரிக்கு வந்தான் ஆதவன்.

ஆதவன் அன்று இரவு அவன் பழைய வீட்டை பார்க்க கடற்கரைப் பக்கம் சென்றான். அப்போது ஆதவன் எதிரே ஒரு இளைஞன் இரு சக்கர வண்டியில் வந்து கரையின் ஓரமிருந்த சாலை பக்கம் வண்டியை நிறுத்திவிட்டு கடற்கரைக்குச் சென்றான். அந்த இளைஞன் யார் என்று நேயர்களுக்குத் தெரிந்திருக்க வாய்ப்பிருக்கிறது அவன் தான் ஜீவா. ஆனால் அது ஆதவனுக்கு தெரிய வாய்ப்பில்லை, ஏனென்றால் 15 வருடம் ஆகியும் ஜீவா குழந்தையாகவா இருப்பான். சுருட்டை முடியும், கொஞ்சம் கருப்பாகவும், நன்றாக உயரம் வளர்ந்திருந்தான்.

ஜீவா நேராகச் சென்று கடற்கரையில் அவன் பாதங்களை அலைகள் தொடும் படி வருத்தத்தில் ஆழ்ந்திருந்தான், வண்டிக்கும் அவனுக்கும் கிட்ட தட்ட 800 அடி தூரம் இருக்கும்.

அப்போது பிரசவ வலியுடன் ஒரு பெண்ணை அவளின் கணவன் தூக்கிக் கொண்டு வர பின்னால் அவளின் அம்மாவும் ஓடி வந்து சாலையோரம் ஆட்டோவுக்காக காத்துக் கொண்டிருந்தார்கள். அருகில் ஆதவன் இதை போகும் வழியில் பார்த்து விட்டு நின்றான், அப்போது ஒரு ஆட்டோ வர அந்த பிரசவ பெண்ணும், அவளின் அம்மாவும் ஆட்டோவில் ஏறினார்கள். அதில் அந்தக் கணவனுக்கு இடம் இல்லாததால் ஆட்டோ ஓட்டுனரை பார்த்துவிட்டு அவருடன் உட்காரலாம் என்று நினைத்தான் ஆனால் தன் மனைவி மேலே உள்ள பாசத்தால் ஓட்டுனருடன் உட்கார்ந்தால் அவர் ஆட்டோவை ஒழுங்காக ஓட்ட முடியாது, தன்னால் அவளுக்கு ஏதாவது ஆகிவிடக் கூடும் என்று "அத்த நீங்க முன்னாடி ஆச்சிக்கிட்டு போங்க நான் எப்படியாவது வந்துடுறேன்" என பதட்டமாக சொன்னான். ஆட்டோவும் புகை அடித்த படி கிளம்பியது.

அந்த கணவன் சுற்றும் முற்றும் பார்க்கும் போது ஆதவன் ஜீவாவின் வண்டியின் அருகில் நின்றதால், அந்தக் கணவன் "அண்ணா என் பொண்டாட்டிக்கு பிரசவ வலி'ண்ணா கொஞ்சம் கவர்மென்ட்

ஹாஸ்பிடல் வரைக்கும் வந்து விடுறீங்களா" என மிகவும் பாவமாகக் கேட்டுக் கொண்டான்.

ஆதவனுக்கு பல பழைய நினைவுகள் கன நொடியில் அவன் மூலை நரம்புக்குள் வெடிக்க, ஒரு முறை கூட யோசிக்க வில்லை ஜீவா நிறுத்திய வண்டியிடம் சென்று ஜீவாவை அழைத்தான் "தம்பி தம்பி" என வேகமாக கத்தினான், ஜீவா அலைகளுக்கு அருகில் இருந்ததால் சத்தம் என்னவோ அவன் காதில் தெளிவாக கேட்கவில்லை, எதிர்ச்சியாக வண்டியில் சாவியுடன் இருந்ததை கண்டான் ஆதவன்.

வேறு வழியின்றி அந்தக் கணவனை வண்டியில் அவசரமாக ஏறச் சொல்லி நேராக அரசு மருத்துவமனைக்கு வேகமாகச் சென்றான்.

அந்தப் பெண்ணிற்கு ஆண் குழந்தை ஒன்று பிறக்க, அங்கு பணிபுரியும் செவிலியர் அந்தக் கணவனிடம் குழந்தையை கொடுத்தாள். அப்பொழுது வரை ஆதவன் அந்த மருத்துவமனையில் தான் இருந்தான்.

குழந்தையை பார்த்த பிறகு ஆதவனுக்கும் கண் கலங்கியது, கண்ணீரைத் துடைக்கும் பொழுது நேராக ஐந்தாவது அறையின் வெளியே ஜீவா நின்றதை பார்த்தான் "இந்தப் பையனோட வண்டிய தானே எடுத்துட்டு வந்தோம்" என மனதில் நினைத்துவிட்டு சாவியை கொடுக்க சென்ற போது மீண்டும் திரும்பிவிட்டான் "எங்கு அவன் வண்டியை திருடி விட்டதாக சொல்லுவான்" என்று வெளியே அவன் வரும் வரை அவன் வண்டிக்கு அருகில் காத்திருந்தான் ஆதவன்.

ஜீவாவும் வெளியே வரும் பொழுது வண்டியை கண்டு பிடித்தான், தன் மகன் என்று தெரியாமல் சந்தித்து தூரமிருந்து ஜீவாவை பார்த்துவிட்டு சாவியை கீழே வைத்து விட்டு சுவரின் வழியாக மறைந்து விட்டான் ஆதவன்.

பிறகு என்ன நினைத்தானோ தெரியவில்லை அடுத்த ஒரு 10 நாட்களாக அவனின் பழைய வீட்டுப் பக்கம் செல்லாமல் கன்னியாகுமரியில் இருந்த அனாதை இல்லத்திற்கும், முதியோர் இல்லத்திற்கும் சென்று உதவி செய்தான் ஆதவன்.

பின்னர் அந்த 10 நாட்கள் கழித்து நவம்பர் 27 ஆம் தேதி அன்று இரவு சூறைக்காற்றுடன், கன மழை பெய்தது, அப்போது தான் ஜீவா, குடும்பத்துடன் பகவதி அம்மன் கோவிலின் மண்டபத்தில் தங்கிய போது மரம் அவன் மீது விழ இருந்த நேரத்தில் ஜீவா என்று தெரியாமல் அவனின் தந்தை காப்பாற்றினார்.

அடுத்த 28-ம் தேதி அன்று அதிகாலையில் மீண்டும் கடற்கரை பக்கம் பழைய வீட்டைத் தேடி வந்தான் ஆதவன். அப்போது ஒரு எதிர்பாராத உயிர் நண்பனின் சந்திப்பு.

****

15 வருடத்திற்கு முன்பு அன்று ஆதவன் தேவாவை விட்டுவிட்டு கடற்கரைக்கு சென்ற பிறகு தேவா அப்போது ஒரு பெரிய மீன் வலையில் சிக்கிக் கொண்டான். அந்த புயல் மழை நேரத்தில் பல படகுகள் கரையை நோக்கி போக, சில படகுகள் மட்டும் கரையிலிருந்து வெகு தூரத்தில் நிறைய கப்பல்கள் நின்ற பக்கம் சென்றது.

அதில் ஒரு படகில், மீனவனின் வலையில் மாட்டிக் கொண்டு தலையில் அடிப்பட்டிருந்தது தேவாவுக்கு, அந்த மீனவனும் அவனைக் காப்பாற்றி ஒரு கப்பலுக்கு அழைத்துச் சென்று விட்டான். அங்கிருந்தவர்கள் தேவாவுக்கு சில நாட்கள் சிகிச்சை கொடுத்த போது அவன் சுய நினைவோடு இல்லை. அவன் விழிக்கும் போது கப்பலும் வேறு ஒரு தீவில் இருந்தது. ஆனால் அவனுக்கு பழைய நினைவு வருவதற்கு ஒரு வருட காலம் ஆகிவிட்டது.

ஒரு முக்கியமான காரணத்திற்காக வருடத்திற்கு ஒரு முறை கன்னியாகுமரிக்கு வந்து செல்வான் தேவா. அப்படி வந்து செல்லும் போக்கில் 2015-ல் நவம்பர் மாதம் 27-ம் தேதி அன்று கன்னியாகுமரிக்கு வந்தான் தேவா. அன்று இரவு சூறைக்காற்றுடன் கன மழை பெய்தது, மக்கள் எல்லாம் பகவதி அம்மன் கோவிலுக்கு ஓடினார்கள்.

அடுத்த நாள் 28-ம் தேதி அதிகாலை தேவா கடற்கரையில் அவனின் மோட்டார் படகின் மூலம் கடலுக்கு செல்லலாம் நினைத்தான். அப்பொழுது படகின் மோட்டார் பழுதடைந்ததால் கடற்கரை பக்கமிருந்த தெருக்களில் புகுந்தான் தேவா.

அப்போது தான் ஆதவன் அவனைப் பார்த்தான். அவன் கண்களால் நம்பவே முடியவில்லை கண்களை கசக்கி பார்த்து, இது கனவா என்று கூட யோசித்தான். 15 வருடங்கள் ஆனாலும் தேவாவின் முக வடிவம் மாறவில்லை.

"இன்னும் உயிரோடு தான் இருக்கிறானா, இல்ல வேற யாரோவ?" என சந்தேகம் கொண்டு தேவாவை பின் தொடர்ந்தான்.

தேவாவும் பெருமாள் கோவில் அருகிலிருந்து ஒரு வீட்டுக்குள் செல்வதைப் பார்த்துவிட்டு அவன் வெளியே வரும் வரை காத்துக் கொண்டிருந்தான்.

சில மணி நேரம் கழித்து தேவா வெளியே வருவதை பார்த்துவிட்டு அவனின் பின்னால் மெதுவாக நடந்துச் சென்றான் ஆனால் அதற்குள் தேவா வேக நடை போட்டுக்கொண்டு கடற்கரை பக்கம் செல்வதை பார்த்த ஆதவன், அவன் வேகத்திற்கு ஈடு கொடுப்பது போல் வேகமாக சென்று அவன் தோளில் மீது கை வைக்க, பயந்து போய் திரும்பி பார்த்தான் தேவா. அப்போது தான் இரு நண்பர்களும் சந்தித்துக் கொண்டார்கள்.

சற்று நேரம் முகத்தை உற்றுப் பார்த்துவிட்டு "ஆதவா?" என தேவா ஆனந்த புன்னகையுடன் பேச்சே வராமல் நின்றான்,

"தேவா?" என ஆதவன் சொல்லி இருவரும் ஆனந்த கண்ணீரில் ஒருவரை ஒருவர் பார்த்துவிட்டு கட்டி தழுவிக் கொண்டார்கள்.

"டேய் தேவா? நீ இத்தன நாளா உயிரோடவா இருந்த? அன்னைக்கு உன்ன கடல்ல தொலைச்சதுல இருந்து இன்னைய வரைக்கும் என்னால சரியா தூங்க முடியல'டா, என்ன மன்னிச்சுடுடா, உன்ன கொஞ்ச நேரம் தேடி இருக்கணும்" என கண்ணீர் பொங்க பேசினான் ஆதவன்.

"டேய் நீயும் இத்தன வருஷமா இறந்து போயிட்டதா எல்லாரும் சொன்னாங்க" என தேவா சொல்ல,

அப்போது கடலில் தூரமிருந்த ஒரு கப்பல் ஒலி எழுப்பிய படி புறப்பட்டது.

"சரி சரி இப்ப என் கூட வா கப்பலுக்கு நேரமாச்சு, போற வழியில சொல்றேன்" என்று ஆதவனை கையோடு அழைத்துச் சென்றான்.

படகு மூலமாக கப்பலுக்குச் சென்று, ஆதவனும் தேவாவும் அங்கிருந்து அவசரமாக இலங்கைக்குப் புறப்பட்டார்கள்.

அவர்கள் சென்ற கப்பலும் கன்னியாகுமரியை விட்டு 30 கிலோமீட்டர் கடந்து, இலங்கையை நோக்கிச் சென்று கொண்டிருந்தது.

அந்த நள்ளிரவில் அரை நிலா கடலில் விழுந்து உடைந்து தண்ணீரோடு சேர்ந்து ஜொலித்துக் கொண்டிருந்தது.

அந்த சிறிய வெளிச்சத்தில் கப்பலுக்கு வெளியே நின்று காற்று வாங்கிக்கொண்டே இரு நண்பர்களும் சுவாரசியமாக அவர்களின் பல வருட கதையை பரிமாறிக் கொண்டார்கள்.

தேவா அவன் தப்பித்த கதையை ஆதவனிடம் சொல்லிக் கொண்டிருந்தான்.

"அப்புறம் ஒரு வருஷம் கழிச்சு தான் இங்க வந்தியா, இப்ப எல்லாம் ஞாபகம் இருக்கா உனக்கு" என்று ஆதவன் ஆச்சரியத்துடன் கேட்டான்.

"இப்பயெல்லாம் ஞாபகம் இருக்குடா, தலையில அடிப்பட்டதுனால அப்போதான் ஒரு வருஷமா எனக்கு எதுவுமே ஞாபகம் இல்ல, இப்போ பரவா இல்ல" என்றான் தேவா.

தேவா ஆதவனிடம் ஒரு ஆச்சரியமூட்டும் கேள்வியை கேட்டான்.

"என்னடா... கற்பகம், ஜீவா, வள்ளி எல்லாம் எப்படி இருக்காங்கன்னு பாத்தியா???" என ஆர்வமாக தேவா கேட்க,

சற்று நேரம் அமைதியாக இருந்துவிட்டு "என்ன மன்னிச்சிடு'டா எப்படி சொல்லுறதுனே தெரியல, அங்கெல்லாம் 15 வருஷத்துக்கு முன்னாடி ஒரு ஆக்சிடென்ட்ல இறந்து போய்ட்டாங்கடா" என்று சொல்லி கண்களில் கண்ணீர் ததும்பி வழிய பேசினான் ஆதவன்.

"நீ என்னடா உளறுற? உனக்கு என்ன ஆச்சு? நான் தான் பழச மறந்தேன், திரும்பி ஞாபகம் வர ஒரு வருஷம் ஆச்சி... நீ என்ன 15 வருஷமா கோமால இருந்தியா என்ன" சிறு கோபமாக தேவா கேட்டான்.

"தேவா அன்னைக்கு நீ கடல்ல தொலைஞ்சு போன பிறகு உங்க அப்பாவுக்கு பயந்துட்டு நான் குடும்பத்தோட சென்னைக்கு கிளம்புனே அப்போ நாலு திருட்டு பயலுங்க என்ன ரயில்ல இருந்து தள்ளிவிட்டானுங்க ஆனா நான் பொழச்சிக்கிட்டேன்... நான் மறுபடியும் அந்த ரயில் போன பக்கமே போய் பார்த்தேன். ரயில்ல இருந்த எல்லாம் பெட்டியும் கவுந்து கிடந்தது அதுலதாண்டா என் குடும்பத்தையும் இழந்தேன். இந்த விஷயம் உனக்கு தெரியாதா" என்று கண்ணீரைத் துடைத்து விட்டு சோகம் கலந்தக் குரலில் மிகவும் ஆர்வமாகக் கேட்டான் ஆதவன்.

"நீ அப்போ அந்த திருட்டு பசங்களுக்கு தான் நன்றி சொல்லணும்" தேவா சிரித்துக் கொண்டு சொல்ல,

"டேய் அவங்களுக்கு ஏன்டா நன்றி சொல்லணும் உனக்கென்ன பைத்தியம் புடிச்சிடுச்சா, என்ன அப்படியே விட்டுருந்தா அவங்க கூட சேர்ந்து செத்து போயிருப்பேன்" என கோபமாக கேட்க,

"டேய் நீ இத்தன வருஷமா எங்கடா இருந்த?... அப்போ நீ உன் குடும்பத்த இத்தன வருஷமா பாக்கலையா, அவங்கெல்லாம் உன் வீட்டுல தான்'டா இருக்காங்க" என்று வியப்புடன் சொன்னான் தேவா.

"எ... எ... என்... என்னடா சொல்ற" என திக்கிக்கொண்டு, கண்களை வேகமாக சிமிட்டியபடி தேவாவின் அருகில் சென்று, அவ்... வங்க... அவங்க உயிரோட தான் இருக்காங்களா, உண்மையாதான் சொல்லுறியாடா!?..... என தொண்டை அடைத்துக் கொண்டு தேம்பியபடி இரு கைகளினால் தேவாவின் தோள் பட்டையை உலுக்கிய படி கேட்டான்.

ஆதவன் இன்னும் அவன் குடும்பத்தை பார்க்காததை நினைத்து மன வருத்தம் கொண்டான் தேவா. இதற்கு மேலும் அவனை ஒரு நொடி கூட காக்க வைக்கக் கூடாது என்று "இருடா வந்துடுறேன்" என்று சொல்லிவிட்டு தேவா கப்பல் குள் சென்றான்.

தேவா வரும்பொழுது சோகமாக வந்துச் சொன்னான் "டேய் இந்த கப்பல் இப்போ இலங்கைக்கு போகுது அங்க சில சரக்குகள இறக்கி வச்சிட்டு, திரும்பியும் நாளைக்கு நைட்டு தான் கன்னியாகுமரிக்கு போகுமாண்டா" ஆதவன் அதற்கு பதில் கொடுக்க வரும் பொழுது, தேவாவுக்கு திடிரென்று ஒரு யோசனை தோன்ற "டேய் வேணும்'ன நம்ம இப்பயே உன் குடும்பத்த பாக்க படகுல போலாமா" என ஆர்வமாக கேட்டான்.

தனக்காக எடுக்கும் முயற்சியை நினைத்து ஆதவன் மனதில் பொங்கி வந்த அவன் குடும்ப பாசத்தை அடக்கிக் கொண்டு, எங்கு படகில் செல்லும் பொழுது கவிழ்ந்துவிட்டால் மீண்டும் தேவாவை போல ஒரு நல்ல நண்பனை தொலைத்து விட தயாராக இல்லை என்று மனதிற்குள் நினைத்தபடி "டேய் டேய் விடுடா பாத்துக்கலாம் அங்க தானே இருக்காங்க, அதான் நாளைக்கு நைட்டு கப்பல் போகுதுல பாத்துக்கலாம்" என்று சாதாரணமாக புன்னகைத்த படி சொன்னான்.

இருவரும் மனம் விட்டு பல வருடம் நடந்த கதைகளை பேசிக்கொண்டார்கள்.

****

சரியாக நவம்பர் 29-ம் தேதி அன்று இரவு 10 மணி அளவில் கன்னியாகுமரி கடற்கரையை வந்து அடைந்தார்கள்.

அன்று இரவு தான் ஜீவாவுக்கு பிறந்தநாள் கொண்டாடுவதற்காக கற்பகமும் வள்ளியும் அவனுக்கு தெரியாமல் கேக தயார் செய்தார்கள்.

"டேய் ஆதவா உன் வீட்டுல போய் பாரு அவங்க மூணு பேருமே அங்க தான் இருக்காங்க" என்று சொல்லி வழி அனுப்பினான்.

"நீ எங்கடா போற" என்று ஆதவன் கேட்க,

"நம்ம கோபால் வீடு இங்க தாண்டா இருக்கு அவன தான் பாக்க போறேன்" என்று ஆதவனின் முதுகில் தட்டிக் கொடுத்து விட்டு, அவன் வீட்டுக்கு போக சொன்னான் "சரி நீ போய் பாரு" என்றான் தேவா.

"அவன் இங்கதான் இருக்கானா சரி நா இன்னொரு நாளைக்கு பாக்க வரேன்னு சொல்லு" என்று சொல்லிவிட்டு ஆதவன் அவன் வீட்டை நோக்கிச் சென்றான்.

இங்குதான் சிறு தவறு நடந்தது. தேவா அவன் வீடு என்று குறிப்பிட்டது கற்பகத்தின் அப்பாவின் வீடு, ஆனால் ஆதவன் செல்வதோ அவனின் சொந்த வீடான பழுது போன வீட்டின் பக்கம்.

அவன் வீடு பழுது போயிருக்கும் என்று ஆதவனுக்கு தெரியாது, ஏன் என்றால் இத்தனை வருட காலம் கற்பகம் அந்த வீட்டை அழகாக வைத்திருப்பாள் என்று கற்பனையுடன் அவன் வீட்டை நோக்கி ஆர்வமாக சென்றான். தன்னை கற்பகம் பார்க்கும் போது என்ன நினைப்பாளோ, ஜீவா என்ன நினைப்பான், வள்ளி என்ன நினைப்பாள் என்று அதைப் பற்றி யோசித்துக் கொண்டே போனான்.

ஆதவாவின் பழைய வீடு

ஆதவனும் அந்த இரவு நேரத்தில் அவன் வீட்டை நோக்கி ஆர்வமாக சென்றான், பகல் நேரமாக இருந்திருந்தால் தூரம் இருந்து பார்க்கும் பொழுதே அந்த வீடு பழுதடைந்ததை தெரிந்து கொள்ளலாம் ஆனால் அந்த இரவில் அவன் அருகில் செல்ல செல்ல தான் அந்த வீடு பழுதடைந்திருந்தது நன்றாக தெரிந்தது.

கூரைகள் இடிந்து விழுந்த நிலையில், ஆங்காங்கே செடி கொடிகள் வளர்ந்து இருந்தது, விரிசல் விட்ட சுவர்களில் அங்கு விளையாடும் சிறு குழந்தைகளின் கிறுக்கிய ஓவியங்கள் இருந்தது, சாராய பாட்டில்கள், பிளாஸ்டிக் கவர்கள் என பல குப்பைகளாக கிடந்தது இதை அத்தனையும் தேவா கொடுத்த டார்ச் லைட் மூலமாக சோக கண்களால் பார்த்தான் ஆதவன்.

"தேவா பொய் சொன்னானோ" என சந்தேகத்துடன் யோசிக்கையில் வீட்டுக்கு வெளியே இருந்து "டேய் வாடா வெளிய" என்று ஒரு ஆவேசக் குரல் கேட்டது.

ஆதவனும் வெளியே டார்ச் லைட் மூலமாக பார்த்தான். குரு தாத்தா கையில் ஒரு கத்தியுடன் நின்று கொண்டிருந்தார்.

"வாடா வா எல்லாருமே நீ ரயில்ல விழுந்து செத்துப் போயிட்டதா சொன்னாங்க ஆனா உன் உடம்பு கிடைக்காதனால நான் நம்பல, என் பையன் என்னடா துரோகம் செஞ்சான், அவன அநியாயமா கடல்ல தள்ளி கொன்னுட்டியேடா பாவி" என்று மூச்சு விடாமல் மிரட்டிய குரலில் பேசினார் குரு தாத்தா. "இவரு இன்னும் என்ன நம்பல" என வலியுடன் சேர்ந்த புன்னகையுடன் குரு தாத்தாவை பார்த்தான் ஆதவன்.

****

"ஜீவரத்தினம்" என்னும் அவன் முழுப் பெயரை சொல்லிவிட்டு கிளம்பியபோது குரு தாத்தா அன்று ஜீவாவை கொல்ல நினைத்தார்.

அன்று முதல் கடற்கரை பக்கமே வரவில்லை, ஊருக்குள் இருந்த அத்தனை வீடுகளையும் சில நாட்கள் பார்வையால் பரிசோதனை செய்தார்.

கடைசியாக ஜீவாவின் வீட்டையும் கண்டு பிடித்தார். நவம்பர் 27-ம் தேதி அன்று மதிய வேலையில், பூட்டு போட்டிருந்த வீட்டில் சரியாக மூடாமலிருந்த ஜன்னல் வழியாக எட்டிப் பார்த்தார் அங்கு ஆதவனின் புகைப்படம் மாலை போட்டு தொங்கவிடப்பட்டிருந்தது.

"இதுதான் அந்த பாவியோட வீடா, செத்துட்டதா போட்டோ போட்டு ஊர ஏமாத்திக்கிட்டு இருக்கானா" என்று யோசனையில் அன்று மாலை வரை ஜீவா வரவேற்புக்கு காத்துக் கொண்டிருந்தார்.

அப்போது ஜீவா அவன் அம்மாவை வண்டியில் அழைத்து வந்தான். அப்பொழுது ஜீவாவை பார்த்து முறைத்துக் கொண்டிருந்தார். அன்று மாலை தான் சிறு மழைத்துளிகளோடு கன மழை பெய்ய ஆரம்பித்தது குரு தாத்தாவும் "இவன் வீடு இங்க தானே இருக்கு,

இரவு அவன் கதையை முடித்து விடலாம்" என்று நினைத்து விட்டு அவரின் வீட்டுக்கு சென்றார்.

இன்று இரவே அவனை கொல்லலாம் என்று நினைத்து அந்த கன மழையில் கோனி சாக்கு தலையில் அணிந்து கொண்டு ஜீவாவின் வீட்டுக்கு வந்து, பழி உணர்ச்சியில் கதவை பலவந்தமாக திறக்க முயற்சித்தார் கையை தாழ்ப்பாளில் தடவிய போது வீட்டின் வெளியே பூட்டப்பட்டிருந்தது. அப்போது ஜீவா உட்பட அம்மாவும், வள்ளியும் அன்று இரவு பகவதி அம்மன் கோவிலின் மண்டபத்திற்கு பாதுகாப்புக்காக சென்றுவிட்டார்கள்.

எல்லோரும் அந்தக் கோவிலின் மண்டபத்திற்கு தான் போயிருப்பார்கள் என நினைத்து "அந்தக் கூட்டத்தில் அவனை கொல்லலாம்" என்று திட்டம் போட்டார்.

அந்தக் கோவில் மண்டபத்திற்கு சென்று, மின்னல் வந்து வந்து செல்லும் வெளிச்சத்தில் வயதான கழுகு உணவின்றி வேட்டைக்கு பார்ப்பது போல் அவனைத் தேடினார்.

"அண்ணா கொஞ்சம் உள்ள தள்ளி நில்லுங்க" என்று ஒரு குரல் வந்தது. அது யார் என்று குரு தாத்தா பார்க்க ஜீவாவை போல தெரிந்தவுடன் அந்தக் கூட்டத்தில் இடித்துக் கொண்டு அவன் அருகில் சென்று அவர் கைப்பையில் வைத்திருந்த கத்தியை எடுத்து அவன் வயிற்றில் குத்தப் போனார்.

அப்பொழுதுதான் ஜீவாவின் கால் வழுக்கி மண்டபத்திற்கு வெளியே விழுந்தான். கூட்ட நெரிசலில் குரு தாத்தாவின் கையில் இருந்த கத்தியும் நழுவி மண்டபத்திற்குள் எங்கோ கீழே விழுந்து விட்டது, ... திடிரென்று மேல பார்த்தார் அங்கு மின்னல் வேர் போல வானத்தில் தோன்றியது அந்த வெளிச்சத்தில் காற்றில் தென்னை மரம் வேகமாக ஆடியதை கண்டார்.

அவ்வப்போது "மட மட" வென தென்னை மரம் முறித்துக் கொண்டு ஜீவா மீது சாய "நான் உன்ன விட்டாலும் அந்தக் கடவுள் உன்ன விடமாட்டாரு" என்று அந்த மரம் ஜீவா மீது விழும் வரை காத்துக் கொண்டிருந்தார் குரு தாத்தா.

அப்பொழுது ஒரு முரட்டான ஆள் ஜீவாவை அங்கிருந்து இழுத்து மண்டபத்திற்குள் ஏற்றினான்.

குரு தாத்தாவின் முகம் இன்னும் கோபமாகியது "ச்சே தப்பிச்சிட்டான்" என்று அந்தக் கூட்டத்திலே வாய்விட்டு சொன்னார்.

காப்பாற்றியது யார் என்று உற்றுப் பார்த்தார் அந்த முகம் தெரிந்த முகம் போல இருந்தது. அந்த முகத்தை தெளிவாகப் பார்க்க முயற்சித்தார் அது முடியவில்லை, சற்று நேரத்தில் அந்த முரடன் அந்தக் கூட்டத்தை விட்டு மழை பெய்து கொண்டிருக்கும் பொழுதே அந்த மண்டபத்தை விட்டு வெளியேறினான் அவனைத் தொடர்ந்து குரு தாத்தாவும் ஆவலாக பின் தொடர்ந்தார்.

பின்னர் தாத்தாவின் கண்ணை விட்டு அந்த முரடன் மறைந்தான், சிறிது நேரம் மழைக்கு ஒரு கூரை வீட்டு பக்கம் விடியும் வரை நின்று விட்டு, கடற்கரை பக்கம் சென்றார்.

அப்போது அதிகாலை வேலையில் கடற்கரையின் தூரத்தில் ஜீவாவின் வீட்டில் புகைப்படத்தில் பார்த்த ஆதவனை உயிருடன் கண்டார். "இந்த உலகத்த ஏமாத்தலாம் ஆனா என்ன ஏமாத்த முடியாது" என அடிவயிரிலிருந்து கோபம் கழுத்து வரைக்கும் நெருக்கிக் கொண்டு வந்தது பல வருஷ பகையை தீர்த்துக் கொள்ள அவனை நோக்கி வேகமாக ஓடினார் ஆனால் அதற்குள் அவன் வேறு ஒருவனுடன் படகில் சென்றான். அதாவது தேவா என்ற அவரின் மகனுடன் சென்றான், அப்போது தேவாவின் முகத்தை குரு தாத்தா சரியாக பார்க்க வில்லை.

"ஆதவன் எப்படியும் அவன் மகனை பார்க்க இங்கு தான் வர வேண்டும்" என்று அவரின் முழு கவனமும் ஆதவாவின் பக்கம் திரும்பியது, அதற்காகவே கடற்கரையிலே கொலை வெறியுடன் காத்துக் கொண்டிருந்தார் குரு தாத்தா.

நவம்பர் 29-ம் தேதி, இரவு 10 மணி அளவில்,

ஜீவாவின் வீட்டை விட்டு ஒரு 20 அடி தூரத்தில் காத்துக்கொண்டிருந்தார் குரு தாத்தா. ஜன்னல் வழியாக ஜீவாவை

சிறு பார்வையிட்ட போது ஏதோ புத்தகம் வைத்து படித்துக் கொண்டிருந்தான்.

அந்த இரவில் படகு மூலமாக ஆதவனும், தேவாவும் இறங்கி, ஆதவன் மட்டும் அவன் பழைய வீட்டை நோக்கி போவதை பார்த்தார் குரு தாத்தா. ஆனால் அவர் கண்ணுக்கு தூரமாக வேறு ஒரு திசைபக்கம் சென்ற அவரின் புதல்வனான தேவாவை சரியாக அடையாளம் தெரியவில்லை. தேவா என்று தெரிந்திருந்தால் அவன் பக்கம் தான் சென்று இருப்பார்.

அதன் பிறகு ஆதவனும் பழைய வீட்டுக்கு வந்த போது அவனை பின் தொடர்ந்து "டேய் வாடா வெளியே" என்று ஆவேசமாக குரு தாத்தா நின்றார்.

குரு தாத்தா "துரோகி" என்றதும் ஆதவன் வலியுடன் சேர்ந்த புன்னகையில் மனம் உடைந்து அவரைப் பார்த்தான்.

பிறகு வாய் விட்டு உங்க பையன் உயிரோட தான் இருக்கான் என்று ஆதவன் சொல்ல நினைக்கும் போது, குரு தாத்தாவிற்கு பின்னால் இருந்து மற்றொரு குரல் வந்தது "யோவ் பெருசே கொஞ்சம் அந்தாண்ட போறியா" என்ற குரல் வந்த பக்கம் அங்கு ஆதவன் டார்ச் லைட் மூலமாக பார்த்த போது, மூன்று காட்டெருமை போல் உருவம் கொண்ட மனிதர்கள் கையில் உருட்டு கட்டைகளுடன் நின்றார்கள்.

"யோவ் அவன நாங்க தான் கொல்லணும்" என சொல்லி வேகமாக சென்று ஆதவாவை பேசவிடாமல் கீழே தள்ளிவிட்டு பலமாக காலாலும், உருட்டுக் கட்டையாலும் அடித்தார்கள். "யார்ரா நீங்க எல்லாம், எதுக்குடா அடிக்கிறீங்க" என்று வலி தாங்காமல் ஆதவன் எதிர்த்து அடிப்பதற்கு கையிலிருந்த டார்ச் லைட்டை அங்கும் இங்கும் வேகமாக ஆட்டினான்.

ஆதவன் அடி வாங்குவதை குரு தாத்தா கண்டு மகிழ்ந்தார் "என் பையன் இறந்தது எனக்கு எவ்வளவு வலி இருக்கும், இதலாம் சின்ன வலிதானே இத கூட உன்னால தாங்க முடியாதா" என்று சொல்லி அவன் அடி வாங்குவதை ரசித்துப் பார்த்துக் கொண்டிருந்தார்.

அப்போது சில நிமிடங்களிலே ஒரு குதிரை கனைத்துக் கொண்டே வந்தது ஆதவனின் பழைய வீட்டை நெருங்கியவுடன் குதிரையிலிருந்து ஒருவன் தாவி குதித்து அவன் கையில் இருந்த ஒரு நீளமான கட்டையை வைத்து சக்கரம் சுற்றுவது போல் சுழற்றிக் கொண்டே அந்த மூன்று பேரையும் கண்ணிமைக்கும் நேரத்தில் தாக்கி விட்டு ஆதவனை குதிரையில் ஏற்றிக்கொண்டு கனநொடியில் கிளம்பினான்.

குரு தாத்தாவிற்கு சற்று நேரத்தில் என்ன நடந்தது என்று தெளிவாக புரியவில்லை, ஏதோ ஒரு குதிரை சத்தம் மட்டும் அவர் காதில் கேட்டது, எவனோ ஒருவன் ஒரு நீண்ட கட்டையை வைத்து அந்த மூன்று பேரையும் சக்கரம் போல சுழற்றி அடித்தான், ஆதவனை குதிரையில் ஏற்றிக் கொண்டு புறப்பட்டான் என்று கொஞ்ச கொஞ்சமாக தான் அவருக்கு புரிய வந்தது.

மயங்கிய ஆதவனை தண்ணீர் தெளித்து தேவா எழுப்பினான். அப்போது குதிரையை பிடித்துக் கொண்டிருந்த ஐயர் "அவனுங்கெல்லாம் திரும்ப வரதுக்குள்ள நீங்க சீக்கிரமா போயிடுங்கடா" என்று கோபால் ஐயர் சொல்ல,

சிறு ரத்த காயங்களுடன் சட்டை கிழிந்த நிலையில் எழுந்து நின்றான் ஆதவன் "யார் அவனுங்க, என்ன ஏன்டா அடிக்கிறாங்க" என்று வலியுடன் கேட்க.

"எனக்கு தெரிஞ்சி அது அவனோட வேலையா தான் இருக்கும், சரி நான் அத அப்புறம் சொல்றேன்";... "நான் ஒரு முட்டாள், நான் சரியா சொல்லாம விட்டுட்டேன், அவங்க எல்லாம் உன் மாமனாரோட வீல்ல இருக்காங்கடா நீ போய் கற்பகத்தையும், பசங்களையும் ஆச்சிட்டு வந்துடு" என்று பதட்டமாகச் சொன்னான் தேவா.

ஆதவனும் கடற்கரையின் தண்ணீரில் முகத்தை கழுவி விட்டு மெல்ல நடையுடன் தொடங்கி வேகமாக கற்பகத்தின் வீட்டை நோக்கி ஓடினான். நவம்பர் 30 ஆம் தேதி, அந்த நள்ளிரவு 12 மணி அளவில் ஜீவாவின் பிறந்தநாள் அன்று கற்பகத்தின் வீட்டுக்கு வெளியே விரைந்து வந்துவிட்டு மெதுவாக "கற்பகம்" என்று கதவை தட்டினான் ஆதவன்.

காதில் பஞ்சி வைத்தபடி படித்துக் கொண்டிருந்த ஜீவாவுக்கு வெளியே நடந்த எந்த சத்தமும் கேட்கவில்லை, சமையலறை பக்கம் ஜன்னல் கதவு திறந்து இருந்ததால் கடல் அலைகளின் சத்தத்தால் வள்ளிக்கும் எதுவும் கேட்கவில்லை.

கற்பகத்தை பல வருடம் கழித்து அளவில்லா அன்புடன் பார்த்த பொழுது வள்ளியையும், ஜீவாவையும் மறந்து, அவளை மட்டும் அழைத்துச் சென்றான் ஆதவன்.

****

அத்தியாயம் 20

தேவா, கோபால்

ஒரு முக்கியமான காரணத்திற்காக வருடத்திற்கு ஒரு முறை கன்னியாகுமரிக்கு வந்து செல்வான் தேவா. அப்படி வந்து செல்லும் போக்கில் 2015-ல் நவம்பர் மாதம் 27-ம் தேதி அன்று கன்னியாகுமரிக்கு வந்தான். அன்று இரவு சூறைக்காற்றுடன் கன மழை பெய்தது, அன்று தான் எல்லோரும் பாதுகாப்புக்காக பகவதி அம்மன் கோவிலுக்கு சென்றார்கள்.

அடுத்த நாள் 28-ம் தேதி அதிகாலையில் தேவா கடற்கரையில் ஒரு மோட்டார் படகின் மூலம் கடலுக்குச் செல்லலாம் நினைத்தான்.

அப்பொழுது படகின் மோட்டார் பழுதடைந்ததால் கடற்கரை பக்கமிருந்த தெருக்களில் புகுந்தான் தேவா. அப்போது தான் ஆதவன் அவனின் பழைய வீட்டை பார்க்க வந்த போது எதிர்பாராத சந்திப்பில் தேவாவை போல ஒருவனை பார்த்துவிட்டு சந்தேகத்தில் அவனை பின் தொடர்ந்தான்.

பிறகு தேவா பெருமாள் கோவிலின் அருகிலிருந்த ஒரு வீட்டுக்குள் செல்வதை பார்த்துவிட்டு "உண்மையாலுமே அது தேவா தானா" என்று அவன் வெளியே வரும் வரை காத்துக் கொண்டிருந்தான் ஆதவன்.

காலை 7 மணி அளவில் யாராவது தன்னைப் பார்க்கிறார்களா என்று மறைந்து மறைந்து ஒரு பெருமாள் கோவிலின் அருகிலிருந்த ஒரு வீட்டின் கதவைத் தட்டினான், யாரும் வராததால் மீண்டும் தட்டினான் தேவா.

"வரேன் வரேன் சத்த நேரம் பொறுக்க மாட்டேளா" என்று சொல்லிக் கொண்டு கதவைத் திறந்தார். வெளியே நின்றவனை பார்த்ததும் விரித்த கண்களுடன் சிரித்தபடி "டேய் தேவா" எனச் சொல்லிக்கொண்டு குடுமி போட்ட ஐயர் ஒருவர் வந்தார்.

"என்னா கோபாலு எப்படி இருக்க" என கேலியாக தேவா கேட்க

"நான் இருக்குறது இருக்கட்டும், நீ உள்ள வா முதல்ல, உன்ன யாராவது பாக்க போறாங்க" என்று அதட்டினான் கோபால்.

"என்னடா எப்போமே வருஷத்துக்கு கரெக்டா நவம்பர் 30ம் தேதி மட்டும் தான் வருவா இப்போ ரெண்டு நாளைக்கு முன்னாடியே வந்துட்டே" என கோபால் கேட்க.

"இந்த வருஷம் சரக்கு எல்லாம் இறக்குறதுக்காக கப்பல் சீக்கிரமா வந்துடுச்சு, சரி சரி அது இருக்கட்டும் இந்த வருஷமாவது கிடைக்குமா" என பரிதாபக் குரலில் கேட்டான் தேவா.

அதற்கு தேவாவை பார்த்துவிட்டு புரிந்துகொண்டது போல் "நீ இங்கேயே உட்காரு" என சிறுப் புன்னகையுடன் அறைக்குள் சென்று திரும்பி வரும்பொழுது ஒரு கிண்ணத்தில் பெருமாள் கோவிலின் பிரசாதமான சூடான பொங்கலை தன் நண்பனுக்காக எடுத்து வந்தான்.

அந்தக் கிண்ணத்தை தேவா கையில் கொடுத்துக் கொண்டே "நீ வருவேன் தெரிஞ்சிருந்தா ஒரு குண்டா நிறைய பொங்கல் வைச்சிருப்பேன், நேத்தி பேஞ்ச மழைக்கு எல்லாம் ஜனங்களும் பெருமாள் கோவில்ல இருந்த மண்டபத்துல தங்கிட்டாங்க, விடிய காலையிலதான் மழையே விட்டுச்சு, நானும் அப்படியே பூஜைய முடிச்சுண்டு கையோட வந்தவங்க எல்லாத்துக்கும் பிரசாதம் கொடுத்து அனுப்பிட்டேன்" என கோபால் ஐயர் சொன்னான்.

"அட பெருமாள் கோவில் மண்டபத்துலயும் எல்லாம் வந்து தங்குனாங்களா !?" என்று தேவா ஆச்சரியமாக கேட்க.

"ஓ... அப்போ நீ எந்த மண்டபத்துல தங்குன, நேத்தியே வந்துட்டியா??" என கோபால் கேட்டான்.

"ஆமாண்டா நேத்து நைட்டே வந்துட்டேன் செம்ம மழ... உன் வீட்டுக்கு தான் வரலான்னு நெனச்சேன், அப்புறம் பக்கத்துல இருந்த அந்த பகவதி அம்மன் கோவில்ல போய் தங்கிட்டேன்; நல்ல வேல நா அங்க போன நாள ஒரு உயிர் தப்பிச்சுது, ஒரு பையன் அங்க மண்டபத்துக்கு வெளிய வழுக்கி கீழ விழுந்துட்டான் அவன் மேல

ஒரு தென்ன மரம் விழ இருந்துச்சி நான் அதுக்குள்ள அவன புடிச்ச வெளிய இழுத்துட்டேன்" என்று பொங்கலை சாப்பிட்டுக் கொண்டே சுவாரசியமாக சொன்னான் தேவா.

"ரொம்ப நல்லதா போச்சு, அந்த எம்பெருமான் தான் உன்ன அனுப்பி அந்தப் பையன காப்பாத்திருக்காரு" என்று கோபால் வீட்டிலிருந்த வெங்கடாஜலபதி புகைப்படத்தை பார்த்தபடி கும்பிடு வைத்துக்கொண்டே சொன்னான்.

"என்ன ஐயிரே நான் அந்தப் பையன தாவி குதிச்சி காப்பாத்துனே, நீ உங்க பெருமாள் வந்து காப்பாத்துனாருனு சொல்றியா" கேலியாக கேட்டான் தேவா.

"சரி சரி நீ எப்ப வர, எப்ப போறனே தெரிய மாட்டேங்குது கடைசியா போன வருஷத்துல நவம்பர் கடைசியில வந்த, ஒரு போன் வச்சிக்கோடானா கேட்க மாட்டுற" என கோபால் கேட்க,

அந்தக் கேள்விக்கு பதில் சொல்லாமல் "ஆஹா.... என்னா பொங்கல்.... எப்படி ஐயரே இத செய்ற... பல வருஷமா இந்த டேஸ்ட் அப்படியே இருக்கே ஐயிரே, ம்ம் இந்த ருசியான பொங்கலுக்காக பல கிலோ மீட்டர் தள்ளி வரவேண்டியதா இருக்கு" என்று சுவையில் மெய் மறந்து போய் தேவா சொல்ல,

"நீ யாருக்காக வருவேனு நேக்கு தெரியாதாடா?, உன் பையன தானே பாக்க வருவ" என்று தலையசைத்தான் கோபால்.

அந்த வார்த்தைகளை கேட்டவுடன் வேகமாக பொங்கல் சாப்பிட்டு கொண்டிருந்த தேவா, அவன் அடுத்து கை பொங்கலை மெதுவாக சாப்பிட்டான். அவன் நினைவை திசை திருப்புவது போல் சாப்பிடும் போது முகம் சுளிக்க செய்தது பொங்கலில் உள்ள மிளகு.

உடனே ஆள் காட்டி மற்றும் கட்டை விரலாலும் வாயிலிருந்து நசுங்கிய மிளகை எடுத்தான். "என்ன ஐயிரே மிளக அள்ளி போட்ட போல, இது இல்லாம பொங்கல் செய்ய முடியாதா" என்று வாயில் உள்ள காரத்துடன் கேட்டான் தேவா.

"டேய் டேய் இருடா இருடா மிளக கீழ வச்சுடாத இப்பதான் வீட்ட அலம்பிவிட்டேன்" என்று சொல்லிவிட்டு அவசரத்தில் அருகில்

மாட்டிக் கொண்டிருந்த காலண்டரிலிருந்து நவம்பர் 28, 29 இரண்டு நாளுடைய காகிதத் தாளை கிழித்து ஒன்றாக சேர்த்து தேவாவின் முன்னாடி வைத்து "இதுல வைடா" என்றான் கோபால்.

அப்போது தேவா நவம்பர் 30 என்ற தேதியை பார்த்துவிட்டு மன வருத்தத்துடன் மிளகை அந்தக் காலண்டரின் காகிதத்தில் வைத்தான்.

"ஜீவாவுக்கும் மிளகு போட்ட பொங்கல் பிடிக்க மாட்டேங்குது நான் ரெண்டு கரண்டி பொங்கல் வைப்பேன், மிளகு எல்லாத்தையும் பொறுக்கி வைச்சிடுவான். உனக்கும் அத கண்டாலே பிடிக்க மாட்டேங்குது? ஏன்டா? அப்படி என்னடா இருக்கு?, அதுல எவ்வளவு சத்து இருக்கு தெரியுமா?" என்று பாடம் எடுக்க ஆரம்பித்தான் கோபால் ஐயர்.

தேவாவின் மனதில் நவம்பர் 30-ம் தேதி நடந்த பழைய நினைவுகள் ஓட ஆரம்பித்தது....

****

1995-ஆம் ஆண்டு நவம்பர் 30-ம் தேதி அன்று,

இரவு 6.30 மணி அளவில், மழை பெய்தது.

அதிசயமாக ஆதவாவின் மனைவியான கற்பகத்திற்கும், தேவாவின் மனைவியான வள்ளிக்கும் ஒரே நேரத்தில் பிரசவ வலி எடுத்தது.

கன்னியாகுமரியில் உள்ள அரசு மருத்துவமனையில் அடுத்தடுத்த அறையில் இருவர்களின் மனைவிகளும் அனுமதிக்கப்பட்டார்கள்.

அறைகளின் கதவுக்கு வெளியே ஆதவனும், தேவாவும் இரண்டு பேருமே ஒரே சூழ்நிலையில் இருந்ததால் எப்படி ஆறுதல் கூறிக் கொள்வது என்று தெரியாமல் பதட்டத்துடன் நின்று கொண்டிருந்தார்கள்.

முதலில் தேவா மனைவியான வள்ளி இருந்த அறையில் குழந்தை "வீல்" என அழும் சத்தம் கேட்டது.

சோகத்துடன் செவிலியர் "உங்களுக்கு ஆண் குழந்த பொறந்து இருக்கு" என்று சொல்லிக்கொண்டே குழந்தையுடன் வருவதைப்

பார்த்த தேவாவுக்கு மெய்சிலிர்த்தது, ஏதோ உலகில் பெரிய சாதனை செய்தது போல் கையில் குழந்தையை வாங்கிக் கொண்டு ஆனந்த கண்ணீரில் "வாடா என் தங்கம், சிங்க குட்டி, ராஜா முத்து ரத்தினமே" என்று பல வார்த்தைகளை கூறி பாராட்டினான்.

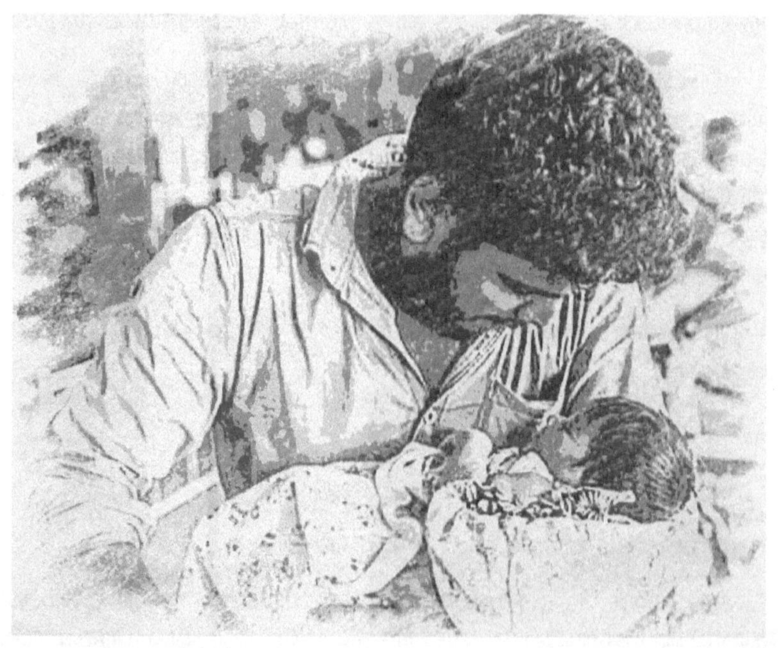

அருகில் இருந்த ஆதவனும் அந்தக் குழந்தையை பார்த்து புன்னகைச் செய்தான்.

அதே செவிலியர் எதையோ சொல்ல தயங்கி நின்றாள், அதை கவனித்த ஆதவன் "சொல்லுமா என்ன ஆச்சு" கேட்க, புதிதாக பணியில் சேர்ந்த செவிலியர் என்பதால் அவள் அதை சொல்ல தயங்கி நின்றாள். உடனே மருத்துவர் வெளியே வர "என்னம்மா சொல்லிட்டியா" என்று செவிலியரை கேட்க "இல்ல சார்" என மெதுவாக தலையசைத்து சொன்னாள்.

மருத்துவரும் மூச்சை மெல்ல இழுத்து விட்டு "சாரிங்க குழந்தைய மட்டும் தான் காப்பாத்த முடிஞ்சிது" என்று சொல்லிவிட்டு கிளம்பினார்.

தேவாவின் மனம் கீழே விழுந்த கண்ணாடி துகள் போல் சுக்கு நூறாக நொறுங்கியது. குழந்தையுடன் வேகமாக உள்ளே சென்று அவன் மனைவியான வள்ளியை பார்த்து அவளின் கன்னத்தில் கை வைத்து "வள்ளீ வள்ளீ நமக்கு பையன் பொறந்து இருக்காமா அவன பாருமா" என குழந்தையை அவளின் அருகில் வைத்து அழுதான்.

ஆதவன் இந்த நிகழ்வைக் கண்டு பயந்து போய் வெளியே வந்து கற்பகம் இருந்த அறையின் வெளியே செவிலியர் நின்றதை பார்த்து "என் மனைவி எப்படி இருக்கா" என பதட்டத்துடன் கேட்டான்.

அந்த செவிலியர் "அவங்கள மட்டும் தான் காப்பாத்த முடிஞ்சிது, குழந்த சத்து இல்லாம இறந்து போயிடுச்சி அண்ணா" என சோகத்துடன் சொன்னாள்.

ஆதவன் மனைவிக்கு ஐந்து வருடமாக குழந்தை இல்லாமல், இப்பொழுதுதான் ஒரு கரு உண்டாகி குழந்தை பிறக்க இருந்தது, அதுவும் இப்போது உயிர் இழந்துவிட்டது.

ஆதவன் கற்பகம் இருந்த அறைக்குள் விரைந்து சென்றான். கற்பகம் பிழைத்ததை நினைத்து மகிழ்ச்சிக் கொண்டான் ஆனால் அந்த இறந்த குழந்தையை பார்த்தவுடன் "ஐயோ நீ ஏஞ்சி வந்து குழந்த எங்கன்னு கேட்டா நான் என்ன சொல்லுவேன்" என்று அங்கேயே மண்டியிட்டு வாய் பொற்றி அழுதுக் கொண்டிருந்தான்.

அப்போது தேவா கண்ணீருடன் வந்து ஆதவாவின் தோள் மீது கை வைத்து, அவனின் குழந்தையை கற்பகத்திற்கு அருகில் வைத்துவிட்டு, ஆதவாவின் குழந்தையை எடுத்துக் கொண்டான்.

"என் குழந்தைய நீயே எடுத்துக்கோடா, வள்ளி இல்லாம இந்த குழந்த எனக்கு எதுக்கு" என்று ஆதவாவின் நிலமையை புரிந்துக் கொண்டு அவன் குழந்தையை தன் நண்பனுக்கு தியாகம் செய்ய நினைத்து "நீயே எடுத்துக்கோடா" என்று மனம் உருகி கண்ணீர் மழுக சொன்னான் தேவா.

ஆதவன் அதற்கு திடிரென எழுந்து நின்று "டேய் இல்லடா, வேண்டாம், இந்தக் குழந்த தான் உன்னோட சந்தோஷமே இவன்

உன் கூட தான் இருக்கணும்" என்று தேவாவின் குழந்தையை தூக்க போன போது,

தேவா அவன் கையை தடுத்து வெளியே அழைத்துக்கொண்டு போய் "இல்லடா இனிமேல் அவன் உன் குழந்த, கற்பகம் எழுந்தோனே சொல்லு, என் மனைவியும், குழந்தையும் இறந்துட்டாங்கனு" என்று ஆதவனின் இறந்த குழந்தையை தேவா அவன் மனைவியிடம் வைத்துவிட்டு மருத்துவர்களிடம் இந்த விஷயத்தை பற்றி உண்மையை மறைக்க சொல்லி கேட்டுக் கொண்டான், முதலில் அவர்கள் ஒப்புக்கொள்ள வில்லை பிறகு தேவாவின் தியாகத்தை நினைத்து மனம் மாறி அவர்களும் ஒப்புக்கொண்டார்கள். கற்பகம் எழுந்தவுடன் தேவாவின் நிலமையை பற்றி ஆதவன் பொய்யாக சொல்ல அவளும் நம்பிவிட்டு மனம் வருந்தினாள்.

மூன்று வருடம் கழித்து ஆதவனுக்கு பெண் குழந்தை ஒன்று பிறக்க, அந்தக் குழந்தைக்கு தேவாவின் மனைவியின் பெயரை வைத்தான் "வள்ளீ" என்று.

தேவா வருடத்திற்கு ஒரு முறை கன்னியாகுமரிக்கு வருவதே ஜீவாவின் பிறந்த நாளுக்காக, அவனைத் தூரமிருந்து பாசத்துடன் பார்த்துவிட்டு செல்வான்.

கன மழை நேரத்தில் பகவதி அம்மன் கோவிலில் ஜீவாவை காப்பாற்றியது தேவா தான். அன்று ஆதவன் மழை காரணமாக அவன் வாடகை விடுதியிலிருந்து வெளியே வரவில்லை அடுத்த நாள் 28ம் தேதி அதிகாலை அவன் பழைய வீட்டைத் தேடி வரும் போது தான் எதிர்பாராமல் தேவாவை சந்தித்தது. இப்போது ஐயரின் வீட்டுக்குள் "தேவாவை போல் இருக்கான்" என்று அவன் வெளியே வரும் வரை காத்துக் கொண்டிருக்கிறான் ஆதவன்.

****

இன்று...

தேவாவுக்கு திடிரென்று வேற ஒரு ஞாபகம் வர "டேய் கேக்கவே மறந்துட்டேன், ஒரு பாட்டில்ல நல்ல எண்ண எடுத்து வை, படகுல

மோட்டார் ஓயர் கொஞ்சம் வேல வைக்குது" என்று சொன்னான் தேவா.

"ஓ... அப்போ... நீ நல்ல எண்ண வாங்க தான் வந்தியா, இவ்வளவு நேரம் மிளக பத்தி பெரிய புராணமா சொன்ன கதைய காதுல வாங்கலையா" என்று அவனைக் கேலி செய்தான் கோபால் ஐயர்.

பிறகு ஒரு பாட்டிலில் நல்ல எண்ணையை கொண்டு வந்து தேவாவிடம் கொடுக்க அதை வாங்கிக்கொண்டு "சரி'டா கோபாலு கப்பல் இலங்கை வரைக்கும் போகுது, ரெண்டு நாள்ல திரும்பி வந்துடுவேன்" என்று சொல்லிவிட்டுக் கிளம்பினான்.

"அப்போ நேத்திக்கு ஜீவாவ பாக்கலையா" என்று கிளம்பும் தேவாவிடம் ஐயர் கேட்க,

"இல்ல ஐயரே நேத்திக்கு செம்ம மழ அந்த வீட்டுப் பக்கமே போக முடியல, சரி அப்புறம் வரேன்" என்று சொல்லிவிட்டு வேகமாக கிளம்பினான்.

"நீ முதல்ல இந்தப் பக்கம் வரியான்னு பாரு, இப்போ போனினா அடுத்த வருஷம் தான் வருவா" என்று கேலியாக வழி அனுப்பினான் கோபால் ஐயர்.

அதன் பிறகு தேவா இலங்கைக்கு சென்று விட்டு, 29ம் தேதி இரவு மீண்டும் கப்பல் கன்னியாகுமரிக்கு வந்த போது, தேவா உன் வீட்டுல போய் பாரு என்று சரியாக சொல்லாமலும், ஆதவனும் அதை தவறாக புரிந்துக் கொண்டு பழைய வீட்டைத் தேடி போக, எதிர்பாராமல் பிரச்சனைகள் வந்தது.

தேவா இது தெரியாமல் அப்போது அந்த இரவில் கோபால் ஐயரின் வீட்டு பக்கம் சென்றான்.

****

குதிரை சவாரி

"டேய் ஆதவா உன் வீட்டுல போய் பாரு அவங்க மூணு பேருமே அங்க தான் இருக்காங்க" என்று சொல்லி வழி அனுப்பினான் தேவா.

"நீ எங்கடா போற" என்று ஆதவன் கேட்க

"நம்ம கோபால் வீடு இங்க தான்டா இருக்கு அவன தான் பார்க்க போறேன்" என்று சொல்லிவிட்டு ஆதவனின் முதுகில் தட்டிக் கொடுத்து விட்டு, அவன் வீட்டுக்கு போக சொன்னான் தேவா.

"அவன் இங்கதான் இருக்கானா, சரி நா இன்னொரு நாளைக்கு பார்க்க வரேன்னு சொல்லு" என்று சொல்லிவிட்டு ஆதவன் அவன் பழைய வீட்டை நோக்கிச் சென்றான்.

தேவா அந்த இரவில் ஐயர் வீட்டு பக்கம் சென்றான்.

ஐயரும் அவன் வீட்டுத் தோட்டத்திலிருந்த குதிரையில் சவாரி செய்து கொண்டு எதார்த்தமாக கடற்கரை பக்கம் அன்று இரவு வந்தான்.

அதை வழியில் பார்த்த தேவா "டேய் கோபாலு உன்ன பாக்கத்தான் உன் வீட்டுக்கு வந்தேன் நீயே வந்துட்டியா" என ஆச்சரியமாக கேட்க,

"அட நீ எப்படா வந்த?" என்று கோபால் ஐயரும் கேட்க,

"இப்போதான், சரி சரி உன் குதிர கிட்ட சொல்லி அன்னைக்கு மாதிரி கீழ தள்ளிவிடாம என்ன கூட்டிட்டு போக சொல்லுறியா" என்று ஐயரின் குதிரையைப் பார்த்து தேவா கேட்டதும்.

இல்லை என்பது போல் தலையாட்டியது குதிரை...

அதற்கு ஐயர் சிரித்துவிட்டு "டேய் எப்பயோ நடந்தத வைச்சி, இப்பயும் அப்படியே நடக்கும் நெனச்சிக்கிட்டு வருஷம் வருஷமா

வந்து போறியே தவிர, ஒரு தடவ கூட இவன் மேல ஏறுன பாடல்ல, அவ்வளோ பயமா?" என்று குதியைத் தட்டிக் கொடுத்து கேட்டான்.

"ச்சே ச்சே பயமா? அப்படியெல்லாம் ஒன்னும் இல்லயே" என்று சொல்லிவிட்டு இதற்கு நடுவில் ஒன்று ஞாபகம் வர "ம்ம்... ஐயரே சொல்ல மறந்துட்டேன் பாரு, நம்ம ஆதவன் உயிரோடு தான் இருக்கான்" என்று ஆதவன் கதையை முழுவதுமாக சொன்னான் தேவா. "இத்தன வருஷமா அவன் குடும்பம் இறந்து போச்சுன்னு நெனச்சிக்கிட்டு இருந்துருக்கான்" என்றான்.

ஆதவன் கதையை முழுவதையும் கேட்ட ஐயர் மிகவும் மகிழ்ச்சியுடன் "எல்லாம் என் பெருமாளோட திருவிளையாடல் போல, சரி இப்ப அவன் எங்க இருக்கான்" என்று ஆதவனை பார்க்க ஆவலுடன் கேட்டான்.

"அவன் குடும்பத்த பார்க்க போய் இருக்கான்" என புன்னகையுடன் சொன்னான் தேவா.

நடுவில் குதிரை கனைக்க,

தேவா குதிரையின் தலையை தடவிக் கொடுத்துவிட்டு "சரி நீ இப்ப சவாரி பண்ண சொல்லிக் கொடு, ... அப்படியே என் கோவத்த தள்ளி வச்சிட்டு, ரொம்ப வருஷத்துக்கப்பறம் நாளைக்கு நேருல போய் எங்க அப்பாவ பாக்கலாம் இருக்கேன், அப்படியே அவருக்கு புடிச்ச "எம். ஜி. ஆர்" மாதிரி குதிரையில போயி அவரையும் கூட்டிகிட்டு சவாரி செய்யனும்". தேவாவுக்கு குரு தாத்தாவின் மீது இருந்த கோபம் என்னவென்றால் குரு தாத்தா ஆதவனை அடித்து விரட்டியதால் தான் அவன் இறந்துவிட்டான் என்று வருட கணக்காக தன் தந்தையிடம் நான் உயிரோடுதான் இருக்கிறேன் என்பதை கூட சொல்லாமல் இருந்தான். இப்போது தான் ஆதவன் உயிருடன் இருக்கிறானே என குரு தாத்தாவிடம் அதைச் சொல்லி பேசுவதற்காக குதிரை சவாரி கற்றுக் கொண்டு அவர் முன் சென்று பேசலாம் நினைத்தான்.

ஐயர் சிரித்த படி "நல்ல விஷயம் தான், சரி சரி முதல்ல நீ ஏறி உட்காரு" என சொல்லிவிட்டு கோபால் குதிரையிலிருந்து இறங்கினான்.

"என்னடா இப்படி சொல்லிட்ட இந்த மாதிரி எத்தன குதிரைய பார்த்திருப்பேன்" என்று சொல்லி தேவா ஏற முயற்சிதான், ஆனால் ஏற முடியாமல் கை வழுக்கி வழுக்கி கீழேயே நின்றான்.

அதற்கு அருகிலிருந்த ஐயர் "நான் தூக்கி விடடுமா" என கேலியாக கேட்க,

நான் யார் என்று காண்பிக்கிறேன் என்பது போல் ஒரு வேகத்தில் இரு கையை குதிரை மேல் வைத்து அழுத்தி மேல ஏறினான், அப்படியே குதிரைக்கு அந்த பக்கம் தலைகுப்புற அடித்து விழுந்தான் தேவா, அதைக் கண்டு ஐயர் வாய்விட்டு சிரித்தான்.

தலையில் இருந்த மணல்களை தட்டிக் கொண்டே எழுந்தான் தேவா.

"இருடா நான் வேன நாற்காலி எடுத்துட்டு வரேன் இன்னும் சுலபமா குதிர மேல ஏறலாம்" என்று ஐயர் சொல்லிவிட்டு சிறு தொப்பை வயிர் குலுங்க சிரித்துக் கொண்டே கேலி செய்தான்.

"இப்ப பாருடா ஐயரே" என்று சொல்லிவிட்டு தேவா அவன் படகை நோக்கி சென்று அங்கிருந்து ஒரு துடுப்பை எடுத்து வந்து கீழே வைத்து ஊன்றி ஒரே தாவில் குதிரையின் மேல் ஏறி உட்கார்ந்தான்.

"இப்ப என்ன சொல்லுற" என கர்வமான புன்னகையில் கேட்டான் தேவா.

"ம்ம் பேஷ் பேஷ், சரி இனிமேல் தான் வேலையே இருக்கு, கழுத்துல மெல்லமா தட்டினினா பொறுமையா நடந்து போவான், நீ வேகமாக கழுத்த தட்டினினா வேகமா ஓடுவான், நிறுத்தனும்'னா உன் கைல இருக்குற கயிற புடிச்சு இழுத்தினா போதும் ஓகே வா" என்று ஆர்வமாக சொல்லிக் கொடுத்தான் கோபால் ஐயர்.

தேவா அதைக் காதில் வாங்காமல் தூரமிருந்த ஒரு வித்தியாசமான நிகழ்வைக் கண்டு கையிலிருந்த துடுப்பை இறுக்கி பிடித்தான்.

தேவா, ஆதவாவிடம் கொடுத்த டார்ச் லைட் தூரமிருந்த பழைய வீட்டுப் பக்கம் அங்கும் மிங்கும் அந்த ஒளி ஆடியதை கண்டு, யாரோ ஆதவனை தாக்குவது போல் உணர்ந்த தேவா குதிரையின் கழுத்தை பதட்டத்தில் வேகமாக தட்டி விட்டான்.

குதிரையும் நாலு காலு பாய்ச்சலில் கனைத்துக் கொண்டு வேகமாக ஓடியது.

"டேய் டேய் அவன நிறுத்துடா" என்று குதிரையின் கயிரை இழுக்க சொல்லி ஐயர் கத்தினான்.

குதிரை கிளம்பும் போது தான் அவனுக்குப் புரிந்தது "அய்யய்யோ எப்படி நிறுத்துறதுன்னு தெரியலையே" என்று யோசிப்பதற்குள் பழைய வீட்டை நெருங்கியது குதிரை. ஆதவன் டார்ச் லைட்டை வேகமாக ஆட்டும் பொழுது அந்த ஒளியானது குதிரையின் கண்மீது பட்டு அதற்கு கண் கூச, வேகமாக வந்து திடீரென்று ஒரே இடத்தில் நின்றது.

அந்த வேகத்தில் தேவா குதிரையின் தலையை தாண்டி அந்தரத்தில் பறந்து கீழே விழுந்து எழுந்து அவன் கையில் இருந்த படகின் துடுப்பை வைத்து பதட்டத்தில் எல்லாம் பக்கமும் சுழற்றி வீசினான் அந்த மூன்று பேருக்கும் தர்ம அடி விழுந்தது.

மயங்கிய ஆதவனை குதிரையில் ஏற்றிக் கொண்டு அவனும் துடுப்பை வைத்து ஊன்றி ஏறி ஐயர் இருக்கும் இடத்திற்குச் சென்றான்.

ஆதவன் கையில் வைத்திருந்த டார்ச் லைட் சிறிது தேவாவின் முகத்தில் அடித்தபோது குரு தாத்தா தன்மகன் போல் இருக்கும் அந்த ஆண் பிள்ளையைக் கண்டு ஆச்சரியத்தில் குதிரையை பின் தொடந்து வேகமாகச் சென்றார்.

மயங்கிய ஆதவனை குதிரையில் கொண்டு வந்த தேவா சில வார்த்தைகள் கோபாலிடம் சொல்ல, அவனும் நடந்தை புரிந்து கொண்டு பதட்டத்தில் இருந்த குதிரையை வாங்கி தடவிக் கொடுத்தான், தேவா தண்ணீர் தெளித்து ஆதவனை எழுப்பினான்.

பின்னர் ஆதவாவிடம் சொல்லி குடும்பத்தை அவசரமாக அழைத்து வரச் சொன்னான், "அவனுங்கெல்லாம் திரும்ப வரதுக்குள்ள நம்ம போயிடலாம்" என்று தேவா சொல்ல,

சிறு ரத்த காயங்களுடன் சட்டை கிழிந்த நிலையில் ஆதவன் "யார்'டா அவனுங்க, என்ன ஏன்'டா அடிக்கிறாங்க" என்று வலியுடன் கேட்க.

"எனக்கு தெரிஞ்சி அவனோட வேலையா தான் இருக்கும் சரி அத அப்புறம் சொல்றேன், நான் ஒரு முட்டாள், நான் சரியா சொல்லாம விட்டுட்டேன் அவங்க எல்லாம் உன் மாமனாரோட வீல்ல இருக்காங்கடா நீ போயி கற்பகத்தையும், பசங்களையும் ஆச்சிட்டு வந்துடு" என்று பதட்டமாக சொன்னான் தேவா.

ஆதவனும் கடற்கரையின் தண்ணீரில் முகத்தை கழுவி விட்டு மெல்ல நடையுடன் தொடங்கி வேகமாக கற்பகத்தின் வீட்டை நோக்கி ஓடினான்.

அதன் பிறகு ஆதவன் கற்பகத்தை அழைத்து வர, தேவா வள்ளியை அழைத்து வர மூவரையும் படகு மூலமாக நடுக்கடலில் நின்ற கப்பலுக்கு விட செல்லும் போது, தேவாவின் துடுப்பால் அடிவாங்கியவர்கள், ஆதவன் 'ஜீவாவின் வீட்டுக்கு' சென்றதை பார்த்துவிட்டு அவன் உள்ள தான் இருக்கிறான் என பின் புறத்தில் தீயை வைத்தார்கள்.

அந்த தீ பரவும் பொழுது ஜீவா கடற்கரையில் நின்று, தேவா ஓட்டிக்கொண்டு செல்லும் படகை கரையில் இருந்தே பார்த்துக்

கொண்டிருந்தான். ஜீவா அவனின் எரிந்த வீட்டுக்கு சென்று விட்டு மீண்டும் கடற்கரைக்கு வந்து என்ன செய்யலாம் என்று யோசித்த போது,

தேவா படகில் வந்து கற்பகத்தின் வீட்டிற்கு செல்லும் பொழுது அவன் படகை திருடிக் கொண்டு போனான் ஜீவா. பெரிய அலை வந்து அவனின் படகை கவிழ்க்க நீச்சல் தெரியாமல் தவித்த ஜீவாவை காப்பாற்றினான் தேவா.

ஜீவா தேவாவின் படகை திருடும்போது, ஐயர் ஆதவாவின் பழைய வீட்டு வரைக்கும் சென்று வந்தான். அதற்குள் பல அசம்பாவிதங்கள் நடக்க, தேவா அவன் மகனை தோளில் தூக்கி வந்து கடற்கரையில் போடுவதைக் கண்டு குதிரையிலிருந்து இறங்கி பதட்டத்துடன் பார்த்துக் கொண்டிருந்தான் கோபால் ஐயர்.

குரு அழைத்த தொலைபேசியின் அழைப்பை எடுத்துவிட்டு நிறுத்தாமல் போனை தவறுதலாக கீழே விட்டதால், ஜீவா அவன் அம்மாவையும், வள்ளியையும் பதட்டத்துடன் அழைத்ததை தொலைபேசியின் மூலம் கேட்டுவிட்டு அந்த இரவு அவன் வண்டியை ஓட்டி வந்தான் ஜீவா நண்பனான குரு.

****

ஜீவா வீட்டுக்கு பின் புறத்தில் அந்த மூன்று முரடர்களும் தீ வைக்கும் பொழுது குரு தாத்தாவும் அங்குதான் இருந்தார், அவர் அதை எதிர் பார்க்க வில்லை திடிரென்று தீ பற்றியதும் "அய்யய்யோ அந்த ஆதவனுக்காக மொத்த குடும்பத்தையும் அழிக்க பாக்குறானுகளே" என பதட்டம் கொண்டு அவர்களை தடுக்க போனார், அவர்கள் குரு தாத்தாவை தள்ளிவிட்டு "யோவ் அந்த பக்கம் போயா, இல்லன்னா நீயும் உயிர விட்டுடுவ" என்று அதில் ஒருவன் மிரட்டினான்.

வீட்டுக்கு பின்னாடி இருந்ததால் குரு தாத்தாவுக்கும் சரி, அந்த மூவருக்கும் சரி வீட்டில் யாரும் இல்லை என்று அவர்களுக்கு தெரியாது. தீயை பற்ற வைத்துவிட்டு அந்த மூன்று பேரும் அங்கிருந்து ஓடி விட்டார்கள்.

தேவா அந்த எரிந்த வீட்டிற்கு வந்து போவதை பார்த்த குரு தாத்தா "அவன் யாராக இருக்கும்" என அவன் பின்னாடியே போனார். அதற்குள் தேவாவின் படகை ஜீவா திருடிக் கொண்டு போக "ஜீவா ஜீவா" என்று தேவா அழைத்தபடி சென்றதை குரு தாத்தா கேட்டுவிட்டு கடற்கரையிலே ஒரு படகின் பின்னால் மறைந்து கொண்டு "இங்கு என்னதான் நடக்குது, ஆதவன் எங்க" என்று பார்த்துக் கொண்டிருந்தார்.

ஜீவாவை தோளில் தூக்கிக் கொண்டு கடற்கரையில் அவனைப் போட்டு வயிற்றிலிருந்த தண்ணீரை பதட்டத்துடன் சில வார்த்தைகளை சொல்லி எடுத்தான் "டேய் ஜீவா உன் அப்பா வந்து இருக்கேன் பாருடா, ஏஞ்சிக்கோடா கண்ணா".

அப்போது தேவாவை கண்ட குரு தாத்தா தன் மகன் என உறுதி செய்து, கீழே கிடக்கும் ஜீவா தனது பேரன் என்றும், உண்மை என்னவென்று தெரிந்து பிறகு குற்ற உணர்ச்சியில் "என் பேரனயா கொல்ல பாத்தேன், என் பையனும் உயிரோடுதான் இருக்கானா???... தேவா!!!" என பாசத்துடன் கண்ணீர் பொங்க மனதுக்குள்ளே அழைத்தார்.

அப்போது எங்கிருந்து வந்தானோ அந்த மூன்று முரடர்களில் ஒருவன் கத்தியை எடுத்துக்கொண்டு "டேய் தேவா" என கத்திக்கொண்டே தேவாவின் மார்பை நோக்கி குத்துவதற்கு ஓடி வந்தான். அப்போது தான் மறைந்திருந்த குரு தாத்தா ஓடி வந்து பாய்ந்து கத்தியை தன்மார்பில் வாங்கிக் கொண்டார் "தேவா" என நீண்ட வார்த்தையில் உயிர் பிரிய இருந்தது. உடனே அருகில் இருந்த ஐயரும் அந்த முரடனை தடுக்க முயற்சித்த போது அவன் ஓடிவிட்டான்.

"தேவா" என நீண்ட வார்த்தையை கேட்ட பிறகு தன் தந்தை என உறுதி செய்துவிட்டு, தன் மகனை பார்ப்பதா, இல்லை தந்தையை பார்ப்பதா என்று தெரியாமல் தன் தந்தை வலியில் துடிப்பதை பார்த்துக் கொண்டே கண்ணீர் வெள்ளத்தில் ஜீவாவின் வயிற்றிலிருந்த தண்ணீரை அழுத்தி அழுத்தி வெளியே எடுத்தான், ஜீவாவும் இரும்பியபடி கண்களை மெதுவாக விழிக்கும் நிலையில் இருந்த போது உடனே எழுந்து போய் அவனின் தந்தையை மடியில் ஏந்திக் கொண்டு உயிர் பிரியும் தருவாயில் "அப்பா" என அழைத்தான்.

அவன் கன்னத்தை மெல்ல தொட்ட படி குரு தாத்தாவின் கை கீழே விழுந்தது.

அந்நேரத்தில் ஜீவாவின் நண்பனான குரு எரிந்த வீட்டை பார்த்துவிட்டு கடற்கரை பக்கம் தூரம் நடந்த நிகழ்வை கண்டு வேகமாக வந்தான்.

அப்போது ஜீவா விழித்து விட்டு திருப்பிய போது, ... பல கேள்விகளுடன்???

தேவா, குரு தாத்தா, பெருமால் கோவிலின் ஐயர், நண்பனான குரு என அந்த நள்ளிரவில் இவர்களை பார்த்தவுடன் திடுக்கென்று எழுந்து நின்றான்.

****

கரையில் தேவா, கப்பலில் ஜீவா

2000 ஆண்டில் ஜனவரி 1ஆம் தேதி அப்போதைய தமிழக முதல்வராக இருந்த டாக்டர் மு. கருணாநிதியால் கன்னியாகுமரியின் கடற்கரையில் திறந்து வைக்கப்பட்டது சிலை தான் திருவள்ளுவரின் சிலை.

பாட புத்தகங்களில் ஒரு மனப்பாட திருக்குறளுக்கு இரண்டு மதிப்பெண் என்பதால் அதைக் குறைவாக மதிப்பிடுகிறோம் உண்மையாலுமே அதை மனப்பாடம் இன்றி புரிந்து படித்தவர்களுக்கு மட்டுமே தெரியும், திருக்குறள்கள் மூலம் ஒரு மனிதன் எந்த சூழ்நிலையில் எப்படி இருக்க வேண்டும் என்று செதுக்கப்பட்ட அழகான வரிகள் என்பதை அவர்கள் அறிவார்கள்.

****

தன்னை யார் காப்பாற்றியது என்று தேவாவின் தலையும், துணிகளும் ஈரமாக இருந்ததை கண்டு கன நொடியில் புரிந்துக் கொண்டான் ஜீவா.

சற்று நேரம் வரை ஜீவாவுக்கு பேச்சே வரவில்லை, ஒவ்வொருவரின் முகத்தை மாறி மாறிப் பார்த்தபடி பெருமூச்சு விட்டான்.

முதலில் தேவாவிடம் பேசினான் ஜீவா "பாவமே, என்ன ஆச்சுங்க இவருக்கு" என்று கேட்க,

இத்தனை வருடம் கழித்து ஜீவா தன்னிடம் பேசியதை நினைத்து தேவாவின் மனதிலிருந்து எதிர்த்து குதித்து வரும் "என் மகனே" என்ற வார்த்தையை கட்டுப்படுத்தி, கண்களாலே அளவுக்கு அதிகமான பாசத்தைக் காட்டினான்.

பிறகு கண்களை கசக்கியபடி கண்ணீரைத் துடைத்து விட்டு "இவர் என் அப்பா" என்று நிதானமாக சொல்லிவிட்டு, குரு தாத்தாவின் இதயத்தில் பாய்ந்த கத்தியை தேவா பார்வையிட்ட போது திடிரென்று ஒரு ஞாபகம் வர "எங்கு நம்மால் தனது தந்தையின் உயிர் போனது போல் ஜீவாவின் உயிருக்கும் எதாவது ஆகிவிடுமோ" என்று தந்தையின் உடலை கீழே வைத்து விட்டு அங்கும் இங்கும் வேகமாக பார்த்துக் கொண்டு தடுமாறி எழுந்து ஜீவாவின் கையை இழுத்தபடி "ஜீவா வாபா, நம்ம போயிடலாம்" என்று பதட்டத்துடன் சொன்னான் தேவா.

தேவா இழுத்த போது ஜீவா தளர்வாக வைத்திருந்த அவனின் கையை திடிரென்று வலுவாக்கி "எங்கண்ணா போறோம்" என்று ஒன்றும் புரியாதது போல் கேட்டான்.

"உங்க அப்பா அந்தக் கப்பல்ல தான் இருக்காரு, அவங்க கிட்ட உன்ன ஆச்சிட்டு போறேன் வா" என்று மீண்டும் வலுவாக ஜீவாவின் கையை இழுத்தான்.

அதேபோல் ஜீவாவும் கையை மீண்டும் வலுவாக்கி "அப்பாவா என்ன சொல்றீங்க, அவரு இறந்து போயி 15 வருஷம் ஆச்சு" என்று ஆச்சரியமும் சந்தேகமும் கலந்த குரலில் கேட்டான்.

"அட ஆமாப்பா நானும் அப்படித்தான் நெனச்சேன் ஆனா இப்போ உங்க அப்பா ஆதவனும், உங்க அம்மாவும், உன் தங்கச்சியும் அந்தக் கப்பல்ல தான் இருக்காங்க" என்று மீண்டும் பதட்டமான குரலில் சொல்லி ஜீவாவின் கையை இழுக்க… ,

ஜீவா உடனே கோபம் கொண்டு கையை உதறிவிட்டு "அப்போ நீ தான் என் அம்மாவையும், தங்கச்சியையும் இழுத்துட்டு போனதா" என்று கோபமான குரலில் சொல்லி தேவாவின் சட்டையை பிடித்து கீழே தள்ளினான். அவனும் தளர்ந்த உடல் போல் தடுமாறி கீழே விழுந்தான் தேவா.

"டேய் நீ யாரு ஒழுங்கா உண்மைய சொல்லிடு, இப்பதானே புரியிது இதே மாதிரி எங்க அப்பா பேர சொல்லி அவங்க ரெண்டு பேரையும் எங்க ஆச்சிட்டு போன…? அவங்க ஏமாறலாம்… நான் ஏமாற மாட்டேன்" என்று தேவாவின் கழுத்தை பிடித்து நெறிக்க போனான்.

உடனே அருகில் இருந்த கோபால் ஐயர் ஜீவாவை கீழே தள்ளி அவன் கன்னத்தில் பள்ளீர் என்று ஒரு அறை வைத்தான்.

தேவாவுக்கு எங்கிருந்து வந்ததோ அவ்வளவு கோபம் வேகமாக எழுந்து ஐயரின் கன்னத்தில் அடித்தான். அடித்துவிட்டு ஐயரின் இரு தோள் பட்டையை பிடித்துவிட்டு தவறு செய்தது போல் நீண்ட பெரு மூச்சு விட்டு கண்ணை மூடி திறந்து "ஐயிரே சாரிடா சாரிடா, அவன் அடிக்கட்டும் பரவா இல்ல விடு, அவன் நிலமையில யாரா இருந்தாலும் இப்படித்தான் செய்வாங்க" என்று சொன்னான் தேவா.

கன்னத்தை பிடித்துக் கொண்டிருந்த ஜீவாவிடம் குரு சென்று "டேய் என்னடா நடக்குது இங்க" என்று ஆச்சரியமாக கேட்டான்.

"நீங்க யாரு? ஏதேதோ கத கட்டுறீங்க" என்று தேவாவை கேட்டான் குரு.

அவனைக் கண்டு கொள்ளாமல் ஜீவாவை மறுபடியும் அழைத்தான் "தம்பி என் கூட வா... நான் சொல்றது உண்மையா பொய்யானு அந்தக் கப்பலுக்கு போனா தான் தெரியும்" என்று பணிவானக் குரலில் கேட்டான் தேவா.

ஆனால் தேவாவை பார்க்காமல் அவனை வலுவாக அடித்த ஐயரின் முகத்தை நன்றாக உற்றுப் பார்த்து "நீங்க அந்த பெருமாள் கோயில் ஐயர் தானே, என்ன எத்தன தடவ அந்த கோவில்ல பார்த்திருப்பீங்க, எனக்கு சப்போர்ட் பண்ணாம யாருன்னே தெரியல இவருக்கு நீங்க சப்போர்ட் பண்றீங்களா" என்று கோவமாக கேட்டான் ஜீவா.

"இவன் யாருன்னு தெரியாம, அஷட்டுத்தனமா பேசிட்டு இருக்கே" என்று மிரட்டுவது போல் ஜீவாவிடம் சென்ற கோபாலை, தேவா தடுத்து அவனின் கையை பிடித்து கண்களால் "சொல்ல வேண்டாம்" என்பது போல் சைகை செய்தான்.

கோபாலும் வெளிவர இருந்த உண்மையை முழுங்கிக் கொண்டு "இவரு உங்க அப்பா ∴பிரண்டு, நானு இவரு உங்க அப்பா எல்லாருமே நீ பொறக்குறதுக்கு முன்னாடியில இருந்தே ∴பிரண்ட்ஸ், உங்க அப்பா உயிரோடுதான் இருக்காரு மத்த எல்லா விவரத்தையும் இப்ப சொல்ல முடியாது அதுக்கு நேரமில்ல, இப்போ இவரு கூட கிளம்பு உன் நன்மைக்கு தான் சொல்லுறேன்" என்று ஐயர் நிதானமாக பேசினார்.

இருந்தாலும் சந்தேகத்துடன் "இவர்கள் சொல்லுவது உண்மை தானா" என குரு தாத்தாவின் உடலை பார்த்துவிட்டு இப்படி ஒரு நிலைமையில் இவர்கள் பொய் சொல்கிறார்களா இல்லை உண்மை சொல்கிறார்களா என்ற யோசனையில் நின்று கொண்டிருந்தான் ஜீவா.

தேவா அவனின் முகத்தை கவனித்து விட்டு, கீழே கிடந்த தனது தந்தையை பார்த்துவிட்டு ஒரு முடிவுக்கு வந்தான் "ஐயரே உனக்கு என்ஜின் படகு ஓட்ட தெரியும்'ல நீ அவன போய்ட்டு அந்தக் கப்பல்ல விட்டுட்டு வந்துடு" என்று கேட்டான்.

ஐயரும் மறுவார்த்தையின்றி ஜீவாவிடம் "தம்பி இப்ப நீ என் கூட வா, உனக்கு உண்ம என்னான்னு அந்தக் கப்பலுக்கு போனா தான் தெரியும்" என்று அழைத்த போது, வேறு வழியின்றி சிறு துளி ஐயரின் மேலிருந்து நம்பிக்கையில் ஜீவா தயங்கி தயங்கி நடந்து அந்தப் படகில் ஏறினான்.

அப்போது குரு ஜீவாவிடம் சென்று "டேய் இந்தா, என் போன வச்சுக்கோ ஏதாவது பிரச்சனனா எங்க அப்பா நம்பருக்கு போன் பண்ணு நான் பாத்துக்குறேன்" என்று தைரியம் சொல்லி அனுப்பி வைத்தான்.

போன் வாங்கிவிட்டு "நீயும் என் கூட வரலாம்ல" என்று குருவை அழைத்தான். குரு அதற்கு "டேய் இல்லடா வீட்டுல நான் சொல்லாம வந்துட்டேன் அப்புறம் என்னைய தேடுவாங்க, யாராவது ஒரு ஆள் கரையில இருக்கணும்'ல நம்ம ரெண்டு பேரும் போய் மாட்டிக்கிட்டா என்ன பண்றது, இந்த ஐயரையும் நம்ப முடியாது" என்று ஜீவாவுக்கு மட்டும் கேட்பது போல் பேசினான்.

அதற்கு ஒப்புக் கொள்வது போல் தலையை ஆட்டினான் ஜீவா, ஐயர் மோட்டரின் ஓயரை இழுக்க "டட் டட் டட்" என்று சத்தம் ஆரம்பமாகியது, பார்த்துக் கொண்டிருந்த தேவா படகை கரையிலிருந்து சிறு தூரம் கடலில் தள்ளினான் அப்போது தேவாவின் மீது சிறு கோவ பார்வையிட்டான் ஜீவா.

பல வருட பாசத்தை தனது கண்ணீர் விழிகளால் காட்டினான் கரையிலிருந்த தேவா.

ஐயர் வேகமாக கப்பலுக்கு அருகில் சென்று மேலே தொங்கிக் கொண்டிருந்த கயிறை ஆட்டினான் அப்போது மேல் இருந்து ஒரு தலை எட்டிப் பார்த்துவிட்டு கயிற்றால் தயாரிக்கப்பட்ட ஏணி கீழே இறங்கியது, அதில் ஜீவா மெல்ல மெல்ல ஏறிச் சென்றான், படகில் வந்த ஐயரும் திரும்பி கரைக்குச் சென்றான்.

ஜீவா கப்பலில் ஏறிய பிறகு கரையிலிருந்த தேவாவும் கப்பலிலிருந்த ஜீவாவும் தொலை தூர பார்வையிட்டார்கள்.

****

நூலகம்

ஐந்து நாட்களுக்கு பிறகு...

இரவு நேரத்தில் கருமேகங்கள் சூழ்கின்ற வேளையில் கட்ட வண்டி போல் குலுங்கிய படி நடுக்கடலில் ஜீவாவை சுமந்து கொண்டு கப்பல் சென்றது.

கப்பலின் முனையில் தனியாக நின்று அந்தக் கருமேகங்களைப் பார்த்து நடந்ததை நினைத்து யோசித்துக் கொண்டிருந்தான்.

அப்போது அவன் கவனத்தைக் கவரும் வகையில் மழை பெய்வது போல் இருந்த கருமேகங்கள் சற்று நேரத்தில் தெரித்தோடியது.

முதல் முறையாக ஒரு திருடன் இரவில் திருடி விட்டு அவன் வீட்டில் ஒரு கருப்பு போர்வையை விரித்து அதில் திருடிய பொருட்களை அவன் மூட்டையிலிருந்து கொட்டினான், வைர கற்கள் உரசிக்கொண்டு கீழே விழுந்து அவன் வீட்டின் சிம்னி விளக்கில் அத்தனையும் ஜொலித்தது, அப்போது அந்தத் திருடன் வைரகற்களை ரசிப்பது போல் ஜீவாவும் அந்த இரவு வானத்தில் வெள்ளி நட்சத்திரங்களை ரசித்தான்.

அவ்வாறு அந்தத் திருடன் முழு மூட்டையை உதறி கொட்டும் பொழுது ஒரு பெரிய பந்து வடிவ வைரக் கல்லாக விழுந்தது அதை இன்னும் கண்கள் விரித்து ஆச்சரியத்தில் பார்த்தான். அதே போல் தான் மேகங்கள் மறைத்துக் கொண்டிருந்த முழு நிலவை, திடீரென்று விலகி காட்டிய போது ஆச்சரியத்தில் கண் கொட்டாமல் நடந்ததை மறந்து ரசித்தான் ஜீவா.

அப்போது அந்தத் திருடனை, பொருட்களுக்கு சொந்தமான நபர் அவனின் பின்னால் வந்து தோள்பட்டையை தட்டிய போது பயந்து போய் பார்த்தது போல ஜீவாவின் தோளிலும் வீட்டில் புகைப்படமாக

தொங்கிக் கொண்டிருந்த தன் தந்தையாக இருக்கும் ஆதவன் தொட்ட போது பயந்து போனான்.

****

ஐந்து நாட்களுக்கு முன்பு கப்பலில் ஏறிய போது தனது அம்மாவிற்கும் வள்ளிக்கும் நடுவில் தனது தந்தையாக இருக்கும் ஆதவன் நின்று கொண்டிருந்ததை பார்த்தான்.

அவனுக்கு ஒன்றுமே புரியவில்லை உடல் வடிவம் மாறியிருந்தாலும் முகம் வடிவம் மாறவில்லை பார்த்ததுமே கண்டுப் பிடித்துவிட்டான், தனது தந்தையான ஆதவன் என்று. என்ன சொல்வதென்று தெரியாமல் திகைத்து நின்று சற்று நேரத்தில் மயங்கினான்.

அன்று இரவு முழுவதும் நன்றாக தூங்கி விட்டு அதிகாலையில் தந்தையான ஆதவன் அவனை எழுப்ப "ஜீவா ஜீவா" என்று.

ஜீவாவின் முகம் சுருங்கி போய் "போங்க ஏன் வந்திங்க, நீங்க என் அப்பா இல்ல, அம்மா இவர வெளிய போக சொல்லுமா" என கோபம் கொண்டு ஆதவனை துரத்தினான்.

ஆதவனே புரிந்துக் கொண்டது போல் அமைதியாக வெளியேறினான். அம்மாவும் நடந்ததை அத்தனையையும் சொல்ல, அவன் மனதில் ஒன்று மட்டும் ஓடிக்கொண்டிருந்தது. "இத்தன வருஷமா நம்மல பாக்க வரம இப்போ வந்து இருக்காரு, அவரு இல்லாதனால நமக்கு எவ்வளவு பிரச்சன வந்துச்சு, அப்போலாம் எங்க இருந்தாரு" என்று மனதிற்குள் சொல்லிக் கொண்டே வேகமாக கோவத்தில் அந்தக் கப்பலின் முனைக்கு சென்று வெகு நேரம் அங்கேயே நின்றுக் கொண்டிருந்தான்.

ஐந்து நாட்களாக வேற யாரிடமும் பேசாமல் பசிக்கு மட்டும் சாப்பிட்டு விட்டு அந்தக் கப்பலின் முனைக்கு சென்றுவிடுவான். பல யோசனை ஓடியது, வீடு எரிந்ததை எப்படி அம்மாவிடம் சொல்வதையும், தன்னை தேவா காப்பாற்றியதையும், அவரை தவறாக புரிந்துக்கொண்டு அடிக்க சென்றதையும்

நினைத்துக்கொண்டிருக்கையில், அன்று இரவு தான் ஆதவன் அவனிடம் பேசி பார்க்கலாம் என்று வந்த போது பயந்து போய் பார்த்துவிட்டு கப்பலுக்குள் சென்றான் ஜீவா.

அப்போது ஜீவாவை பார்த்த வள்ளி "ஜீவா ரொம்ப பண்ணாத, ஏன் யார்கிட்டயும் பேச மாட்ற" என்று கேட்க, அதற்கு அவன் "நீயும் அவர் கூட சேர்ந்துகிட்டல"...

"டேய் அவரு நம்ம அப்பா தான் உனக்கு இன்னும் அடையாளம் தெரியலையா?" என அவள் கேட்க,

"இத்தன நாளா இருந்துகிட்டே, இல்லன்னு ஏமாத்திக்கிட்டு திடீர்னு வந்துட்டு நான் தான் உங்க அப்பான்னு சொன்னா, உடனே சினிமால வர மாதிரி கட்டி பிடிச்சு அழ சொல்றியா" என சிறு ஆவேசமாக ஜீவா கேட்க,

"அதான் ஏன் இவ்வளவு வருஷமா வரலன்னு அம்மா காரணம் சொல்லுச்சில" என கேட்டாள் வள்ளி.

"அவர் சொல்றது அப்படியே நம்ப சொல்றியா" என்று ஜீவாவும் கேட்க,

திடீரென்று வள்ளிக்கு ஞாபகம் வர "சரி அத விடு அந்த அண்ணை எங்க?"

"எந்த அண்ண" என்று கேட்டுவிட்டு சட்டென்று ஞாபகம் வந்து, அவனே பதில் தந்தான் "ஓ... அவுரா?... அவரு வரல" என்று தயங்கி பதில் சொன்னான். அந்த தயக்கதின் காரணம் குரு தாத்தாவின் மறைவு தான். அந்தக் கன்னியாகுமரி கடற்கரையில் நடந்த எந்த சம்பவத்தை பற்றியும் யாரிடமும் அவன் சொல்ல வில்லை. தனது தந்தை என்று ஜீவா நினைத்துக் கொண்டிருக்கும் ஆதவனை உயிருடன் கண்டதால் மற்றதை பற்றி எதுவும் யோசிக்க வில்லை.

ஜீவா சொன்ன பதிலுக்கு "அவருக்கு எல்லாம் தெரியும், அவரும் நம்ம அப்பாவும் பிரண்ட்ஸ் தானா, நான் வேற அவர ரொம்ப திட்டிட்டேன்" என வள்ளி சொல்ல,

இதற்கு இடையில் "வள்ளி சாப்பட வாமா" என்று ஆதவாவின் குரல் கேட்க, அதற்கு ஜீவா "போ உங்க அப்பா கூப்புடுறாரு சீக்கிரம் போ" என்று சிறு கோபத்துடன் சொன்னான்.

"சரி உனக்கா தோணும் போது அவர அப்பான்னு கூப்புடு" என்று சொல்லிவிட்டு அவளும் கிளம்பி விட்டாள்.

இப்படி முரண்டு பிடித்த ஜீவா அன்று இரவு சில மணி நேரம் யோசித்துவிட்டு தந்தையாக இருக்கும் ஆதவாவின் நிலமையை புரிந்து கொண்டு அடுத்த நாள் அவனாகவே பேசலாம் என்று நினைத்துக் கொண்டிருந்தான்.

அடுத்த நாள் அதிகாலையில் வள்ளி வந்து ஜீவாவை எழுப்பி "உன்ன அந்த தாத்தா கூப்புடுறாரு ஏஞ்சி'வா" என்றாள்.

"எந்த தாத்தா" என தூக்க கலக்கத்தில் கேட்டான் ஜீவா.

"டேய் இத்தன நாளா இந்த கப்பல்ல நம்மள ப்ரீயா ஆச்சி கிட்டு போறாங்களேனு உனக்கு சந்தேகமே வரலையா? அப்படி எங்க போறோம்? எதுக்கு போறோம்னு கூட கேக்க தோணலையா? உனக்கு ரூம் கொடுத்து, நல்ல சாப்பாடு எல்லாம் போட்டு இவ்வளவு தூரம் ஆச்சிக்கிட்டு வந்தா, நீ யார்கிட்டயும் பேச மாட்டேங்கரல, இது எல்லாம் பண்ணதே அந்த தாத்தா தான், நீ வந்தா வா' வரட்டி போ" என்று கோவமாக சொல்லிவிட்டு கிளம்பினாள் வள்ளி.

அப்படி யாராக இருக்கும் என்று சிறிது நேரம் கழித்து மெதுவாக எழுந்து அறையை விட்டு வெளியே போனான். ஒரு கடற்கரை பகுதியில் "வெல்கம் அந்தமான் நிக்கோபார்" என்று ஆங்கிலத்தில் பெரிய பலகையில் எழுதப் பட்டிருந்தது.

அவனுக்கு மிகவும் ஆச்சரியமாக இருந்தது "இத்தனை நாளா இந்த தீவுக்கு தான் வந்துட்டு இருந்தோமா? ஏன் வந்தோம்? எதுக்கு வந்தோம்? மத்தவங்கலாம் எங்க?" என யோசிக்கையில் தந்தையான ஆதவனும், அம்மாவும், வள்ளியும் கடற்கரையில் நடந்து செல்வதை பார்த்தான்.

அப்போது ஜீவா பின்னாலிருந்து ஒரு முதியவர் "தம்பி வா போலாமா" என்று அழைத்தார்.

ஜீவாவும் திரும்பிப் பார்த்தான்... வயதாக இருந்தாலும் உடல் சோர்வின்றி தலையில் வெள்ளை முடியோடு, கழுத்தில் பைனாகுளர் மாட்டிக்கொண்டு இருந்தார். "இவர்தான் அந்த தாத்தாவா" என்று நினைத்துக் கொண்டே அவர் கேட்ட கேள்விக்கு பதில் சொல்லாமல் தலையை மட்டும் ஒப்புக் கொள்வது போல் மெல்ல ஆட்டினான்.

அந்த தாத்தா அனைவரையும் அழைத்துக்கொண்டு அவரின் மாளிகை வீட்டுக்கு சென்றார்.

"இவ்வளவு பெரிய வீடா" என்று எல்லோரும் கண்கொட்டி பார்த்துவிட்டு உள்ளே சென்றார்கள். உள்ளே அனைவருக்கும் விருந்து தயாராக இருந்தது.

ஒரு பெரிய மேசையில் அத்தனை வகையான சாப்பாட்டுக்களும் இருந்தது பழங்கள் நடுவிலும், உணவுகள் இரு புறத்திலும் வைக்கப்பட்டிருந்தது. ஒரு பக்கம் சூடான சாப்பாடும், சாம்பார், ரசம், மோர், அனைத்து விதமான காய்கறிகளிலிருந்து தனித்தனியாக பொரியல்கள் என பல வகை சைவ உணவுகள் வைக்கப்பட்டிருந்தது. மறுபக்கம் சிக்கன் க்ரேவி, சிக்கன் 65, மண மணக்கும் மட்டன் கொழம்பு, மீன் கொழும்பு, மீன் வருவல், இறால் தொக்கு போன்ற பல அசைவ உணவுகள் இருந்தது.

"எல்லாம் உங்களுக்காக தான் தயங்காம சாப்பிடுங்க" என்று அந்த தாத்தா அன்போடு சொன்னார்.

ஆதவனும் கற்பகமும் சைவ உணவை மாறி மாறி பார்த்துக் கொண்டு சாப்பிட்டார்கள். வள்ளி அசைவ உணவுகளைப் பார்த்ததும் கூச்சத்திற்கு விடுதலை கொடுத்து விட்டு சைவத்திலிருந்து மெதுவாக எழுந்து அசைவம் இருந்த நாற்காலி பக்கம் சென்றாள்.

ஆனால் ஜீவா ஏன் இங்க வந்து இருக்கோம்? இந்த தாத்தா யாரு? ஏன் இதலாம் பண்றாரு? என மனதிற்குள் யோசித்துக்கொண்டே இரண்டு இட்லி மட்டும் சாப்பிடுவதை அந்தத் தாத்தா கவனித்தார்.

ஆதவனிடம் பேச நினைத்த ஜீவா முதலில் எப்படி பேசுவது என்று தெரியாமல் அவரிடம் "அந்தத் தண்ணிய கொஞ்சம் எடுங்க" என தயக்கத்துடன் கேட்க.

ஆதவன் புன்னகைத்துக் கொண்டே எழுந்து போய் ஜீவாவிடம் தண்ணீர் கொடுத்தான். கற்பகத்திற்கும் இத்தனை நாளாக ஜீவா பேசமலிருந்து இப்போது ஆதவனிடம் பேசியதை நினைத்து ஆனந்தம் கொண்டாள்.

அன்று மாலை அந்தத் தாத்தா ஜீவாவிடம் ஒரு இடத்தை காட்டுவதாக சொல்லி தனியாக அழைத்துச் சென்றார். போகும் வழியில் "உன் பேரு ஜீவரத்தினம் தானே" என தலையை தடவிக் கொண்டே கேட்டார்.

"ஆமாம் தாத்தா உங்களுக்கு எப்படி தெரியும்" என சிறு ஆச்சரியமாக கேட்கையில், "தெரியும் பா" என சிரித்துக்கொண்டே சொன்னார். "ஒரு வேள எங்க அப்பா அம்மா சொல்லி இருப்பாங்களோ" என மனதிற்குள்ளே நினைத்தான்.

"ஆமாம் நீங்க யாரு தாத்தா? ஏன் இங்க வந்துருக்கோம்?" என மிக ஆர்வமாக கேட்கலாம் நினைத்தான். ஆனால் "இவ்வளவும் இவர் செய்த பிறகு இதை கேட்டால், "இது கூட தெரியாமலா இவ்வளவு தூரம் வந்துருக்க" என தவறாக நினைத்துக் கொள்வாரோ" யோசித்துக்கொண்டே "சரி அப்புறம் வள்ளியிடம் கேட்டுக்கலாம்" என்று அமைதியாகவே அவருடன் போனான்.

அந்த முதியவர் ஒரு கட்டிடத்திற்கு அழைத்து வந்தார், ஜீவா அந்தக் கட்டிடத்தின் பெயரைப் படித்தான் "நூலகம்" என்று. "இதுக்கு தான் இந்தத் தாத்தா இவ்வளவு பில்டப் பண்ணி என்ன தனியா கூட்டிட்டு வந்துருக்காரா, எனக்கு போர் அடிக்கும்'னு லைப்ரரிக்கு கூட்டிடு வந்துருக்காரு போல" என கேலியாக நினைத்தான்.

அந்த நூலகத்திற்குள் ஜீவா சென்ற போது, முன்பு புலி போல் தெரிந்த புத்தகங்கள், இப்போது வெகு நாட்கள் கழித்து மழை பெய்து அதில் முளைத்த பசுமையான புல்வெளிகளை விவசாயி ஆசையுடன் பார்ப்பது போல அவனுக்கும் அந்த அத்தனை புத்தகங்களும் காட்சி தந்தது.

"அந்த தாத்தாவும் உள்ளே போய் பாருப்பா" என்று புன்னகைத்தபடியே சொன்னார்.

ஆங்காங்கே சிறியவர்கள் முதல் பெரியவர்கள் வரை புத்தகம் தேடிக் கொண்டும் மேசையில் அமர்ந்து அமைதியாக படித்துக் கொண்டும் இருந்தார்கள்.

ஜீவாவுக்கு உடனே அவன் படித்த அந்தப் புத்தகம் ஞாபகம் வந்தது, அந்த தாத்தா "ஜீவா அந்த அலமாரிக்கு போய் பாருப்பா நல்ல நல்ல கதையெல்லாம் இருக்கும்" என்றதும்.

அந்த திசை பக்கம் சென்று ஒவ்வொன்றாக எடுத்துப் பார்த்தான், கடலின் தாகம், கால புத்தகம், ஆகாயத்தின் ஆழம் என பல நாவல் புத்தகங்கள் இருந்தது. "சரி இதில் இருந்து எதாவது எடுத்து படித்து பார்ப்போம்" என்று யாரும் பார்க்காத போது அலமாரியில் அடுக்கிருந்த புத்தகத்திற்கிடையே கண்களை மூடி விரல்களை வைத்து வெடுக்கென்று ஒரு புத்தகத்தை எடுத்தான்.

அவன் கண்களைத் திறக்கும் முன் ஒரு முறை முன்பு படித்த அந்தப் புத்தகத்தின் தலைப்பு ஞாபகத்தில் வந்து சென்றது. மெதுவாக கண்களைத் திறந்து பார்த்தபோது அவன் எதிர்பார்த்தது போல் "இந்த புத்தகம் உங்களைத் தேர்ந்தெடுத்துள்ளது" என்று இருந்தது.

****

ரத்தினம்

மெதுவாக கண்களைத் திறந்து பார்த்தபோது அவன் எதிர்பார்த்தது போல் "இந்த புத்தகம் உங்களைத் தேர்ந்தெடுத்துள்ளது" என்று இருந்தது.

"எப்படி'டா, நான் நெனச்ச மாதிரி அதே புக்கு, அது எப்படி நான் கண்ண மூடி எடுத்தாலே இதே புக்கா வருது, ஒரு வேல இதுக்கும் நமக்கும் எதாவது சம்பந்தம் இருக்கோ, விதி ஏதோ நம்மகிட்ட சொல்ல நினைக்கிதோ" என பல சினிமா கதையின் காட்சிகள் ஞாபகம் வந்து அவனுக்கு அவனே மனதிற்குள் பேசிக் கொண்டான்.

"எங்க இன்னொரு தடவ கண்ண மூடி எடுத்து பார்க்கலாம்" என்று மற்றொரு பக்கம் எடுத்துப் பார்த்த போது மீண்டும் அதே புத்தகமாக இருந்தது.

"இங்க இன்னும் எத்தன புக்கு தான் இருக்கு" என்று தேடிப் பார்க்கையில் 4 புத்தகங்களை வரிசையாக எடுத்தான் "ஓ... இத்தன காபி போட்டு வச்சிருக்காங்களா" என சிறு ஆச்சரியம் கொண்டான்.

அந்தப் புத்தகத்தை புரட்டி பார்க்கும் பொழுது கடைசி இரண்டு பக்கம் தானே என்று நினைத்துக் கொண்டு, நின்ற இடத்திலே படித்தான்.

அந்தக் கொலைகாரன் அவன் அடியாட்களை வைத்து கப்பலினுள் தங்கப் பெட்டியை தேடிப் பார்க்கச் சொன்னான் ஆனால் அது எங்கு தேடியும் கிடைக்கவில்லை. பின்னர் ஜோயலுக்கு படகு கற்றுத்தர ஒப்புக்கொண்டு அவருடன் இருந்த இரண்டு மணி நேரத்தில் நல்ல மனிதனாக முழுவதுமே மாறிவிட்டான். அப்படி அந்த இரண்டு மணி நேரத்தில் என்ன நடந்தது?... ஜோயலுக்கு படகு தானே சொல்லிக் கொடுக்க சென்றான்.

அதற்கு காரணம் ஜோயல் அந்தக் கொலைகாரனிடம் 1000 ரூபாய் பணம் கொடுத்ததால் தான்.

ஜோயலும் அந்தக் கொலைகாரன் சின்ன பையனாக இருக்கான் அவனை பற்றி தெரிந்து கொள்ள நினைத்து தனியாக பேசுவதற்கு படகு சவாரி கற்றுக் கொடுக்க சொன்னார்.

இந்தக் கொலைகாரன் இந்தக் கடலின் மிகப்பெரிய கடல் கொள்ளையரின் மகன் தான் இவன், வயது 19. அவனின் நண்பர்களை கொன்றதுக்காகவே ஜோயலையும் கேப்டனையும் கொலை செய்வதற்கு காத்திருந்தான். அந்த தந்தை அவன் மகனுக்கு உழைக்கும் திறமையை கற்றுக் கொடுக்கவில்லை அதனால் அந்த மகன் அவன் தந்தையுடன் சேர்ந்து திருடுவதிலே குறியாக இருந்தான். ஜோயல் இதையெல்லாம் சாமர்த்தியமாக கேட்டுவிட்டு படகு கற்றுக் கொடுத்ததற்கு அவனிடம் 1000 ரூபாய் பணத்தை கொடுத்துக் கொண்டே "நீ உழைத்த முதல் பணம், இந்தா வாங்கிக்கோ" என்றார்.

முதலில் வாங்க மறுத்தான் ஏதேதோ ஜோயலை திட்டினான் ஆனால் ஜோயல் அவனிடம் வலுக்கட்டாயமாக கொடுத்தார். அந்தப் பணத்தை கையில் வாங்கியவுடன் அவனுக்குள் பல வித்தியாசமான மாற்றங்கள் ஏற்பட்டது. ஜோயல் அவனிடம் ஏதேதோ அறிவுரைகளை வழங்கி முற்றிலும் அவனை மாற்றினார். அவனும் அதற்கேற்றால் போல் மாறிவிட்டு பணத்தை எல்லாம் அவரவர்களிடம் கொடுக்க கிளம்பிவிட்டான்.

ஜோயலுக்கு அந்த டைனோசரின் எலும்பு கிடைத்திருந்தால் கூட இப்படி ஒரு மகிழ்ச்சியாக இருந்திருக்க மாட்டார். ஒரு திருடனை நம் பேச்சில் திருத்தி விட்டோம் என்று பேரானந்தம் கொண்டார்.

கேப்டனிடம் ஜோயல் நடந்ததை சொல்ல அவரே வியந்து போனார். பின்னர் கேப்டன் "ஆனா நீங்க கிரேட் சார் எப்படி எல்லாம் யோசிக்கிறீங்க, அவன் கைக்கு அப்பவே அந்தப் பெட்டி கிடைச்சிருந்துன நம்மள அப்பவே கொன்னு இருப்பான், சார் கடைசி நேரத்துல அந்தப் பெட்டிய அப்படி எங்க சார் மறைச்சு வச்சீங்க" என கேப்டன் ஆச்சரியமாக கேட்க,

அதற்கு ஜோயல் "நங்கூரத்த மேல ஏத்துங்க" என்றார். அந்த நங்கூரத்தில் தங்க பெட்டி சேர்த்து கட்டி வைக்கப்பட்டிருந்தது. கேப்டன் அதைப் பார்த்தவுடன் மிகவும் ஆச்சரியப்பட்டார் "ஓ இதுக்காக தான் நங்கூரத்த இங்க இறக்க சொன்னீங்களா" ஜோயலை கேட்க அவர் புன்னகையில் தலையசைத்து பதில் தந்தார்.

கடைசியில் அவருக்கு சொந்தமான அந்தமான நிக்கோபார் தீவில் உள்ள அவருடைய மாளிகையின் ஓய்வு அறையில் ஜோயல் யோசித்தார் "புதையல் எங்கே" என்ற ஒரு புத்தகத்தினால் தான் இவ்வளவும் நடந்தது என்று, அதே போல் மற்றொரு புத்தகத்தையும் எடுத்து படிக்க ஆரம்பித்தார்.

அந்தப் புத்தகத்தை திறக்கும் போது ஜோயலின் முன் ஒரு ஆயிரம் ரூபாய் நோட்டு பறந்து கீழே விழுந்தது அதே நேரம் அவரின் பின் தலையில் கப்பலின் கேப்டனும் அவனின் மகனும் ஒன்றாக சேர்ந்து துப்பாக்கியை வைத்தார்கள்.

இந்தக் கடலின் மிகப்பெரிய கடல் கொள்ளையன் என்று அழைக்கப்படுபவனே இந்த கேப்டன் தான். மாறுவேடத்தில் நல்லவன் போல் நடித்து சாமர்த்தியமாக திருடுவதில் திறமை வாய்ந்தவன். ஜோயல் மிக பெரிய ஆராய்ச்சியாளர் அவரிடம் நிறைய பணம் இருக்கும் இவரிடம் நண்பனாகி, இவரிடம் இருக்கும் மொத்த பணத்தை சுருட்டிக் கொள்ளலாம் என்று திட்டம் போட்டான் ஆனால் எதிர்பாராத விபத்தில் ஜோயலை கடலில் தொலைத்ததால் "சரி இனி அந்த கிழவனின் உடல் கிடைக்காது, நம்முடைய மர்ம தீவிற்கே போகலாம் என நினைத்து திசை தெரியாமல் தேடிக் கொண்டிருக்கையில் அப்பொழுதுதான் அந்தப் "புதையல் எங்கே" என்கின்ற புத்தகத்தின் மூலம் தீவை நோக்கி சென்றான் அங்கு ஜோயல் உயிரோடு இருந்ததை கண்டு அதிர்ஷ்டம் இன்னும் நம்ம பக்கம் தான் இருக்கிறது என நினைத்துக் கொண்டே ஜோயலின் நம்பிக்கையை பெறுவதற்காகவே அவன் மகனின் நண்பர்களை கொன்றான், அந்த மர்ம தீவின் காட்டுக்குள் கேப்டனும் அவனின் மகனும் திட்டம் போட்டது போல் அந்தமானில் இருக்கும் ஜோயலின் வீட்டுக்குள் விருந்தாளியாக சென்று இப்போது அவரை கொன்று விட்டு பணத்தை எடுத்து செல்லலாம் என்று நினைத்தான் கேப்டன்.

"யோவ் கிழடு ரொம்ப என்ன நடிக்க வச்சிட்டல, எனக்கு கிடைக்க வேண்டியது கிடச்சிடுச்சி" என்று சொல்லி விட்டுக்குள் இருந்த பல கோடி ரூபாயின் பண அறையின் சாவியை விரலில் சுற்றிக் கொண்டே "இனிமேல் நீ உயிரோடு இருக்கக் கூடாது" என்று சொல்லி துப்பாக்கியின் ட்ரிக்கரை அழுத்தினால் கடல் கொள்ளையனான கேப்டன்.

ஜோயல் தலையை மின்னல் வேகத்தில் நகர்த்தி அவரின் காலில் மறைத்து வைத்திருந்த துப்பாக்கியை எடுத்து நண்பன் என நினைத்த அந்த கேப்டனையும், திருந்தியது போல் நடித்த அவனின் மகனையும் நெற்றி பொட்டில் சுட்டார்.

அவர்கள் இறந்து விட்டார்கள் என உறுதி செய்து விட்டு "ஹலோ ஹலோ மேஜர் ஜென்ரல் ஸ்பீக்கிங் நம்ம ரொம்ப வருஷமா தேடிட்டு இருந்த கடல் கொள்ளைக்காரர்களால இனிமே எந்த பிரச்சனையும் இருக்காது" என்று ஜோயல் ராஜ் தொலைபேசி மூலம் மிலிட்டரி அலுவலகத்திற்கு தகவல் கொடுத்தார்.

ஜோயலும் ஒரு ஆராய்ச்சியாளர் போல் ஒரு கப்பலை வாடகைக்கு எடுத்துக் கொண்டு அந்த கொள்ளையனை பிடிப்பதற்காக தான் அந்தமான் நிக்கோபர் தீவை நோக்கி சென்றார். மற்றவர்களிடம் தான் ஒரு ஆராய்ச்சியாளர் என்று நம்ப வைப்பதற்காக பல கதைகளை சொன்னார் அதாவது நேயர்களாகிய உங்களிடம் கூட உண்மையை மறைந்து விட்டு ரகசியமாக அந்தக் கடற்கொள்ளையனை தேடி சென்றார் ஆனால் அவர் சற்றும் எதிர்பார்க்காதது என்னவென்றால் அந்த வாடகைக்கு எடுத்த கப்பலில் இருந்தவன் தான் கடல் கொள்ளையன் என்று அவருக்கு தெரியாது. மர்ம தீவிலிருந்து கேப்டன் காப்பாற்றியதால் அவனை நம்பி நண்பனாக நினைத்தார். இப்பொழுது அவன் செய்ததை நினைத்து சற்றும் மனம் தளராமல் அவனை துப்பாக்கியால் சுட்டார்.

அதன் பிறகு யார்யார் பணத்தை இழந்தார்களோ அவர்களின் வீட்டில் பணத்தை அனுப்பி வைத்தார் மற்றும் அந்த தங்கப் பெட்டியை அரசாங்கத்தில் ஒப்படைத்தார் ஜோயல் ராஜ். அவருக்கும் அரசாங்கத்தில் இருந்து தங்கத்தில் விருது வழங்கப்பட்டது.

ஜீவாவுக்கு அப்படியே புல்லரித்து விட்டது "ச்சே என்னாமா எழுதி இருக்காரு என் மாமா, கடைசியில செம்ம ட்விஸ்டுல" என்று புத்தகத்தின் அட்டையின் முதல் பக்கத்தை மட்டும் திருப்பி பார்த்து முடிவிட்டு மீண்டும் அலமாரியில் மெதுவாக வைக்கப் போனான், அப்போது திடிரென்று ஒரு ஞாபகம் வர அந்தப் புத்தகத்தில் ஏதோ மாற்றத்தை கண்டது போல் மறுபடியும் வேகமாக அந்தப் புத்தகத்தை எடுத்து அந்த அட்டையை திருப்பி பார்த்தான் ஜீவா.

"என்ன???... தே... வ... ர... த்... தி... ன... ம் எழுதிய இந்த புத்தகம் உங்களைத் தேர்ந்தெடுத்துள்ளதா.....!!!!!!!????" என அதிக அளவில் ஆச்சரியத்துடன் அந்தப் பெயரை எழுத்துக்கூட்டிப் படித்தான்.

"தேவரத்தினம் எழுதிய

இந்த புத்தகம் உங்களைத் தேர்ந்தெடுத்துள்ளது"

****

75 புத்தகங்கள்

தேவரத்தினம் என்ற பெயரை பார்த்ததும் குழப்பத்தில் அந்த தாத்தாவிடம் வேகமாக சென்று "தாத்தா இந்த புக்குல வேற யாரோ பேரு போட்டு இருக்கு, இந்த புக்க எங்க ஊருல ஒரு நூலகர் எழுதுனது, அவரு பேரு கூட என்னவோ.... ஐயோ இப்பண்ணு பாத்து ஞாபகம் வர மாட்டுதே" என ஜீவா யோசிக்கையில்,

"ரங்கன் தானே" என்று அந்த தாத்தா சிரித்துக் கொண்டே சொன்னார்.

"அட ஆமா தாத்தா எப்படி உங்களுக்கு தெரியும்" ஆச்சரியத்துடன் கேட்க,

"அத அப்புறம் சொல்லுறேன்"... "சரி நீ சொல்லு எத நம்புற, அந்தப் பேரையா இல்ல இந்தப் பேரையா?" என கையில் வைத்திருந்த புத்தகத்தை குறிப்பிட்டு கேட்டார்.

"என்ன சம்பந்தமே இல்லாம கேக்குறாரு" என மனதிற்குள் நினைத்துக் கொண்டே சீக்கிரம் பதில் கொடுத்தான். "அந்த ரங்கன் தான் அந்த புக்க எழுதி, அவர் அதுக்காக அவார்டுலாம் வாங்கி இருக்காரு, இந்த இடத்துல என்னமோ வேற யாரோ பேர் போட்டு வச்சிருக்காங்க?" என குழப்பத்துடன் கேட்டான் ஜீவா.

"அது உண்ம கிடையாதுப்பா அது ரங்கன் எழுதல" என்று அவர் புன்னகைத்தபடியே சொன்னார்.

"இல்ல இல்ல தாத்தா அவரு தான் எழுதுனாரு, நான் அவருகிட்ட பேசி இருக்கேன், இத அவர் தான் எழுதுனாருனு சொன்னாரு, ஒரு வேல இங்க பிரிண்டிங் மிஸ்டேக் ஆகிடுச்சோ?" என உண்மையை நிரூபிக்கும் நோக்கில் பேசினான் ஜீவா.

"சரி இதுல இருக்குற தேவரத்தினம் யாருன்னு தெரியுமா" என பெரு மூச்சு விட்டு கேட்டார்.

"ஒரு வேல இவரா இருப்பாரோ" என நினைத்துக்கொண்டே விரைவில் விடை அளித்தான் "நீங்க தான் இந்த தேவரத்தினமா???"... என சந்தேகத்துடன் கேட்க,

"ஹா ஹா ஹா" ஒரு வெகுளி சிரிப்பு சிரித்தார். "இதுல இருக்குற தேவரத்தினம் என பையன் தான்". அந்தத் தாத்தாவும் தனது தோளைத் தாண்டி வளர்ந்த ஜீவாவிடம் இனிமேலும் உண்மைய மறைக்க கூடாதென்று ஒவ்வொரு உண்மையாக சொல்ல ஆரம்பித்தார்.

"உங்க பையனா? இப்போ எங்க இருக்காங்க?" என ஆர்வம் கலந்த சந்தேகத்துடன் கேட்டான்.

அந்த தாத்தாவும் "இங்க தான் இருக்கான் போய் பாரு" என்று அருகில் இருந்த அறை பக்கம் வலது கையை காட்டி சொன்னார்.

"அப்படி யாராக இருக்கும்" என சிறு ஆவலுடன் அந்த அறையின் வெளியிலிருந்து எட்டிப் பார்த்தான். அங்கு தேவரத்தினத்தின் பேனாவுடன் யோசிப்பது போன்ற புகைப்படம் இருந்தது. அங்கிருந்த மேசையில் சிறிய கரும்பலகையில் எழுத்தாளர் தேவரத்தினம் என்றிருந்தது.

அதைப் பார்த்த ஜீவா "இவரு தானே நம்மல கடல்ல இருந்து காப்பாத்துனது" என நினைக்கும் போது அன்று நடந்த சில கடற்கரை சம்பவங்கள் கன நொடியில் ஞாபகம் வந்து சென்றது.

"தாத்தா இவர் எப்படி இங்க" என மெல்லிய குரலில் கேட்க ஆரம்பிக்கும் போது,

"இவர உனக்கு தெரியுமா?" என தெரிந்தும் தெரியாதது போல ஆச்சரியமாக கேட்பது போல் நடித்தார்.

கடலிலிருந்து காப்பாற்றியதை மறைத்து "ம்ம்ம் தெரியும் தாத்தா இவர் தான் என்ன படகுல அனுப்பி வைச்சாரு" என்று இதை மட்டும் சொன்னான்.

"அப்போ உன்ன கடல இருந்து காப்பாத்துனது யாரு?" என புன்னகையுடன் கேட்க,

சிறிது கண்கள் விரித்து ஆச்சரியத்தில் "உங்களுக்கு எப்படி தெரியும்" என ஜீவா கேட்ட கேள்விக்கு பதில் சொல்லாமல் அந்த அறைக்குள் தேவரத்தினத்தின் புகைப்படமிடம் சென்று சிறு புன்னகையுடன் அதில் இருக்கும் தேவாவின் முகத்தை பார்த்து "இவன் தான் சொன்னான், நம்ம அந்தமானுக்கு வந்தப்போ எனக்கு போன் பண்ணி எல்லாத்தையும் சொல்லிட்டான், அங்க நடந்த பத்தி யாருகிட்டயும் சொல்ல கூடாதுன்னு சொல்லிருக்கான், நீயும் இந்த விஷயத்த உங்க அம்மா கிட்ட சொல்ல வேண்டாம்" என்றார்.

"ம்ம் சொல்லமாட்டேன் தாத்தா" என்று சொல்லிவிட்டு பேச்சை மாற்றுவது போல் மீண்டும் கையில் வைத்திருந்த புத்தகத்தை பார்த்துவிட்டு "இவரு தான் இந்த புக்க எழுதுனாருன்னு சொல்லுறீங்களே, அதுக்கு என்ன ஆதாரம்" என கேலி பார்வையில் ஜீவா கேட்க,

"தம்பி ரொம்ப நேரமா வெளியவே நிக்கிறியே உள்ள வாபா" என தேவரத்தினத்தின் அறைக்குள் அந்த தாத்தா அழைக்க,

"நம்ம தான் பேச்ச மாத்துனா இவரு நமக்கு மேல இருக்காரு" என நினைத்துக் கொண்டே உள்ளே வந்த போது அவனையே அறியாமல் அவன் கண்கள் வலது பக்கம் சென்றது.

கண்கள் மேலும் விரித்து அதிக அளவில் ஆச்சரியத்துடன் மெச்சும் புன்னகையோடு சேர்ந்து "இது இவ்வளவும் இவரு தான் வாங்குனாரா?" என்று கேட்டுக் கொண்டே அதன் அருகில் சென்று உற்றுப் பார்த்தான்.

அங்கு பல வித்தியாசமான எழுத்தாளருக்குறிய பதக்கங்களும், விருதுகளும் குவிக்கப் பட்டிருந்தது. ஒரு சிறிய மை(இங்க்) பாட்டிலினுள் இறகு பேனா வைத்த வடிவத்தில் விருதும், பெரிய மை(இங்க்) பேனாவின் முனைப்பகுதியைக் கொண்ட விருதும், புத்தகம் போன்ற வடிவத்திலும், தட்டச்சு இயந்திரம் போல வடிவத்திலும், பேனாவும் புத்தகமும் சேர்ந்த வடிவத்திலும் என பற்பல விருதுகள் அழகாக அடுக்கப்பட்டிருந்தது.

அந்த பல விருதுகளுக்கு நடுவில் வித்தியாசமான வடிவத்தில் தங்கத்தினாலான பேனாவை செங்குத்தாக நிறுத்தி வைத்து அந்தப்

பேனாவின் முள் முனையில் சிறிய உலக உருண்டை சுற்றிக் கொண்டிருந்தது, அது உலகத்தில் சிறந்த எழுத்தாளருக்கான விருதாகும். இந்த விருதை மட்டும் ஜீவா உற்றுப் பார்க்க, அதில் "தேவரத்தினம்" என்ற பெயர் அதற்கு அடியில் பதிக்கப்பட்டு இருந்ததைக் கண்டு சிறிது உடல் நடுக்கம் கொண்டு மெய் சிலிர்த்து ஆச்சரியமான அதிர்ச்சியில் கண் சிமிட்டாமல் பார்த்துக் கொண்டே வாயடைத்து நின்றான்.

"என்ன தம்பி இப்பயாவது நம்புறியா" என்று கேலியாக அந்த தாத்தா கேட்டார்.

"எப்படி தாத்தா இவ்வளவு அவார்டும் அவரு தான் வாங்குனாரா? இந்த ஒரு புக்குகாகவா?" என மிக ஆச்சரியத்துடன் கேட்க,

"இப்போ நீ இந்த புக்க எடுத்தல அந்த அலமாரியில மேல போய் கொஞ்சம் பாரு" என்று சொன்னதும் விரைந்து வெளியே சென்று மேலே பார்த்தான் ஜீவா. அங்கு தேவரத்தினம் என பெரிய கரும்பலகை வைத்து அதற்கு கீழ் அலமாரியில் நிறைய புத்தகங்கள் அடுக்கப்பட்டிருந்தது.

அந்தத் தாத்தாவும் கைகளை பின்னால் கட்டிக் கொண்டே வெளியே வந்து அவனைப் பார்த்தார்.

"என்ன தாத்தா இதுல ஒரு 30 புக்கு இருக்குமா" என வியப்புடன் கேட்டான்.

"அட என்னப்பா கம்மியா சொல்லுற, மொத்தமா 75 புக்கு, பின்னாடி போய் பாரு" என்று சிரித்துக்கொண்டே பெருமையாக சொன்னார்.

அவனும் சென்று பார்த்து விட்டு "எப்படி தாத்தா இவ்வளவும் அவரு தான் எழுதுனாரா???" என பல மடங்கு ஆச்சரியத்துடன் கேட்டான்.

"ஆமாம்'பா என் பையன் தான்" என்று கர்வமாக சொன்னார்.

ஜீவாவுக்கு திடீரென ஒரு ஞாபகம் வர "உங்க பேரு என்ன தாத்தா" என கேட்க

"ராஜ் ஜோயல் ராஜ்" என்று ஹாலிவுட் படத்தில் வரும் கதாநாயகன் ஜேம்ஸ் பாண்ட் என்ற பெயரை "பாண்ட் ஜேம்ஸ் பாண்ட்" என ஸ்டைலாக சொல்லுவது போல் ஜீவாவிடம் சொன்னார்.

இதற்கு மேலும் அவனை ஆச்சரியத்தில் மூழ்கடித்தால் அதிலேயே மயங்கி விடுவது போல் "என்ன தாத்தா சொல்லுறீங்க இந்த பேரு தானே" என அவன் விடை சொல்வதற்குள்,

ஜோயல் தாத்தா "ஆமாம்'பா அதுல வர ஜோயல் கேரக்டர் நான் தான், இதுதான் அவனோட முதல் புத்தகம், என்னைய வச்சு தான் அவன் கத எழுத ஆரம்பிச்சான்" என்று பெருமையுடன் கூறினார்.

"எனக்கு என்ன சொல்லுறதுனே தெரியல தாத்தா, அப்போ நீங்க உண்மையாளுமே மிலிட்டரில இருக்கீங்களா???"....

"அட அவ்வளவு பெரிய மனுஷன் இல்லப்பா, நான் ஒரு சாதாரண மீனவனா இருந்தேன் இப்போ நீ வந்தல்ல அந்தக் கப்பலுக்கு ஓனரா இருக்கேன் அவ்வளவுதான்" என்று எளிமையாக பதில் தந்தார்.

"ஓ... சூப்பர் தாத்தா அப்போ உங்கல வச்சி தான் கற்பனையா கத எழுதி இருக்காரா?"

"ம்ம்ம்"... கண்களை மெல்ல மூடி தலை அசைத்து பதில் கொடுத்தார் ஜோயல் தாத்தா.

திடீரென சில குழப்பமான ஞாபகம் வர "இது அவர் உங்க கிட்ட சொன்னாரா தெரியல, குரு தாத்தா உங்களுக்கு தெரியுமா, ஏன்னா அவரு தான் அவங்க அப்பான்னு சொன்னாரு, இப்போ அவருக்கு நீங்க அப்பான்னு சொல்லுறீங்களே" என சந்தேகத்துடன் கேட்டான்.

ஜீவாவை மீண்டும் நூலகத்தின் உள்ளே தேவாவின் அறைக்குள் அழைத்துச் சென்று "அந்த குரு தாத்தா தான் அவனோட உண்மையான அப்பா, நான் வந்து அவனோட வளர்ப்பு அப்பா" என சிறு சோகத்துடன் தயங்கி உண்மையை சொன்னார்.

"எப்படி தாத்தா, நீங்க அவர தத்து எடுத்துட்டீங்களா?" என ஜீவா கேட்க,

தனது பேரனாக நினைக்கும் ஜீவாவின் கேட்ட கேள்விக்கு மறுப்பின்றி பதில் கொடுத்துக் கொண்டே இருந்தார் ஜோயல் தாத்தா. "நான் தத்தெடுக்கலபா என தொடங்கி... 15 வருடத்திற்கு முன்னால் இவர் ஒரு கப்பலில் மீனவனாகப் பணிப் புரிந்ததையும் அப்போது புயல் வரும் பொழுது தேவா அவரின் வலையில் சிக்கியதையும், அவனுக்கு ஒரு வருடமாக ஞாபகம் இன்றி இருந்ததையும், அப்புறம் அவன் ஒரு எழுத்தாளராக பிரபலமானதையும், அவன் தான் எனக்கு கப்பல் வாங்கி தந்தான் என இவ்வாறு நடந்ததைச் சொல்லி முடித்தார். ஆனால் ஜீவா தான் தேவாவின் மகன் என்று அவனிடம் சொல்லவில்லை அதை சொல்லுவதற்கும் இது நேரமில்லை என்று நினைத்தார்.

முதியவர்கள் கதை சொல்ல ஆரம்பித்தாலே காது கொடுத்து கேட்காத ஜீவா, இப்போது இந்தக் கதையை மட்டும் ஆவலாக கேட்டான்.

அதைக் கேட்ட ஜீவா "தாத்தா இதையே ஒரு கதையா தேவா அண்ணன எழுத சொல்லுங்க தாத்தா" என்று அவர் சோகமாக இருந்ததைக் கண்டு கேலியாக பேசினான்.

ஒரு மெல்லிய சிரிப்பு சிரித்தார் ஜோயல் தாத்தா.

"ஆமா தாத்தா நானும் கேட்க மறந்துட்டேன், நீங்களும் சொல்ல மறந்துட்டிங்க, எங்க ஊரு லைப்ரரில்ல நூலகரா ஒருத்தர் இருக்காரு, அவரு தான் இந்த புக்க எழுதினாராம், அவரு பேரு ரங்கன்னு சொன்னாரு அந்த புக்குலயும் அதே பேர் போட்டு இருந்துச்சு எப்படி தாத்தா ஒரு வேல" என ஆரம்பிக்கையில்,

அப்போது ஆதவன் அங்கு "இது தான் நீங்க சொன்ன லைப்ரரியா?" என ஜோயல் தாத்தாவைக் கேட்டுக்கொண்டே உள்ளே வந்தான்.

"அப்பா அவரு உங்க பிரண்ட் தானா" என ஆதவனிடம் சொல்லி அந்தப் புத்தகங்களையும், விருதுகளையும் காட்டினான்.

ஆதவன் தன் நண்பனை பற்றி பெருமையாக நினைத்து ஆனந்த கண்ணீர்வரும் அளவிற்கு ஆச்சரியத்தில் மகிழ்ச்சி கொண்டான்.

தேவரத்தினம் புத்தகம் எழுதுவதால் தான் தன் மகனாகிய ஜீவாவை வருடத்திற்கு ஒரு முறை அவனைப் பார்க்க கன்னியாகுமரிக்கு சென்று வருவான். ஆதவன் இறந்துவிட்டதாக செய்தி தெரிந்த போது, அப்பொழுது கூட தேவா நினைத்தான் ஜீவாவிடம் சென்று நான் தான் உன் அப்பா என சொல்லலாம் என்று. ஆனால் எங்கு சொன்னால் குழப்பம் ஏற்படுமோ என அந்தக் குடும்பத்தை விட்டு விலகியே இருந்தான்.

இவ்வளவு பிரச்சனைகளுக்கும் காரணமே தேவாவின் மற்றொரு நண்பனாகிய இப்பொழுது கன்னியாகுமரியில் நூலகராக இருக்கும், நரி போல தந்திர மூளை கொண்டவன், பார்க்க அழகான உருவத்தில் பாவமாக முகம் தோற்றம் அமைந்தவன், பேச்சில் அனைவரையும் மயக்கும் வித்தை உடையவன் அவனின் பெயர் தான் "ரங்கன்".

****

ரங்கன் இல்ல ரங்கா

சங்கமம் என்னும் திரைப்படத்திலிருந்து ஏ. ஆர். ரகுமான் இசை அமைத்த,

"வராக நதிக்கர
ஓரம் ஒரே ஒரு பார்வை
பார்த்தேன் புறாவே நில்லுனு
சொன்னேன் கனாவாய்

ஓடி மறைஞ்ச"..... என்ற பாடலை சங்கீதமாக மத்தளம் சத்தத்திற்கிடையே நாதஸ்வரம் ஓத, அக்னி குண்டத்திற்கு எதிரே பட்டு வேட்டி சட்டையுடன் ரோஜா பூமாலை அணிந்து மாப்பிள்ளை கோலத்தில் ஜீவா மணவறையில் அமர்ந்து, கோபால் ஐயர் எப்பொழுது பெண்ணை அழைப்பார் என்று அவர் வார்த்தைக்காக கார்த்துக்கொண்டுருக்கையில் "நாளி ஆயிடுத்து பொண்ண ஆச்சிட்டு வாங்கோ" என ஐயர் சொன்னதும், கண்ணிமைக்காமல் அவனின் கனவு கன்னியை ரசித்தான். கல்யாண புடவையில் அவள் வானத்தில் இறங்கி வந்த லசக்ஷமி தேவி போல இருந்தாள். ஜீவாவின் அருகில் வெட்கத்துடன் அமர்ந்து அவனை சிறு பார்வையிட்டு திரும்பினாள்.

"கெட்டி மேளம் கெட்டி மேளம்" என ஐயர் வலது கையை தூக்கி ஆள் காட்டி விரலால் மத்தலத்தை அடிக்கச் சொன்னார்.

ஜீவா ஆர்வத்துடன் தாலியை எடுத்து அவளின் கழூத்தில் கட்டும் பொழுது "இந்தக் கல்யாணம் நடக்க கூடாது" என்று சொல்லி ரங்கன் கோவமாக நின்றார்.

ஆனால் அவரின் பேச்சுக்கு மதிப்பு கொடுக்காமல் அவசர அவசரமாக அவளுக்கு மூன்று முடிச்சு போட்டு, பெரு மூச்சி விட்டு, மணல் அள்ளி போட்டது போல் இரு கைகளையும் தட்டினான். "இப்ப

என்ன பண்ண முடியும்" என்று ரங்கனை நோக்கி திமிரு பார்வையால் கேட்டான் ஜீவா.

****

எவரும் எழுப்பாமலும், எந்த ஒரு சத்தமுமின்றியும் தானாகவே அவன் கண்கள் திறந்தது, "ஐயோ கனவா? இப்போனு பாத்துதான் முழிப்பு வரணுமா திரும்ப தூங்கினாலும் அதே கனவு வராதே" என சிறு கேலியாக வருத்தம் கொண்டான்.

படுத்துக்கொண்டே மீண்டும் மீண்டும் அதையே யோசித்துப் பார்த்தான் "எவ்வளோ அழகா இருந்தாள, பரவா இல்லையே என்னா தைரியமா தாலியக் கட்டிடோம், ம்ம் இவளுக்கு இப்படி ஒரு அப்பாவா கதைய திருடி அவரு பேர போட்டு கிட்டு, எல்லாத்தையும் ஏமாத்திகிட்டு இருந்துருக்காரு"...

சிறு கொட்டாவி விட்டுக் கொண்டே எழுந்து "அந்தத் தாத்தா எங்க?, நேத்திக்கு சாய்ங்காலத்துல இருந்து ஆளையே காணோம்" என அந்த மாளிகை விட்டில் தேடினான். "எப்பா எவ்வளவு பெரிய வீடு, இதுல அந்தத் தாத்தாவும், தேவா அண்ணனும் தனியா தான் இருக்காங்க போல ஒரு கல்யாண போட்டோவையும் காணோம், அந்த அண்ணனுக்கு கல்யாணம் ஆகளையோ, ஒரு வேல கல்யாணம் ஆவாதனாள தான் இவ்வளவு பெரிய எழுத்தாளரா இருக்காரோ, ம்ம்ம் ஒரு எழுத்தாளர செம்ம பெருமைய இருக்கும்ல" என்று கேலியாக யோசித்துக் கொண்டே அந்தமான் கடற்கரைக்கு கனவில் வந்த நாதஸ்வர பாடலை பாடிக் கொண்டே சென்றான். "வரக நதிக்கர ஓரம் ஒரே ஒரு பார்வை பார்த்தேன்"........ *

அங்கு கடற்கரையை பார்த்தபடி ஆதவன் நின்றுக் கொண்டிருந்தான் அங்கு ஜீவா பின்னால் சென்று "பா இங்க என்ன பண்றீங்க" கேட்டதும் "அட வாபா சீக்கிரம் ஏஞ்சிட்டியா" புன்னகை முகத்துடன் அழைத்தான்.

"ம்ம் ஆமாம் பா" என்றதும் ஆதவனுக்கு சூடு வைத்தது போல் கண்ணை மூடி திறந்தான்.

தேவா, ஜீவாவின் 20வது பிறந்த நாள் அன்று, என்ன குழப்பம் வந்தாலும் பரவாயில்லை என "நான் தான் உன் அப்பானு" சொல்லலாம் என்று நினைத்திருந்த போது, எதிர்பாராத சந்திப்பில் ஆதவனை பார்த்ததும் அந்த எண்ணத்தை குழி தோண்டி மனதிற்குள் புதைத்துவிட்டான் தேவா.

ஆனால் ஆதவன், பல சாதனைகள் பெற்ற தேவாவும், ஆதவனின் குடும்பமும் உயிரோடு தான் இருக்கிறார்கள் என்று தெரிந்ததும், "இதற்கு மேலும் தேவாவின் மகனை தான் வைத்திருக்க கூடாது, அவனுக்கும் மகனின் பாசம் இருக்கும் அல்லவா, அவனும் இன்னொரு கல்யாணம் பண்ணிருப்பான் என்று நினைத்தால் புத்தகம் எழுதுவதற்காகவே அவனின் வாழ்க்கையை அற்பணித்திருக்கிறான், அவன் மகனை அவனிடமே ஒப்படைத்து விடலாம்" என தீவிரமாக யோசித்துக் கொண்டு இருக்கையில் தான், ஜீவா "அப்பா" என்றதும் அந்த வார்த்தை ஆதவன் மனதில் முள் குத்தியது போல் இருந்தது.

இத்தனை நாளாக ஜீவாவிடம் உண்மையை மறைப்பது என்பது மிக பெரிய குற்ற உணர்ச்சியை ஆதவனுக்கு ஏற்படுத்தியது.

ஆதவன் உண்மையை சொல்ல நினைக்கும் முன் அதற்குள் ஜீவா "பா இந்த ரங்கன் யாருப்பா? அவரு உங்க பிரண்டா?"

பரிதாபமாக இருந்த ஆதவனின் முகம் விரைவில் புருவங்கள் நெறிந்த நிலையில் முகத்தை திருப்பிக் கொண்டு "அவன் ரங்கன் இல்ல ரங்கா" என்றான்.

ஆதவன் ரங்கன் இல்ல ரங்கா என்று சொன்னதற்கு காரணம் ரங்கன் என்றால் திறமையுள்ளவன், நல்லவன் என்பது பொருள். ரங்கா என்றால் "அவை இடத்தை பாதுகாப்பவர்" என்பதன் பொருள் ஆனால் அதை மாற்றி தன்னை பாதுகாப்பதற்காக எல்லா விஷயத்திலும் சுயநலமாக யோசிப்பவன் என்று சுருக்கமாக ரங்கா எனக் குறிப்பிட்டான் ஆதவன்.

ஆதவனின் முக வாட்டத்தை புரிந்துக்கொண்ட ஜீவா "ஏன் என்ன ஆச்சு பா"

ஆதவனிடன் ஜோயல் தாத்தா ரங்கனை பற்றி சொன்ன அனைத்தும் கன நொடியில் ஞாபகம் வந்தது, "அந்த ரங்கா தான்பா நம்ம வீட்டுக்கு தீ வைச்சது" என கோபத்துடன் ஆதவன் சொன்னான்.

****

சதி திட்டம்

"அந்த ரங்கா தான்பா நம்ம வீட்டுக்கு தீ வைச்சது" எனக் கோபத்துடன் ஆதவன் சொன்னான்.

"ஏன் எதுக்காக நம்ம வீட்டுக்கு தீ வைச்சாரு, வீடு எரிஞ்சது இவருக்கு எப்படி தெரியும், ஒரு வேல ஜோயல் தாத்தா சொல்லிருப்பாரோ" என்று அரை நொடியில் புரிந்து கொண்டு "எதுக்கு பா ஏன் வைச்சாரு" எனக் கோபமாக கேட்டான் ஜீவா.

"வீடு எரிஞ்சத பத்தி அம்மாட்ட சொல்லாத, தெரிஞ்சா கஷ்ட படுவா" என பொருமையாக சொல்லிவிட்டு ரங்காவை பற்றி சொல்ல ஆரம்பித்தான்.

"15 வருஷத்துக்கு முன்னாடி நானு, தேவா, உன்ன படகுல கொண்டு வந்து விட்டாருல அந்த ஐயிரு அப்புறம் அந்த ரங்கா, நாங்க எல்லாம் நல்ல ∴பிரண்ஸா இருந்தோம், ஒரு நாள் நாங்கெல்லாம் ஒன்னா கடலுக்கு போகும்போது கன மழ அதிகமா இருந்துச்சி, அப்போ எங்க படகோட மோட்டார் ரிப்பர் ஆகிடுச்சு" என்று கதையை சொல்லத் தொடங்கினான்.

அன்று வேறு ஒரு படகில் ஐயரும் ரங்கனும் கரைக்குச் சென்றார்கள். ஐயர் கனமழை காரணமாக தேவாவின் வீட்டுக்குள் சென்று விட்டான். ஆனால் ரங்கன் மட்டும் குரு தாத்தா வருவதை பார்த்துவிட்டு "அப்பா ஆதவன் ரொம்ப கோவமா இருந்தான் என்னையும் கோபாலையும் அனுப்பி வைச்சிட்டு, அவங்க ரெண்டு பேரும் சண்ட புடிச்சுகிட்டு இருக்காங்க" என்று ஒரு வதந்தியை கிளப்பிவிட்டான்.

ரங்கன் இப்படி செய்ததற்கு காரணம் அவன் ஒரு தலையாக காதலித்த பெண்னை ஆதவன் திருமணம் செய்ததால், பொறாமையில் இருந்தவனுக்கு எப்படி பழி வாங்குவது என்று தெரியாமல் காத்துக்

கொண்டிருக்கையில் இதான் வாய்ப்பு என்று வேறு விதமாக குரு தாத்தாவிடம் சொல்லிவிட்டான். அன்று ஆரம்பித்தது ரங்காவின் நரி தந்திரம்.

அதற்கேற்றார் போல் தேவாவை ஆதவன் கடலில் தொலைத்து விட்டு வர, பிறகு யாருக்கும் சொல்லாமல் ஆதவன் ஊருக்கு கிளம்பிய போது ரங்காவுக்கு இன்னும் வாய்ப்பு அதிகமாக கிடைத்தது "பாத்தீங்களாப்பா, நம்ம தேவாவ கொன்னுட்டு தப்பிச்சு ஓடிட்டான்" என்று அழுத படி சொல்லி நடித்தான்.

பிறகு ஞாபகம் இன்றி ஒரு வருடம் கழித்து கையில் ஒரு புத்தகத்துடன் வந்த தேவா, நேராக அவன் வீட்டுக்குச் சென்றான் அங்கு குரு தாத்தாவும் இல்லை, வீடும் பூட்டி இருந்தது.

பின்னர் ஆதவனின் பழைய வீட்டுக்குச் சென்றபோது அங்கும் யாரும் இல்லாததால் கற்பகத்தின் வீட்டிற்குச் சென்றான். அங்கு வெளியே மற்ற சிறுவர்களுடன் 6 வயது குழந்தையாக ஜீவா விளையாடிக் கொண்டிருந்ததை பார்த்து வலியுடன் சேர்ந்த புன்னகையில் அவனிடம் சென்று "ஜீவா" என அழைத்த போது யாரையோ பார்ப்பது போல் பயந்து போய் வீட்டுக்குள் ஓடிவிட்டான்.

அவனைத் தொடர்ந்து வீட்டினுள் தேவா எட்டிப் பார்க்க அங்கு வள்ளி குழந்தையாக தரையில் விளையாடிக் கொண்டிருந்தாள் எதர்ச்சியாக மேலே பார்க்கும் போது ஆதவாவின் புகைப்படம் மாலை போட்டு தொங்கிக் கொண்டிருந்தது, அதைக் கண்ட அதிர்ச்சியில் எந்த பேச்சுமின்றி அந்த வீட்டை விட்டு கிளம்பி விட்டான், அதன் பிறகு தான் கடை வீதிக்கு சென்று விட்டு கற்பகமும் வீடு திரும்பினாள்.

பின்னர் நேராக ரங்கனின் வீட்டிற்கு சென்ற போது, தேவா உயிரோடு இருப்பதை கண்டு ஆனந்தமாக அவனை வீட்டுக்குள் அழைத்து பேசினான் ரங்கன், ஆதவன் இறந்த விவரத்தையும், குரு தாத்தாவையும் அன்று முதல் இன்று வரை காணவில்லை என்பதை பற்றி சில விஷயங்களை மறைத்து நடந்ததை எல்லாம் வேறு விதமாக எடுத்துச் சொன்னான் ரங்கன்.

ஆதவன் இறந்ததை நினைத்து இடிந்து போனான் தேவா.

தேவாவும் அவனுக்கு நடந்ததை ரங்கனிடம் முழுவதையும் சொல்லி விட்டு, அவன் அப்பாவையும், ஆதவனையும் பற்றி யோசிக்கையில் "கையில என்னடா புக்கு" என சிறு ஆர்வமாக ரங்கன் கேட்க,

"இதுவா, நான் தாண்டா எழுதுனே, ஒரு வருஷமா எழுதுன கதடா, உனக்கு தெரிஞ்ச யாராச்சும் பத்திரிக்கையில வேல செய்றாங்களா? அப்படி இருந்தா அவங்க கிட்ட இந்தக் கதைய கொடுத்து வெளியிட சொல்லலாம்" என பாவமாக கேட்டான் தேவா.

"நீ எழுதுனதா?, எங்க கொடு பாப்போம்" அதை வாங்கி "இந்த புத்தகம் உங்களைத் தேர்ந்தெடுத்துள்ளது" தலைப்பை படித்துவிட்டு "டேய் டாபிக்கே வித்தியாசமா இருக்கேடா"...

சிறு வலி புன்னகையில் "ஆமாம்'டா இத நீயே படிச்சி பாரு, கத நல்லா இருந்தா அப்புறமா உனக்கு தெரிஞ்சவங்க கிட்ட சொல்லி வெளியிட வைச்சிடுடா" என்று சொல்லிவிட்டு எழுந்து மன உடைச்சலில் கிளம்பினான்.

"டேய் எங்கடா போற"

"நான் திரும்பி அந்தமானுக்கே போயிடலாம் இருக்கேன், என்னோட நிம்மதிக்காக மத்தவங்களோட நிம்மதிய கெடுக்குற மாதிரி இருக்கும் அதான்" என்று சொல்லி வாசலிலே நின்றான்.

"டேய் அப்படிலாம் ஒன்னும் இல்ல'டா" சமாளிக்க ரங்கன் முயற்சித்த போது, "இல்ல சரியா இருக்காது'டா" என்றான் தேவா.

"சரி நான் சொன்னா கேக்கவா போற, உன் இஷ்டம் போல பண்ணு" என்று தேவாவை வழி அனுப்பினான் ரங்கன்.

அப்போது வரை கொஞ்சம் நல்லவனாக இருந்த ரங்கன், ரங்காவாக உருவெடுத்தான், கதை முழுவதையும் படித்த பிறகு "எப்படிப்பட்ட கத எழுதி இருக்கான் இத விட்டுட்டு திரும்பி அந்தமானுக்கே போயிட்டான், இதுல நம்ம பேர போட்டு கொடுத்துட்டா ஊர் உலகத்துல நமக்கு ஒரு பேரு கிடைக்குமே" என்று அதில் அவன் பெயரை அச்சிட்டு கதையை வெளியிட்டான் ரங்கா.

சரியாக அடுத்த ஒரு வருடம் கழித்து ஜீவாவின் பிறந்தநாள் அன்று தேவா வந்த போது அந்தப் புத்தகம் பிரபலமானதை அறிந்து ரங்கனை பார்க்க சென்றான். கன்னியாகுமரியின் கடற்கரையில் ரங்கா எழுதிய அந்தப் புத்தகத்திற்காக ஒரு மேடையில் பாராட்டுவிழா நடத்தப்பட்டது.

அங்கு தேவா சென்று அந்த மேடையின் கீழ் இருந்து அனைவருக்கும் மத்தியில் "டேய் ரங்கா இந்த புத்தகத்துல என்னடா உன் பேர போட்டு வச்சிருக்க, இது நியாயமாடா" என ஆத்திரத்தை அடக்கிக் கொண்டு வலியுடன் கேட்க,

"ஆமாம் நீங்க யாரு?" என தெரியாதது போல் நாற்காலியில் அமர்ந்து கால் மேல் கால் போட்டு கொண்டு ரங்கா கேட்க, ... "என்னய பாத்தாடா யாருன்னு கேக்குற" என பேசாமல் முக பாவனையில் வலியுடன் காட்டினான்.

"டேய் தயவு செய்து அந்த புத்தகத்த எழுதுனது நான் தாுனு எல்லாருக்கிட்டயும் சொல்லுடா" என்று மன வலியுடன் பொறுமையாக கேட்டுக் கொண்டான்.

ரங்கா உடனே நாற்காலியிலிருந்து எழுந்து கைதட்டிக் கொண்டு "பாத்தீங்களா"....... என மைக்கில் எதிரொலிக்க பேசினான் "நான் எவ்வளோ கஷ்டப்பட்டு இராப்பகலா இந்த புத்தகத்த எழுதுனா, இப்படி ஒரு கருவேலி முள் செடி என்ன குத்த வந்துருக்கு, இதுக்கு பேரு தான் கதைய சாமர்த்தியமா திருடுறதா" என தேவாவை அவமான படுத்தும் நோக்கில் கூட்டத்தை பார்த்து சாமர்த்தியமாக பேசினான் ரங்கா.

அப்போது அங்கிருந்தவர்கள் "ஏன்டா உங்களுக்கெல்லாம் வேற வேல இல்லையா, அடுத்தவங்களோட நகை, பணம் தான் திருடுறீங்கனா, இப்போ கதைய கூட திருட கிளம்பிட்டிங்களா" என்று கூட்டத்தில் இருப்பவர்கள் கேட்டார்கள்.

ரங்கா பேசிய வார்த்தைகள் அவனின் இதயத்தில் இடி போல் இறங்க காதை பொத்திக் கொண்டு அந்தக் கூட்டத்தை விட்டு வேகமாக வெளியேறினான் தேவா...

அந்த அவமானத்தில் அந்தமான் தீவுக்கு ஓடிய தேவா. "நம்மை ஏமாற்றியவர்களை பழி வாங்குவதை விட நமக்கு பிடித்த விஷயத்தில் கவனத்தை இன்னும் அதிகமாக செலுத்தினால் போதும்?" என்று விடா முயற்சியை கை விடாமல் திறமை முழுவதையும் பயன்படுத்தி பல புத்தகங்களை எழுதினான் அதன் விளைவால் தான் உலக அளவில் சிறந்த எழுத்தாளர் என்ற விருதையும் பெற்றான் தேவரத்தினம்.

ஆனால் என்ன தான் அவ்வளவு பெரிய பெயரை வாங்கினாலும் ஏதோ கிடைக்காதது போல் "அது யான் கத, அது யான் கத" என்று அவன் தூங்கும்போதெல்லாம் முணு முணுப்பான். அவனின் முதல் கதையை முதல் காதலியாக நினைத்தான் தேவா.

இதில் நல்ல விஷயம் என்னவென்றால் ஜீவா தான் தேவாவின் மகன் என்று ரங்காவுக்கு தெரியாது. ஆதவனுக்கும், கோபால் ஐயருக்கும், ஜோயல் தாத்தாவுக்கும், தேவாவுக்கும் தெரிந்த அவன் பிறப்பின் ரகசியத்தை இதுவரை ஜீவாவிற்கு தெரியாமல் மறைத்து வந்தார்கள்.

2015 நவம்பர் மாதம் கன மழை பெய்து, கரையோரம் இருந்தவர்கள் பகவதி அம்மன் கோவில் மண்டபத்திற்கு பாதுகாப்புக்காக தங்கிய போது ஜீவாவின் மீது விழ இருந்த மரத்தினிடமிருந்து எதார்த்தமாக தேவா காப்பாற்றி, அடுத்த நாள் காலையில் ஆதவனும், தேவாவும்

சத்திக்கும் போது தான் ரங்கா இருவர்களை கண்டு இன்னும் உயிரோடு தான் இருக்கிறார்களா என அதிர்ச்சியானான்.

எப்படி ஆதவனுக்காக கடற்கரையில் குரு தாத்தா காத்திருந்தாரோ அதேபோல் ரங்காவும் பார்த்துவிட்டு மற்றொரு பக்கம் அந்த இருவருக்காக அடியாட்களை வைத்துப் பார்த்துக் கொண்டிருந்தான்.

ஜீவாவின் பிறந்த நாளுக்கு முன்னால் இரவு நேரத்தில் ஆதவனையும், தேவாவையும் கொலை செய்வதற்காக ஆட்களை அனுப்பி வைத்ததும் ரங்கா தான். அதில் குரு தாத்தா தேவாவை காப்பாற்றும் நோக்கில் குறுக்க வந்தபோது, அவரின் உயிர் பறி போனது.

****

இன்று...

அந்தமான் கரையோரத்தில் இருந்து ஆதவன் அத்தனையும் ஜீவாவிடம் சொல்ல, அதைக் கேட்டு ரங்கனின் மீது கோபமும், தேவாவின் மீது பரிதாபமும் அதிகமானது.

"அப்போனா இப்போ உங்க ∴பிரெண்டு அங்க தானே இருக்காரு, அந்த ரங்கனால அவருக்கு ஆபத்து இருக்குமே" என்று யூகித்து ஜீவா கேட்டான்.

"ஐயோ இத நான் யோசிக்கவே இல்லையே" என்று தலை மீது கை வைத்துச் சொன்னான் ஆதவன். "கடைசியா எப்போ பேசுனிங்க" என ஆர்வத்துடன் கேட்டான் ஜீவா.

"இங்க வந்தப்போ அந்த கோபால் ஐயர் போன் மூலமா என்கிட்டயும், ஜோயல் தாத்தாகிட்டயும் பேசுனா" என விடை தந்தான் ஆதவன்.

"இத்தன நாள ஒன்னும் ஆகலன்னா எந்த பிரச்சனையும் இல்ல தானே" என ஜீவா கேட்க, அதற்கு ஆதவன் "அந்த ரங்காவ நம்ப முடியாதுப்பா" என்று சிறு பதட்டத்துடன் சொன்னான்.

அப்போது ஜோயல் தாத்தா வேக நடை போட்டுக்கொண்டு பயத்துடன் வந்து "ஆதவா அந்த ரங்கா உன் கிட்ட பேசனுமா" என்று தொலைபேசியை கை நடுங்க கொடுத்தார்.

****

அத்தியாயம் 28

கோபாலின் சோகம்

ஜீவா அந்தமானுக்கு செல்லும் கப்பலில் ஏறிய பிறகு, இறந்து போன குருதாத்தாவின் உடலை தேவாவும் கோபாலும் சேர்ந்து சோகத்துடன் அடக்கம் செய்ய போனார்கள். குருவும் அவர்களுடன் செல்லலாம் தான் நினைத்தான் ஆனால் குரு தாத்தாவின் உயிரற்ற உடலைப் பார்த்த போது பயத்தால் திரும்பவும் அவனின் வீட்டுக்கே சென்று விட்டான்.

அதன் பின்னர் தேவா ஒரு ஐந்து நாட்கள் கோபாலின் வீட்டில் யாருக்கும் தெரியாமல் தங்கியிருந்தான், அந்த ஐந்து நாட்கள் அந்தமானுக்கு ஜோயல் தாத்தா கப்பலில் பயணம் மேற்கொண்டிருந்தார். அவருக்கு செல்போன் மூலம் எவ்வளவு தான் முயற்சித்தாலும் தொடர்பு கிடைக்காது என்பதை தேவா தெரிந்து வைத்திருந்தான்... , அதுவரை தேவா, ரங்கன் மீது இருந்த கோவத்தை கட்டுப்படுத்திக் கொண்டு அவனை எதுவும் செய்ய முடியவில்லை என நினைத்தபடி ஐயரின் வீட்டிலே காத்துக்கொண்டிருந்தான்.

ஆனால் ரங்கா நினைத்தான் தேவா அந்தமானுக்கு ஓடிவிட்டானா? இல்ல, இங்க இந்த ஐரோட வீட்டுல இருக்கானா? என்ற சந்தேகத்தில் சில நாளாக சுற்றிக் கொண்டிருந்தான். கடற்கரையிலே ஆட்களை அனுப்பி ஆதவன் திரும்பி வரும் வரை காத்துருக்கச் சொன்னான்.

பெருமாள் கோவில் இருக்கும் இடத்தில் தான் நூலகமும் இருந்தது, நூலகத்தை தாண்டி ஒரு மூன்று வீடு தள்ளி ஐயரின் வீடும் இருந்தது. அந்த வழியாக ரங்கா போகும்போதும் வரும்போதும் சந்தேக நோக்கத்தில் வீட்டைப் பார்ப்பான் "பகல் நேரத்துல எப்பவுமே வீட்ட பூட்ட மாட்டானே, இப்ப என்ன ஒரு அஞ்சி நாளாவே பூட்டி வச்சிருக்கான்" என நினைப்பான்.

பின்னர் ஐந்து நாளைக்கு பிறகு இரவு 9 மணி அளவில் அந்தக் கப்பல் அந்தமான் தீவுக்குச் சென்று இருக்கும் என தேவா யூகித்து கோபால் ஐயரிடமிருந்து, அந்தமானில் இருக்கும் ஜோயல் தாத்தாவிடமும், ஆதவனிடமும் பேசுவதற்காக செல்போனை வாங்கினான்.

ஐயரும் செல்போனை கொடுக்கும் பொழுது "டேய் பேலன்ஸ் கம்மியா தான் இருக்குன்னு நெனக்கிறேன், சிக்னல் வேற அவ்வளவு தூரத்துக்கு கிடைக்குமா தெரியல அப்படி கிடைச்சா பாத்து பேசு" என்றதும்,

சிக்னல் கிடைக்குமா என்ற ஆர்வத்திலே தேவா தொலைபேசியை காதில் வைத்த போது இரண்டு மூன்று ரிங்கிலே ஜோயல் தாத்தா போனை எடுத்தார்.

நடந்ததை ஒரு சில வரிகளிலே முக்கியமான விஷயங்களை மட்டும் தான் தேவா கூறினான். வீடு எரிந்ததையும், ஜீவா கடலில் விழுந்து போது நான் தான் அவனை காப்பாற்றியதையும், குரு தாத்தா இறந்ததையும், இதற்கெல்லாம் காரணமே ரங்கா தான் என மேலும் பேச நினைத்தபோது தொலைதூரத் தொடர்பு சரியாக இல்லாததால் துண்டிக்கப்பட்டு விட்டது.

அடுத்த வினாடியே ஐயரின் வீட்டின் கதவை யாரோ ஒருவர் தட்டினான்.

உடனே "யாரோ வந்துருக்காங்க" என்று சொல்லி ஐயர் தேவாவை மறைந்து கொள்" என்றான்.

கதவைத் திறக்கும் போது கோபால் ஐயருக்கு எதிர் பாராத வருகை தந்த ரங்காவை பார்த்து சிறு பதட்டத்துடன் "நீயா ரங்கா, எங்க ஆத்துக்கெல்லாம் வரவே மாட்ட, இப்போ வந்துருக்க, என்ன விசேஷம் ஓய்" என்று பதட்டத்தை வெளிக் காட்டிக்கொள்ளாமல் கேட்டான்.

"விசேஷமா???... இனிமேல் தான் விளையாட்டு இருக்கு, கோபாலு நீ கோவிலுக்கு போகும்போதும் வரும்போதும் லைப்ரரி

பக்கம் என்ன பாத்தும் பாக்காத மாதிரி போயிடுவ, என்கிட்ட பேசுரத நிப்பாட்டியே பல வருஷம் ஆச்சுல்ல" என்று சொல்லிக் கொண்டே உள்ளே வந்தான்.

ரங்காவை பார்க்கும் போது வெள்ளை சட்டை போட்டு, காவி வேட்டியை மடித்துக்கொண்டு நெத்தியில் ஒரு சிறிய வரியில் திருநீறு விட்டு அதற்கு நடுவில் சிறிய குங்குமம் வைத்து பார்ப்பதற்கு குழந்தை முகம் போல இருந்தது.

ரங்கா மெல்ல பேச்சிக் கொடுத்துக் கொண்டே "ஆமா என் ஆளுங்களா அடிச்சவன் எங்க இருக்கான்"

"அந்த அடியாட்களால தாண்டா தேவா அப்பா இறந்து போயிட்டாரு" என உணர்ச்சிவசத்துடன் ஐயர் சொல்ல, கோபால் தன் வழிக்கு வருவதை உணர்ந்து ரங்கா சிறு புன்னகைத்தான்.

"ஐயரே திருத்தம், ... அவங்க என் அடி ஆளுங்க இல்ல எனக்காக 10 வருசமா மீனவர்களா வேல பாக்குறாங்க ஓகே வா, சரி அத விடு அந்தக் கிழவனுக்கு விதி முடிஞ்சி போச்சின, எங்க ஆளுங்க என்ன பண்ணுவாங்க, அந்த ஆளு குறுக்க வராம இருந்திருக்கணும்" என சொல்லிவிட்டு நேராக தோட்டத்தில் கயிறு மூலமாக கட்டிப்போட்டு நின்றுக்கொண்டிருந்த அந்த குதிரையிடம் சென்று, மறைத்து வைத்திருந்த கத்தியை எடுத்து அதன் கழுத்தில் வைத்து "அவன் எங்க இருக்கான்னு சொல்லுறியா இல்ல இந்தக் கத்திய இதுக்குள்ள இறக்கட்டுமா" என்று மிரட்டினான்.

ரங்கன் தோட்டத்திற்கு செல்வதை பார்த்துக் கொண்டு ஏதோ ஒரு பதட்டத்திலே அவனை பின் தொடர்ந்து குதிரை மீது கத்திய வைத்த போது அச்சத்தில் நின்று கொண்டே ரங்கன் கேட்ட கேள்விக்கு "அவன் அப்பவே அந்த மாளுக்கு போயிட்டான் ரங்கா, என் குதிரைய ஒன்னும் பண்ணிடாத" என சொல்லிக்கொண்டே அருகில் சென்றான் கோபால்.

"அட இந்த பொய் நல்லா இருக்கே, ஆனா நான் கேட்டது உண்ம ஐயரே" என்று கோபாலை பார்த்து சொல்லிவிட்டு மீண்டும் குதிரையிடம் பேசினான் "என்னப்பா உன்மேல பாசமே இல்ல போல

இவனுக்கு" என்று அதன் தலையை தடவிக் கொடுத்தான் அதுவும் மெல்ல கண்களை மூடி திறந்தது.

"நிஜமா தான் சொல்லுறேன் அவன் எங்க இருக்கான்னு எனக்கு தெரியாது" என்று ஐயர் சொல்லி முடிப்பதற்குள் தர்பூசணியில் கூர்மையான கத்தி நுழைவது போல் ரங்கா அதன் கழுத்து தசையில் சுலபமாக ஒரே அடியில் கத்தியை இறக்கினான், அது மரண வலியில் கனைத்துக் கொண்டே அருகில் இருந்த ரங்காவை முட்டி கீழே தள்ளியது.

சிறு வயதினிலே இருந்து அந்தக் குதிரையை ஆசையாக வளர்த்த கோபாலுக்கு இதயத்தை பிழிவது போல கண்ணீர் பெருக்கெடுத்து வடிந்தது. "டேய் ஏன்டா" என வாயில் எச்சில் ஒழுக ரங்காவை அடிக்க ஓடினான் ஐயர்.

ரங்கா வேகமாக எழுந்து, இறங்கியிருந்த வேஷ்டியை மடித்து கட்டிக் கொண்டு ஓடிவரும் ஐயரின் நெஞ்சில் வலது காலால் எட்டி உதைத்தான்.

"லைப்ரரில உட்கார்ந்து இருக்குறதுனால என்ன படிக்கிற பழம் நெனச்சியா, கொன்றுவேன் பாத்துக்கோ, ஒழுங்கா அவன் எங்க இருக்கான்னு சொல்லிடு" என சொல்லிக் கொண்டே மீண்டும் எட்டி உதைக்க போனான் ஆனால் அதற்குள் குதிரை வலியில் வேகமாக கனைத்தது, அருகில் இருந்த கொல்லைப் புறத்தின் வீடுகளில் ஆட்கள் சத்தமிட,

தப்பிக்க முன் வாசல் வழியாக ரங்கன் வெளியேறும்போது ஒளிந்திருந்த தேவாவும் வெளியே வந்தான். இருவருமே பேச்சின்றி எதிரெதிரே முறைத்தபடி பார்த்தார்கள், ரங்கன் வாசப்படி நோக்கி போக, தேவா தோட்டத்தை நோக்கிப் போனான்.

குதிரை கிடந்த நிலைமையை பார்த்து அதிர்ச்சியில் ஓடி வந்து அந்தக் கத்தியை மெதுவாக வெளியே எடுத்து தூக்கி எறிந்தான், ரத்தம் வழிந்துக் கொண்டிருந்த இடத்தில் கொடியில் தொங்கிய வெள்ளை வேஷ்டியை எடுத்து அதன் கழுத்துக்கு கட்டு போட்டுக்கொண்டே "நீ போய் நம்ம எப்பவுமே காட்டுற அந்த வெட்னரி டாக்டர வர சொல்லு

இவனுக்கு ஒன்னும் ஆகாது" என்று தைரியம் சொல்லி குதிரையை தடவிக் கொடுத்தான் தேவா. ஐயரும் அவசரமாக வெளியே சென்று அவன் கழுத்தில் கிடந்த துண்டை வைத்து கண்களை துடைத்துக்கொண்டே அடுத்த தெருவில் உள்ள விலங்குகளுக்கான வைத்தியரை அழைத்து வந்தான்.

ஐயர் வீட்டுக்குள் நுழையும் பொழுது "கண்டிப்பாக அது உயிரை விட்டு விடும்" என்று நினைத்துக் கொண்டே வந்தான், ஆனால் தோட்டத்திற்கு வந்த போது தேவாவையும் காணவில்லை குதிரையையும் காணவில்லை, ரங்கனின் கத்தி மட்டும் கீழே கிடக்க அது விளக்கு வெளிச்சத்தில் ரத்தத்துடன் மின்னியது, அதன் அருகில் ரத்தம் சொட்டிய நிலையில் தோட்டத்தின் வேலியை தாண்டி வழி பாதை போல் தடமிருந்தது அதைத் தொடர்ந்து ஐயரும், வைத்தியரும் சென்றார்கள்.

ஐயர் வைத்தியரை அழைக்க செல்லும் போது, குதிரையின் கழுத்திலிருந்த கயிர் இறுக்கமாக இருந்ததால் தேவா அவிழ்த்து விட்டான், திடிரென்று அது எகுறிக்கொண்டு எழுந்து, வலி அதிகமாக இருந்தால் தோட்டத்தின் வழியாக வேலியை தாண்டி குதித்து கடற்கரையை நோக்கிச் சென்றது, அதை பிடிக்க தேவாவும் ஓடினான்.

பிறகு சிறிது தூரம் கடற்கரைக்கு சென்று கனைப்புடன் "வ்வ்" என நீண்ட குரலில் மயங்கி கீழே விழுந்தது, தேவாவும் பதட்டத்தில் ஓட்டிச் சென்று அதை தடவிக் கொடுக்கும் பொழுது அதன் கண்கள் தேவாவை பார்த்தது "ஒன்னுமில்லடா ஒன்னுமில்லாடா" என்றான்.

பின்னாடியே ஐயரும், வைத்தியரும் வந்து "எப்படிடா இவ்வளவு தூரம் வந்தது" ஐயர் பதட்டம் கலந்து ஆச்சரியமாக கேட்க அதற்கு தேவா "கயிற அவிழ்த்து விட்டோனே, தாவி வந்துடுச்சிடா"

வைத்தியர் குதிரையை தொட்டுப் பார்த்து பதில் என்ன சொல்லுவார் என்று காத்திருந்தார்கள்.

பின்னர் அசைவின்றி கிடந்ததை வைத்தியர் சோதித்து பார்த்து விட்டு தலை அசைத்து "உயிர் போய் விட்டது" என்று சொன்னார்.

ஐயரின் மனதில் சிறு வயதிலிருந்து வளர்த்த அந்தக் குதிரையின் அழகான ஞாபகங்கள் ஓடியது. அந்த இழப்பின் துக்கம் தாங்க முடியாமல் அதிக மன வலியுடன் திடிரென்று எழுந்து அருகிலிருந்த தேவாவின் சட்டையை பிடித்து "நீ தாண்டா இதுக்கெல்லாம் காரணம்" என்று அடிக்கப் போனான்.

தேவாவும் அசையா சிலை போல் நின்றுக்கொண்டு மனவலியில் இருந்தான். பின்னர் அரை மணி நேரம் அங்கு அமைதி நிலவியது.

வைத்தியர் போன பிறகு குதிரையின் தலையை ஐயர் தனது மடியில் வைத்து சோகத்துடன் பார்த்துக் கொண்டிருந்தான்.

பின்னர் தேவா ஒரு முடிவுக்கு வந்து கோபால் ஐயரின் காதில் கேட்பது போல் உரத்தக் குரலில் பேசினான் "என்ன மன்னிச்சிடு ஐயரே, இதுக்கு நான் காரணமா போயிட்டேன்" என சோகமாக சொல்லிவிட்டு "இதுக்கு மேல இந்த நிலம யாருக்கு வேணாலும் வரலாம்'டா, நானே இதுக்கெல்லாம் ஒரு முடிவு கட்டுறேன்" என்று கோபத்துடன் கிளம்பினான்.

"சாரிடா தேவா அவன் மேல இருந்த கோவத்த உன்மேல காட்டிட்டேன், நீ அங்க போக வேணாம்'டா, அவன அந்தப் பெருமாள் பாத்து பாரு" என்று கோபால் சோகத்துடன் சொல்ல,

தேவா சிறிது நடந்து "பெருமாள் தானே, அவன ரொம்ப நல்ல பாத்து பாரு"... என ஐயர் வார்த்தைக்கு எதிர்மறையாக பேசிவிட்டு "அவன் எனக்கு செஞ்சதுக்கு நான் தான் அவன கொலவெறியில தேடனும், அவன் என்ன தேடுறானா பாத்துக்கலாம்" என என்னதான் ஒரு நிதானமான எழுத்தாளராக இருந்தாலும் ஆவேசமாக சொல்லிவிட்டு வேக நடை போட்டுக்கொண்டு போனான்.

தேவா ரங்காவின் வீட்டை தேடிச் செல்லும் பொழுது, அந்த இரவு நேரத்தில் விளக்கு வெளிச்சம் இல்லாத பகுதியில் யாரோ கட்டையால் அவன் மண்டையில் அடித்து மயங்க வைத்தார்கள்.

தேவா விழித்து பார்க்கும் போது ஒரு இருட்டு வீட்டில் இருந்தான். ரங்கா அந்த வீட்டில் வெளியே அதிகாலை வேலையில் நின்று கொண்டு கோபாலின் தொலைபேசியிலிருந்து கடைசியாக பேசிய நம்பருக்கு போன் செய்த போது, ஜோயல் தாத்தா எடுக்க, ஆதவனிடம் போனை கொடுக்க சொன்னான் ரங்கா.

ஜோயல் தாத்தா வேக நடை போட்டுக்கொண்டு பதட்டத்துடன் போய் "ஆதவா அந்த ரங்கா உன் கிட்ட பேசனுமா" என்று கை நடுங்க கொடுத்தார்.

ஆனால் அதற்குள் தொலைதூரத்திற்கு பேச, போதுமான தொகையின்றி தொடர்பு நின்றுவிட்டது.

ஆதவன் "ரங்கா ரங்கா" என சொல்லி மீண்டும் பதில் வராததால் அவன் யோசனை பல பரிமாணங்களில் யோசித்தது.

இரண்டே வினாடிகளில் மீண்டும் வேறொரு நம்பரிலிருந்து அதே போனுக்கு அழைப்பு வந்தது, அதை முதல் ரிங்கிலே ஆதவன் எடுத்து "ரங்கா"..... என்றான்.

"பரவா இல்லையே என்ன ஞாபகம் இருக்கா, சரி ரொம்ப நேரம் பேச முடியாது, நீ அந்தமானுக்கு போனது ரொம்ப நல்லதா போச்சு,

நீ என்ன பண்ற, தேவா ஒரு குளோபல் அவார்டு வச்சிருப்பான் அத வரும்போது லேட் பண்ணாம எடுத்துட்டு வந்துடு இல்லன்னா தேவா உயிருக்கு உத்தரவாதம் கொடுக்க முடியாது" என்று மிரட்டிவிட்டு போனை வைத்து விட்டான் ரங்கா.

****

நீ என்ன பண்ற, தேவா ஒரு குளோபல் அவார்டு வச்சிருப்பான் அத வரும்போது லேட் பண்ணாம எடுத்துட்டு வந்துடு இல்லன்னா தேவா உயிருக்கு உத்தரவாதம் கொடுக்க முடியாது" என்று மிரட்டிவிட்டு போனை வைத்து விட்டான் ரங்கா.

ஜன்னல் இல்லாத வீடு

ரங்கா வேற ஒரு செல்போனில் ஆதவனிடம் பேசிவிட்டு ஒரு வீட்டின் கதவைத் திறந்தான் அந்த வீட்டுக்குள் தேவாவை நாற்காலியில் இணைத்து கயிறால் கட்டிப் போடப்பட்டிருந்தது.

அந்த அதிகாலை வேளையில் கதவை திறந்த போது சூரிய வெளிச்சம் சுள்ளென்று தேவாவின் முகத்தில் அடிக்க, கண்கள் கூச விழித்து பார்த்தான். இந்த வீடு கடற்கரையிலிருந்து பத்து கிலோமீட்டர் தள்ளி ஒதுக்கு புறமாக வேலிப் போட்டு தனியாக இருந்தது, இந்த வீட்டில் அனைத்து சௌகரியமும் இருந்தது சமையலறை, வாழறை, குளியலறை எல்லாம் இருந்தது ஆனால் இந்த வீட்டில் எந்த அறையிலும் ஒரு ஜன்னல் கூட இல்லை அதற்கு பதிலாக குளிரூட்டி இருந்தது.

இந்த வீட்டில் ரங்கன் மட்டும் தான் தங்குவான் அவன் குடும்பத்தை இதைவிட பெரிய வீடாக கட்டி வைத்து அதில் தங்க வைத்திருந்தான், இதில் வேற யாரையும் அனுமதிக்கவும் மாட்டான்.

தேவா விழித்ததை பார்த்த ரங்கன் "என்னடா நல்லா தூங்குனியா, என் அருமை நண்பா"

"ஏன்டா, நண்பன் சொல்ல உன் வாய் கூசல" எனக் கோபத்துடன் தேவா கேட்க,

"இல்லையே அப்படி எதுவும் கூசலயே" என வாயை அங்கும் இங்கும் ஆட்டிவிட்டு ரங்கன் கேலியாக பேசி, வீட்டின் கதவை உள்பக்கமாக தாழிட்டான்.

"என் அப்பாவ அநியாயமா கொன்னுடிங்களேடா அவரு என்னடா தப்பு பண்ணாரு, அந்த குதுர என்னடா தப்பு பண்ணுச்சு" என்று சொல்லி தேவா முறைத்தான்.

"ஆமாம் உங்க அப்பா பெரிய தப்பு பண்ணிட்டாரு, நான் உன்ன கொல்ல ஆளு அனுப்புனேன் அவரு குறுக்க வந்து பெரிய தப்பு பண்ணிட்டாரு, அதேபோல அந்த ஜயரும் தேவையில்லாம பொய் சொன்னா அது அவனோட தப்பு, இந்த மாதிரி பொய் சொல்றவங்கள எனக்கு பிடிக்காது" என சொல்லிக் கொண்டே தேவாவின் அருகில் மெல்ல நடந்து வந்தான் ரங்கா.

தேவா கண்ணை இறுக்கமாக மெல்ல மூடி திறந்து "உனக்கு பொய் சொல்லுற ஆளுங்கள பிடிக்காதா? நியாயமா பாத்தா நான் தாண்டா உன் மேல கோவப்படனும், என்ன கொல்லுற அளவுக்கு என் மேல உனக்கு என்னடா கோவம்"... ,

"இப்பயும் அதே கோபம் தான் இருக்கு, நீ எழுதுன 74 புக்கையும் நிறைய பேர் படிச்சிட்டு, என் கிட்டயே வந்து ரொம்ப நல்லா இருக்கு, சூப்பரா இருக்குன்னு ஏதேதோ சொல்லுவாங்க அதனாலயே உன் புக்க கண்டாலே பிடிக்காது, இதனால தான் உன்ன கொல்லனும் நெனச்சேன் ஆனா உங்க அப்பா இறந்து போயி, உன்னக் கொல்ல கூடாதுன்னு, அதுக்கு பதிலா எனக்கு வேற ஒரு நல்ல ஐடியாவ கொடுத்துட்டு போயிட்டாரு... ,

அப்போது கதவு தட்டும் சத்தம் கேட்டது ரங்கன் சிறிய ஆச்சரியத்துடன் "யார் இந்த நேரத்துல" என்று கதவை மெதுவாக திறந்து பார்த்து "அட நீங்க தானாடா" என்று சொல்லி வெளியே போய் விட்டான். அங்கே ஐந்து மீனவர்கள் நின்றார்கள்.

"அண்ணே இன்னைக்கு கடல்ல கெண்ட, கெளுத்தின்னு நிறைய மீன் கிடைச்சிருக்கு" ஒருவன் சொல்ல,

"அதுக்கு என்னடா இப்போ, எப்பவும் இங்க வர மாட்டிங்களேடா, நேர மார்கெட்டுக்கு போக வேண்டியது தானே" சந்தேகத்துடன் கேட்க

அதில் ஒருவன் பின் மண்டையை சொரிந்து கொண்டே "அது இல்லண்ணே இன்னைக்கு டிசம்பர் 8ம் தேதி, உங்க பிறந்தநாளு அதான் வாழ்த்துக்கள் சொல்லிட்டு போலாம் வந்தோம்".

ரங்கா சிரித்துக்கொண்டே "நான் மறந்தாலும் எல்லா வருஷமும் நீங்க வந்து ஞாபகப்படுத்துறிங்களேடா, சரி சரி வியாபாரத்துல

பாதி பணத்த நீங்க எடுத்துக்கோங்க, மீதி பாதிய என் வீட்டுல கொடுத்துடுங்க" என்றதும் அந்த ஐந்து பேரின் முகத்தில் சந்தோஷம் துள்ளி குதித்து விளையாடியது.

மெல்ல புன்னகைத்த படியே கதவைத் திறந்து மீண்டும் உள்ளே வந்தான். தேவாவை பார்த்ததும் முகச் சுருக்கத்துடன் "ஆமாம் எதுல விட்டேன், ம்ம் அது என்ன ஐடியான்னா" என சொல்ல தொடங்கும் போது,

"இன்னைக்கு உன் பொறந்த நாளா" சாமர்த்தியமாக பேசுவது போல் தேவா பேச்சை மாற்றினான்.

"பேசுரத கேட்டுட்டியா, சரி அதுக்கு என்ன இப்போ"
"இன்னைக்கு யார் என்ன கேட்டாலும் செய்வியா"
"ஆமாம்" என சந்தேக நோக்கத்தில் ரங்கா சொல்ல,
"அப்போ எனக்காக ஒன்னு செய்றியா"

"நீ கேக்குறதையா"... சிறிது யோசித்துவிட்டு "சரி அத நீ கேட்குறத பொறுத்து இருக்கு, தப்பிக்கலாம் விட மாட்டேன் சரியா, உன்னால எனக்கு ஆகா வேண்டிய காரியம் ஒன்னு இருக்கு, சரி கேளு பாப்போம்" என விட்டு பிடிப்பது போல் ரங்கா பேசினான்.

"என்னோட புக்குல இருந்து, ஏதாவது ஒரு புக்க மட்டும் நீ படிச்சு பாரு"

அதற்கு ரங்கா வித்தியாசமான புன்னகையோடு "நான் வேற ஏதோ கேட்க போறியேன்னு நெனச்சேன், போயும் போயும் புக்க படிக்க சொல்ற, உன்னோட புக்க கண்டாலே எனக்கு பிடிக்காதுன்னு சொல்லிட்டேனே"... ,

"என் மேல இருக்குற கோவத்துல படிக்காதடா, சரி சொல்லு அட்லீஸ்ட் அந்த ஒரு புத்தகத்துக்கு அப்புறம் உன் வாழ்க்கையில வேற எதாவது புக்க படிச்சு இருக்கியா" என தேவா கேட்க

"இல்ல" என்று திமிராக சொன்னான் ரங்கா

"அதான் இப்படி பேசுற, நீ வேற எதாவது ஒரு நல்ல கதையோ, நல்ல தலைவர்களின் ஒரு புக்கயாவது படிச்சி இருந்தா நீ இப்போ இந்த மாதிரி இருக்க மாட்ட" என அறிவுரை வழங்கினான் தேவா.

தேவா வார்த்தைக்கு குறிக்கிட்டு "அட போங்கடா சும்மா புக்கு புக்கு புக்குன்னு, காலம் எவ்வளவு மாறிக்கிட்டு இருக்கு, இப்பயெல்லாம் யாரும் மெனக்கெட்டு புக்கு படிக்கிறதே இல்ல, எல்லாம் சினிமா பக்கம் போயிட்டு இருக்காங்க, இதுல எங்க இருந்து புக்கு படிக்க நேரம் இருக்கு, சும்மா புக்க தலையில தூக்கி வைச்சிகிட்டு ஆடுற, ஏதோ நாலு புக்கு எழுதிபுட்டா பெரிய அறிஞர் மாதிரி பேசுவியா, என்னோட லைப்ரரில நான் டெய்லியும் பார்த்துட்டு தானே இருக்கேன், வருவாங்க ஏதோ ஒரு புக்க எடுத்துட்டு கொஞ்ச நேரம் படிப்பாங்க அதுக்கு அப்புறம் லைப்ரரி பக்கமே வர மாட்டாங்க, இதுல சில பேரு லைப்ரரி அமைதியா இருக்குன்னு வந்து தூக்குறாங்க, நீ ஏதோ லக்குல வந்துட்டன்னு இப்போ இப்படி பேசுறியா" என ஆவேசமாக பேசினான் ரங்கா.

"டேய்... அந்த ஒரு புக்கு உன்னோட வாழ்க்கைய எப்படி மாத்துச்சி, அதான் நான் சொல்லவரத முழுசா கேளுடா" என தேவா கேட்க

"நிறுத்துடா... என கோபமாக கத்தினான். "இப்ப நான் சொல்றத நீ கேளு, இப்ப நீ கேட்டதா உன்னோட கடைசி ஆசையா நெனச்சுகிட்டேன், பாவமேன்னு பேச விட்ட ஓவரா போறியே, உன்னோட சாமர்த்தியமான பேச்சி எனக்கு தெரியாதாடா? உன்னோட கருத்தெல்லாம் வேற எங்கயாவது வச்சுக்கோ, என்ன முட்டாளுன்னு நெனச்சுட்டு இருக்கியா....., சரி நீ சொல்ற மாதிரி ஒரு புக்க இல்ல உன்னோட எல்லா புக்கையும் நான் படிக்கிறேன், உங்க அப்பா கொடுத்த ஐடியா என்னான்னு நீ இன்னும் கேட்கலையே இப்போ கேளு, உன்னோட 74 புக்கும் என்னோட புக்கா இருந்தா நான் எல்லாத்தையும் படிக்கிறேன்" என சிறு கோபம் தணிந்து ஒரு கையைத் தூக்கி சொன்னான் ரங்கா.

"என்னடா சொல்ற புரியல" என்று சந்தேகம் கலந்த ஆச்சரியமாக கேட்டான் தேவா.

"நீ இப்ப எனக்காக ஒன்னு செய்யிற, நான் போய் பத்திரிகை காரங்கள வர சொல்றேன், நீ இவ்வளவு நாளா எழுதுன புக்க எல்லாத்தையும் நான் தான் உனக்கு எழுதி கொடுத்தேன்னு சொல்லுற, இது தான் நீ எனக்கு கொடுக்குற பிறந்தநாள் கி.:ப்டு" என்று சிரித்தபடி ரங்கா சொன்னதும்.

தேவாவுக்கு கோபம் சுள்ளென்று தலைக்கு ஏறியது "டேய் டேய் இதலாம் பெரிய அநியாயம்'டா, அது அத்தனையும் என்னோட பல வருஷ உழைப்பு'டா, என் உயிரே போனாலும் அப்படி ஒரு வார்த்தைய சொல்ல மாட்டேன்'டா"...

"நீ சொல்லுவடா எப்படினு கேளு" என உறுதியாக பேசினான் ரங்கா.

அதைக் கேட்காமல் ரங்காவை கடுமையாக முறைத்தபடி பார்த்தான் தேவா.

ரங்காவே முன் வந்து பதில் சொன்னான் "நீ கேக்க மாட்ட, நானே சொல்லுறேன்" என்று சொல்லி தேவா அமர்ந்திருந்த நாற்காலியின் இரு கைகளில் ரங்கனின் இரு கைய வைத்து தேவாவின் முகத்தை அருகில் பார்த்தபடி "நீ அப்படி சொல்லலன்னா உன்னோட பையன் ஜீவரத்தினத்த கொன்னுடுவேன்" என மிரட்டினான்.

தேவாவின் கண்கள் மேலும் விரிந்து புருவங்கள் நெரிந்து முகம் பல பாவனையில் கலந்து நடுக்கதுடன் "டேய் வேணாம்டா, என் பையன ஒன்னும் பண்ணிடாத, உனக்கு எப்படி தெரியும் இதெல்லாம்" என்று சோகத்திலும் கோவத்திலும் புலம்பியபடி நிறைய வார்த்தைகளை கொட்டினான்.

"நானும் இத்தன நாளா ஆதவனோட பையன் நெனச்சுட்டு இருந்தேன், பரவாயில்லையே இந்த உண்மைய யாருக்குமே தெரியாம இத்தன வருஷமா மறைச்சிட்டு இருக்கிங்களா" என ரங்கன் பின்னோக்கி நடந்தபடியே கேட்க,

"டேய் யாரு உனக்கு சொன்னது" என்று யோசிக்கையில் ரங்கன் பதில் கொடுக்காமல் அவனின் செய்கை மூலம் தேவாவே தெரிந்துக் கொண்டான்

உடனே ரங்கா அவனது சட்டை பாக்கெட்டிலிருந்து கோபால் ஐயரின் போனை எடுத்தான்... "டேய் அவன் போன் எப்படி உன் கையில, கோபால என்ன பண்ண" என தேவா கோபத்துடன் நாற்காலியில் அமர்ந்தபடி கைகளை முறுக்கி கேட்க,

"நான் அவன ஒன்னும் பண்ணலயே,

அவனுடைய அப்பா அம்மா திருப்பதிக்கு போயி இருப்பாங்க போல,

இன்னைக்கு காலையில தான் வந்தாங்க,

நேரா ஐயர் வீட்டுக்கு போனே,

அவன மட்டும் பார்த்து தனியா பேசுனே,

உன்ன பத்தி என்னன்ன அவனுக்கு தெரியும்னு கேட்டேன்,

அப்படி சொல்லலைன்னா,

உங்க அப்பா அம்மா இருக்கமாட்டாங்கன்னு சொன்னேன்,

பயந்து போயி எல்லாத்தையும் சொல்லிட்டான்" என்று சிறுவர்களின் பாட புத்தகத்தில் வரும் "ரைம்ஸ்" போல திமிருடன் கேலியாக சொன்னான் ரங்கா.

"இதுக்கெல்லாம் நீ அனுபவிப்படா" என்று சொல்வது போல் வலியுடன் ஒரு பார்வைப் பார்த்தான் தேவா.

"நீ உடனே முடிவு சொல்ல வேணாம் பொறுமையா யோசிச்சு நான் எதிர்பார்க்குற பதிலேயே சொல்லு" என்று சொல்லிக் கொண்டு தேவாவின் கட்டை அவிழ்த்து விட்டான். தேவாவும் ரங்காவை எதுவும் செய்யாமல் ஜீவாவை பற்றி யோசித்தான்.

"ஜீவா அந்தமான்ல இருக்குறதுனால அவன ஒன்னும் பண்ண முடியாதுன்னு நெனச்சுக்காத, ஆல்ரெடி தகவல் கொடுத்தாச்சு உன் பிரண்டும் அவனும் சீக்கிரம் இங்க வந்துடுவோங்க அதுவரைக்கும் இந்த வீட்ட விட்டு நீ எங்கேயும் போகாம இங்கேயே இரு" என்று மெல்ல சொன்னான்.

ஆதவனிடம் முன்பு போனில் ரங்கா பேசிய போது எங்கே ஜீவாவை அழைத்து வரச் சொன்னால் அவன் உயிருக்கு ஆபத்து வரும் என தெரிந்து ஆதவன் அவனை விட்டு வந்துவிடுவான் என்று அதனாலேயே அதைச் சொல்லாமல் குளோபல் அவார்டை மட்டும் எடுத்து வர சொன்னால் எப்படியும் ஜீவா அந்த ஆர்வத்தில் அடம்பிடித்தாவது ஆதவனை பின் தொடர்ந்து வந்து விடுவான் என்று பூகித்து ரங்கன் அப்படி பேசினான்.

ஆனால் அந்த குளோபல் அவார்டை வைத்துக் கூட ஒரு யோசனை வைத்திருந்தான். அந்த உலக எழுத்தாளர் விருதை தேவா உண்மையை ஒத்துக் கொள்வது போல் நடித்து பத்திரிக்கையாளர்கள் முன் தன்னிடம் கொடுத்தால் பார்ப்பவர்கள் நம்பி விடுவார்கள் என்று நினைத்தான் ரங்கா. ஒரே கல்லில் இரண்டு மாங்காவை அடிப்பதற்கு சாமர்த்தியமாக திட்டம் போட்டான்.

பின்னர் தேவாவிடம் வீட்டை சுற்றிக் காட்டினான் "இங்க எல்லாம் வசதியும் இருக்கு, கிச்சன்ல எல்லா ஐட்டம்சும் இருக்கு உனக்கு சமைக்க தெரியும்ல... ? ஆமா நீ நல்லா சமைப்பல்ல, ம்ம் நீ ஏன் சமையலுக்கு புக்கு எழுதக் கூடாது?" ஆணவத்தில் கேலியாக பேசிக் கொண்டே "அந்தப் பக்கம் பாத்ரூம் இருக்கு இந்த பக்கம் பெட் ரூம் இருக்கு, அது என்னோட பர்சனல் ரூமு அது எப்பவுமே பூட்டி தான் இருக்கும், மத்தபடி இந்த வீட்டுக்குள்ள நீ எங்க வேணாலும் போலாம் ஆனா தப்பிக்க ஒரு வழி கூட கிடையாது பாத்துக்கோ, காத்துக்கு ஜன்னல் இல்லன்னு கவல படாத ஏ. சி இருக்கு, போர் அடிச்சா டிவி பாரு, அவங்க வர வரைக்கும் இங்கேயே தங்கிக்கோ நல்லா யோசிச்சு நான் எதிர்பார்க்குற பதில சொல்லு, சரியா" என்று தேவாவின் தோலை தட்டிக் கொடுத்த போது அருவருப்பாக உணர்ந்த தேவா உடனே அவன் கையை தட்டி விட்டான்.

"சரி சரி கோவப்படாத, பசி இருந்தா இப்படித்தான் கோவம் வரும் நீ போய் சமச்சி சாப்டு, எனக்கு கொஞ்சம் வேல இருக்கு நான் போயிட்டு வரேன், வீட்ட பாத்துக்கோ" என்று கதவை வெளிபக்கமாக பூட்டிவிட்டு கிளம்பி விட்டான் ரங்கா.

அதன் பிறகு காலையில் அவனின் உயர்ந்த விலையுள்ள வீட்டிற்கு சென்றான் ரங்கன். அங்கு காலை உணவு சாப்பிடுவதற்கு மேசையில் அமர்ந்தான்.

அவனின் மனைவி மல்லிகை பூ போல நான்கு இட்லியை வைத்தாள் அப்போது ரங்கா "ரோகிணி இத்தன நால அந்த வீடுல என்ன பண்ணேன்னு கேட்டுகிட்டே இருந்தீங்கள"... என பேச்சைத் தொடங்கும் போது...,

புடவையை இடுப்பில் சொருகிக் கொண்டு "எப்பா அப்படியே சொல்லிட்டாலும், பல வருஷமா எவ்வளோ தடவ கேட்டு இருப்பேன், அதனாலயே நமக்குள்ள எவ்வளோ சண்ட, அத பத்தி கேட்டாலே நீங்க எவ்வளோ கோவப்படுவீங்க, ஒரு நாள் அதுக்குள்ள ஒரு திருடன் போயிட்டான்னு நம்ம ஆளுங்கல வச்சி எவ்வளோ அடி கொடுத்தீங்க, நீங்க அத பத்தி ஒன்னும் சொல்ல வேண்டாம்" என நிறுத்தாமல் பேசினாள்.

அவள் பேச்சை கண்டு வியந்த ரங்கா "எல்லாத்துக்கும் ஒரு காரணம் இருக்குடி, அத கூடிய சீக்கிறதுல சொல்லுறேன், இப்போ சாம்பார ஊத்து" என்று புன்னகைத்த படி சொன்னான்.

"சரி அம்மு சாப்டலையா"

"ம்ம்ம் அவ இன்னும் தூங்கிட்டு தான் இருக்கா, போற வீட்டுல என்ன பண்ண போராளோ வயசு 18 ஆச்சு"

"அவ கல்யாணத்துக்கு அதுக்குள்ள என்ன அவசரம், சும்மா அத பத்தியே பேசிட்டு இருக்க" என சிறு கோவமாக ரங்கா கேட்க,

அப்போது வாசலிலிருந்து மங்களகரமான சுடிதாரில் துளசிசெடியின் கொழுந்து இலை போல் அவளின் முகம் ஜொலிக்க ரங்கனின் மகள் வந்தாள். அவளின் அம்மா "அம்மு நீ எப்படி ஏஞ்ச, தூங்கிட்டு தானே இருந்த" அம்மா கேட்க,

"நான் முன்னாடியே ஏஞ்சிட்டேன் காலையிலயே பெருமாள் கோவிலுக்கு போயிட்டு வரேன்" என்று சொல்லிக் கொண்டே பிரசாதத்தை அம்மாவிடம் கொடுத்தாள். ஆனால் ரங்கனுக்கு மட்டும் அவன் நெற்றியில் திருநீரை வைத்துக்கொண்டே "பிறந்தநாள் வாழ்த்துக்கள் அப்பா" என்றாள்.

ரங்கனின் முகம் மலர்ந்தது...

****

நூலகத்தின் வாசல்

"தேவா ஒரு குளோபல் அவார்டு வச்சிருப்பான் அத வரும்போது லேட் பண்ணாம எடுத்துட்டு வந்துடு இல்லன்னா தேவா உயிருக்கு உத்தரவாதம் கொடுக்க முடியாது" என்று மிரட்டி விட்டு போனை வைத்து விட்டான் ரங்கா.

ஆதவனிடம் ரங்கா அப்படி சொன்ன பிறகு அருகில் இருந்த ஜோயல் தாத்தா "என்ன சொன்னா" என்று கேட்க அவன் சொன்னதை இவர்களிடமும் சொல்ல,

"நம்ம இனிமேலும் தாமதிக்க கூடாது கப்பல்ல போனா அஞ்சு நாள் ஆகும் நான் போய் பிளைட்டுக்கு புக் பண்றேன்" என்று சொல்லி ஜோயல் தாத்தா அவரது வீட்டுக்கு சென்றார்.

"நானும் வரட்டுமா" என்று ஜீவா கேட்க

"இல்ல நீ வர வேணாம், நீ வந்தா சரியா இருக்காது" என்று ஆதவன் சொல்லிக்கொண்டு நூலகத்தை நோக்கி நடக்க,

"இல்லப்பா அந்த ரங்காவ எனக்கு நல்லா தெரியும், நான் அவர்கிட்ட நல்லா பேசி இருக்கேன், அவர் மனசு மாற வாய்ப்பு இருக்கு" ஜீவாவும் வேகநடையுடன் பேசிக் கொண்டே போனான்

"அப்படியெல்லாம் இல்லப்பா அவன நம்ப முடியாது" என ஆதவனுக்கு சிறுதுளி கோவம் எட்டிப் பார்க்க,

"இல்லப்பா நானும் வரேன்" என அடம்பிடிப்பது போல் ஆரம்பித்தான் ஜீவா.

வேகமாக நடந்து சென்ற ஆதவன் ஜீவாவிடம் திடுக்கென்று திரும்பி "ஒரு தடவ சொன்னா உனக்கு புரியாதா, நீ இங்கேயே இரு அங்க வந்த உன்ன எதாச்சும் பண்ணிடுவான்" என்று கோபமாக கத்தினான் ஆதவன்.

அப்போது ஜீவாவுக்கு சிறு கோபம் வந்தது ஆனால் அதை அடக்கிக் கொண்டு ஆதவனை பின் தொடர்ந்து சென்றான். ஆதவன் நேராக நூலகத்திற்குச் சென்று அங்கு இருந்த குளோபல் அவார்டை எடுத்துக் கொண்டான்.

"நான் வந்து பேசி பார்க்கிறேன் பா" என்று ஜீவா மீண்டும் மெதுவாக சொல்ல, ஆதவன் கோபத்தில் வேறு ஏதோ சொல்ல வருவதற்குள் ஜோயல் தாத்தா வந்து "எப்பா ஆதவா நம்ம மூணு பேருக்குமே டிக்கெட் போட்டுட்டேன்" என்றார்.

அப்போது ஆதவன் "ஐயோ என்ட கேட்க வேண்டிய தானப்பா" என்று ஜோயல் தாத்தாவை பார்த்து சிறு கோபமாக கேட்டான்.

ஜீவா அப்போது ரகசிய புன்னகை செய்தான்.

பின்னர் ஆதவன் யோசித்து ஒரு முடிவுக்கு வந்து "சரி என்ன மீறி உன்ன என்ன பண்றான்னு பாப்போம், சரி அம்மாட்ட சொல்லிட்டு வா போகலாம்" என்று ஆதவன் சொல்ல,

அம்மாவிடமும் வள்ளியிடமும் சொல்லிவிட்டு குரு கொடுத்த போனை எதர்ச்சியாக அவன் அறையில் பார்த்து எடுத்தான் "இந்த போன மறந்துட்டோம்ல சார்ஜ் இல்லாம சுவிட்ச் ஆஃப் ஆயிடுச்சா" என சொல்லி போனை ஆன் செய்த போது 32 மிஸ்டு கால்கள் இருந்தது.

அதிர்ச்சியில் "ஐயோ இத்தன தடவயா போன் பண்ணி இருக்கான் குரு" என்று நினைத்துக் கொண்டு உடனே அந்த நம்பருக்கு போன் அடித்தான் இரண்டு மூன்று ரிங்கிலே "டேய் நீ எங்க இருக்க, நல்லா இருக்கியா, அங்க எந்த பிரச்சனையும் இல்லையே, போன் சுவிட்ச் ஆஃப்ல வச்சிருக்க, எத்தன தடவ நான் ட்ரை பண்றேன்" என கோபம் கலந்து ஆர்வமாக பேசினான் குரு.

"எனக்கு ஒன்னும் ஆகல'டா, இப்போ நான் அந்தமான் தீவுல இருக்கேன், நான் கன்னியாகுமரிக்கு தான் வந்துட்டு இருக்கேன், நேர்ல வந்து எல்லாத்தையும் சொல்றேன்" என்று சொல்லி போனை வைத்துவிட்டு அவசரமாக கன்னியாகுமரிக்கு புறப்பட்டான் ஜீவா.

விமானம் அந்தமான் நிக்கோபார் தீவிலிருந்து கன்னியாகுமரிக்கு அருகில் உள்ள திருவனந்தபுரம் விமான நிலையத்தை வந்தடைய 1784 கிலோமீட்டரை ஆறு மணி நேரமாக கடந்து மூன்று பேரும் மதியம் இரண்டு மணிக்கு தரை இறங்கி அங்கிருந்து கன்னியாகுமரிக்கு வாடகை காரில் சென்றார்கள்.

பின்னர் கன்னியாகுமரி கடற்கரையில் வந்தடைந்தார்கள் "அப்பா வாங்க நம்ம முதல்ல லைப்ரரிக்கு போகலாம்" என்று ஆதவனையும், ஜோயல் தாத்தாவையும் அழைத்துக்கொண்டு நூலகத்திற்கு சென்றான் ஜீவா.

அவர்களை வெளியே நிற்க வைத்துவிட்டு அவன் மட்டும் உள்ளே சென்றான். "நீங்க இங்கேயே இருங்க நான் போய் அவர்கிட்ட பேசி பாக்குறேன்" ஆதவன் முதலில் வேண்டாம் என்றான் ஆனால் அருகில் இருந்த ஜோயல் தாத்தா அவனை நம்பி அனுப்பினார்.

அந்த நூலகத்திற்குள்ளே ஜீவாவின் மனம் கவர்ந்தவள் மஞ்சள் சுடிதாரில் மங்களகரமாக அமர்ந்திருந்தாள். அந்தப் பெண் ஜீவாவை பார்த்ததும் "உங்கள இந்தப் பக்கமே பாக்க முடியல, ரொம்ப பிஸியோ" என்று குயில் குரலில் கேட்க,

ஜீவாவுக்கு சந்தேகமாக இருந்தது "என் கண்ணு முன்னாடி தான் அந்தப் பொண்ணு இருக்காளா, எப்ப பாத்தாலும் புதுசா பாக்குற மாதிரி இருக்கே" என மனதுக்குள் நினைத்தபடி தயங்கி நின்றான்.

"ஹலோ... என்ன ஆச்சு பேசாம நிக்கிறீங்க, என்ன யாருன்னு தெரியலையா" என அவனைப் பார்த்துக் குரலை கொஞ்சம் உயர்த்தி கேட்டாள்.

ஜீவாவும் தெளிந்தது போல் "அப்படிலாம் இல்ல உங்கள தெரியாம எப்படி...ஏங்க ஒன்னு டக்குன்னு தோணுது, ஓப்பனா சொல்றேன் கோச்சுக்காதீங்க" என தயக்கத்தை விட்டு சொன்னான்.

"என்னன்னு சொல்லுங்க" அவளும் ஆர்வமாக கேட்டாள்.

"நீங்க ரொம்ப அழகா இருக்கீங்க, உங்க கண்ணு இருக்கே ஐயோ அவ்வளோ அழகா இருக்கு" என்று தைரியமாக மனம் விட்டு சொன்னான் ஜீவா.

அவள் அந்த வார்த்தைகளை கேட்டு விட்டு ஈர்க்கப்பட்டது போல் புன்னகை செய்தாள், அவளுக்கும் வேற என்ன பேசுவதென்றே தெரியவில்லை, வெட்கத்தில் அவளின் கண்கள் ஜீவாவையே பார்க்கவில்லை.

ஆதவன் உள்ளே என்ன நடக்குது என்று தெரியாமல் ஒரு ஆர்வத்தில் நூலகத்தினுள் நுழைந்தான்.

உடனே இருவரும் தெளிவு பெறுவது போல் "அப்பா அவர் இங்க இல்ல போல" என்று ஆதவனை பார்த்து சொன்னான் ஜீவா.

"ரங்கன் உங்க அப்பாவா'மா" என்று அம்முவை பார்த்து ஆதவன் கேட்க.

"ஆமாம் அவரு எங்க அப்பா தாங்க"

"இப்ப எங்க இருக்காருமா"

அதற்கு அம்மு "வீட்டுக்கு சாப்பிட போய் இருக்காரு" என்றாள்.

"சரி வாப்பா ஜீவா போலாம்" என்று ஜீவாவின் கையை பிடித்து அழைத்துக் கொண்டு போனான் ஆதவன்.

அப்போது அம்மு வைத்த கண் வாங்காமல் ஜீவாவை பார்த்துக் கொண்டே நின்றாள் ஆனால் ஜீவா ஒரு முறை மட்டுமே திரும்பிப் பார்த்தான்.

நூலகத்திற்கு வெளியே செல்லும் பொழுது ஜோயல் தாத்தாவிடம் ரங்கன் பேசிக் கொண்டிருந்ததை ஆதவன் பார்த்துவிட்டு அதிர்ச்சியில் நின்றான்.

ரங்கனும் பார்த்துவிட்டு "அடடே வாடா ஆதவா எப்படி இருக்க, உன்ன பாத்து எவ்வளவு வருஷம் ஆச்சி" கேலியாக கேட்டான்.

அந்த வார்த்தைக்கு பதில் கொடுக்காமல் "தேவா எங்க இருக்கான்" என்று ஆதவன் கோபமாக கேட்க,

"அவன் என்னோட விருந்தாளி'டா என் வீல்ல தான் இருக்கான், வாங்க அவன் கிட்ட உங்கள ஆச்சுட்டு போறேன்" ரங்கன் சொன்னதும்.

ஜீவா ரங்கனை பார்த்த போது "ஐயோ இங்க எவ்வளவு பெரிய பிரச்சன போயிட்டு இருக்கு, நான் அவரு பொண்ணுகிட்ட போய் அழகா இருக்கன்னு சொல்லிகிட்டு இருக்கேன்" என்று தன்னைத்தானே திட்டிக் கொண்டான். பிறகு ரங்கா மீதுள்ள கோபத்தை அடக்கிக் கொண்டு வெளியே மௌனமாக இருந்தான்.

ரங்கன் "நான் நெனச்ச மாதிரியே ஜீவா வந்துட்டான்" என்று மனதிற்குள்ளே தனது புத்திசாலிதனமான மூலையை நினைத்து பெருமையாக அரை நொடியில் நினைத்துக் கொண்டான்.

"அடடே ஜீவா நீ எப்ப வந்த, சரி வாங்க போலாமா, உங்களுக்காக தான் தேவா ரொம்ப நேரமா காத்துகிட்டு இருக்கான்" என்று மூன்று பேரையும் அந்த ஜன்னல் இல்லாத வீட்டுக்கு ஆட்டோவில் அழைத்துச் சென்றான் ரங்கன்.

அந்த வீட்டுக்கு வெளியே ரங்காவின் ஐந்து மீனவர்கள் நின்றார்கள்.

"ஜீவா நீ இங்கேயே நில்லுப்பா, உள்ள பேசிட்டு கூப்டுறேன்" என்று ரங்கன் சொல்லி "இவன பாத்துக்கோங்கடா" என்று அவன் ஆட்களின் ஒருவரிடம் கண்களால் சைகை செய்து விட்டு ஆதவனையும், ஜோயல் தாத்தாவையும் வீட்டுக்குள் அழைத்துச் சென்றான்.

உள்ளே சென்றதும் தேவா சகஜமாக ஒரு நாற்காலியில் அமர்ந்து கண்களை மூடி யோசனையில் இருந்தான். "என்னப்பா தேவா நல்ல தூக்கமா" என்று ரங்காவின் குரல் கேட்டதும் திடுக்கென்று எழுந்து பார்த்தான் தேவா.

தேவாவை பார்த்ததும் ஆதவனும், ஜோயல் தாத்தாவும் அவனிடம் சென்று "உனக்கு ஒன்னும் ஆகலையே" என்று ஆர்வமாக கேட்டார்கள். "என்னைய விடுடா, ஜீவா எப்படி இருக்கான்" என்று ஆதவனை கேட்க.

அவர்களின் முன்னால் நின்ற ரங்கா "தேவா நீ சொல்லுறத சொல்லிட்டினா, ஜீவாவுக்கு ஒன்னும் ஆகாது, ரொம்ப நல்லா இருப்பான்" என்று கேலியாக சொன்னான்.

"சரி சரி ஆதவா அந்த குளோபல் அவார்ட எடுத்துட்டு வந்தியா" என ரங்கா கேட்க

"டேய் ரங்கா இனிமேலும் உன்ன விடமாட்டேன், அது இருக்குற இடத்தையும் சொல்லமாட்டேன்" என்று கோவமாக சொன்னான் ஆதவன்.

"உனக்கு விஷயம் என்னன்னு தெரியல'டா ஆதவா" என்று சொல்லிவிட்டு மீண்டும் தேவாவை பார்த்து "என்ன தேவா நா சொல்லுறது சரி தானே" என்றான்.

"அவார்ட் எங்கன்னு சொல்லலன்னா நான் ஜீவாவ கொன்னுடுவேன்" என்று ஆதவனை மிரட்ட, அவனும் வேறு வழி இன்றி "ஜீவாட்ட தான் கொடுத்து வச்சிருக்கேன்" என்று ஒப்புக்கொண்டான்.

"அவன கூட்டிட்டு வரமா இருந்திருக்கலாம்ல" என ஆதவனை கேட்டான் தேவா. உடனே ஆதவன் ஜோயல் தாத்தாவை பார்த்து முறைத்தான், அவரும் தவறு செய்தது போல் குனிந்துக் கொண்டார்.

ஜோயல் தாத்தா இதற்கு நடுவில் "தம்பி எங்கள யாரையும் எதுவும் பண்ணிடாதப்பா" வேண்டுகோளாக கேட்டார்.

"நான் சொல்ற மாதிரி நீங்க செஞ்சிட்டிங்கன்னா உங்களுக்கு ஒரு கீரல் கூட வராம பத்திரமா பாத்துக்குறேன்" என சிரித்தபடியே சொன்னான் ரங்கா.

"சரி தேவா இனி ஒரு நிமிஷம் கூட லேட் பண்ண வேணாம் எல்லாம் ரெடியா இருக்கு நீ வந்து பேசுனா போதும்" என்று திமிராக கேட்டான்.

ஜீவாவை நினைத்து மனதை கல்லாகிக் கொண்டு அவன் எழுதி வெளியிடப்பட்ட அந்த 74 புத்தகங்களையும் நான் எழுதவில்லை என பொய்யாக சொல்ல தயாராக இருந்தான்.

தேவரத்தினம் எழுதியது 75 புத்தகங்கள் தான் ஆனால் அதில் முதல் புத்தகத்தை ரங்காவின் பெயர் போட்டு வெளியிடப்பட்டதால் இப்போது தேவாவுக்கு 74 புத்தகங்கள் மட்டுமே சொந்தம். ரங்கா அந்த

முதல் புத்தகம் மட்டும் இல்லாமல் மீதமுள்ள 74 புத்தகங்களையும் சொந்தம் கொண்டாட இப்பொழுது திட்டம் போடுகிறான்.

"டேய் தேவா என்னடா சொல்ல போற, எத பத்தி பேசுறான் இவன்" ஆர்வம் கலந்து ஆச்சரியமாக ஆதவன் கேட்க

அதற்கு ரங்கா விடை கொடுத்தான் "இன்னும் கொஞ்ச நேரத்துல என் வீட்டு டிவில நியூஸ்ல பாரு" என்று சொல்லி தேவாவை அழைத்துக் கொண்டு வெளியே போனான் ரங்கன்.

வெளியே இருந்த மூன்று மீனவர்களிடம் சொல்லி ஆதவனையும், ஜோயல் தாத்தாவையும் வலு கட்டாயமாக கயிற்றால் கட்டிப் போட்டு நான் சொல்லும் போது அவிழ்த்து விடுங்கள் என்றான். இரண்டு மீனவனை வெளியே காவலுக்கு நிற்க சொன்னான்.

வெளியே நின்ற ஜீவாவை பார்த்த தேவா மனவலியை மறைத்து புன்னகையுடன் சிரித்தான். அதற்கு ஜீவா "இவரையா அன்னைக்கு நான் அடிக்க போனேன், எவ்வளவு பெரிய ஆளு" நினைத்த படி குற்ற உணர்ச்சியில் தேவாவை பார்த்தான்.

"எங்க அப்பாவும் அந்த தாத்தாவும் வரலையா'ண்ணே" என ஜீவா ரங்காவை கேட்க "அவங்க கொஞ்சம் ரெஸ்ட் எடுக்கட்டும்'பா" என்று ரங்கன் சொன்ன பிறகு இவர் சொல்லுவதை நம்பலாமா வேண்டாமா சந்தேகத்தில் யோசிப்பதற்குள்,

"சரிப்பா ஜீவா... ஆதவன் ஏதோ உன்கிட்ட அவார்ட் கொடுத்து வச்சிருக்கானாமே, என்ன வாங்கிக்க சொன்னா" என்று சொல்லி ஜீவாவின் கையில் இருந்த பையை வாங்கி அதற்குள் பார்த்தான் ரங்கா.

"இன்னும் கொஞ்ச நேரத்துல நமக்கு சொந்தமாக போது" என ஆனந்தத்தில் நினைத்தபடி, வந்த ஆட்டோவிலே மீண்டும் நூலகத்திற்கு இருவரையுமே அழைத்துக் கொண்டு போனான் ரங்கா. ஆட்டோவில் போகும்போது "ஜீவா நீ நல்லா இருக்கியா" என்று தேவா பாசத்துடன் கேட்டான்

ஜீவா அடுத்தது என்ன நடக்கப்போவது என்று தெரியாமல் ரங்கன் அருகில் அமர்ந்துக் கொண்டு "நான் நல்லா இருக்கேன், நீங்க எப்படி இருக்கிங்க" என தேவாவை பார்த்துக் கேட்டான்.

ரங்கா, இருவரும் பேசுவதை பார்த்து விட்டு இடையில் "என்னப்பா ஜீவா அந்த புக்க புல்லா படிச்சிட்டியா" என்ற பேச்சை மாற்றுவது போல் கேட்டான்.

"ம்ம் படிச்சிட்டேன்" என்று சொல்லி அமைதியாக இருந்த போது மனதிற்குள் பல கேள்விகள் ரங்கனை கேட்க வேண்டும் என்று ஓடிக்கொண்டிருந்தது. ஆனால் அதை எப்படி கேட்பது என்று தெரியாமல் நூலகத்திற்கு செல்லும் வரை அமைதியாகவே இருந்தான். மாலை 5 மணி அளவில், ஆட்டோவும் நூலகத்தை வந்தடைந்தது அப்போது ரங்கன் இறங்கும்போது ஜீவா தைரியத்தை வளர்த்துக் கொண்டு "அந்த புக்க சொன்னீங்களே அத நீங்க தான் எழுதுனதா, இல்ல இவரு எழுதுனதா?" என்று கேட்டான். அப்போது தேவா ஜீவாவை ஆச்சரியமாகப் பார்த்தான்.

ரங்கா ஒரு சிரிப்பு சிரித்து விட்டு ஜீவாவின் தலையை தடவிக் கொடுத்து "உனக்கு இன்னும் உண்ம தெரியாதுப்பா, இப்ப தெரியவரும்" என்று சொல்லி ஜீவாவின் கையை பிடித்துக் கொண்டே "எவ்வளவு ஆச்சு" என ஆட்டோவிற்கு பணத்தை கொடுத்து அனுப்பினான். ரங்கா தேவாவின் காதுக்கு மட்டும் கேட்பது போல் "நான் சொல்லிக் கொடுத்த மாதிரியே சொல்ற, நீ ஏதாவது சாமர்த்தியமா பேச முயற்சி பண்ணேன் வச்சிக்கோ ஜீவா இங்க தான் இருக்கான் என் ஆளுங்களா வச்சி அவன் கதைய முடிச்சிடுவேன்" என்றான்.

ரங்கன் அவனின் மகளை வீட்டுக்கு அனுப்பி வைத்தான் "போய் அம்மாகிட்ட சொல்லி வீட்டில நியூஸ் சேனல வச்சி பாருங்க" என்றான்.

ரங்கன் அழைத்ததால் நூலகத்தின் வாசலின் முன் 12 மைக்குகளை பிடித்தபடி பெரிய நியூஸ் கிடைக்கும் என்று பல பத்திரிக்கை நிறுவனங்கள் நிற்க, அவர்களுக்கு எதிரில் தேவாவும் ரங்காவும் நின்றார்கள். ஒரு போலீஸ் ஜீப்பும் அருகில் நடக்கப் போகும் சம்பவத்திற்காக காத்துக் கொண்டிருந்தது. அங்கிருந்த தெரு ஜனங்கள் பல பேர் கூடி இருந்தார்கள்.

முதலில் தயங்கியிருந்த தேவா, ஜீவாவின் முகத்தைப் பார்த்ததும் "அப்பான்னு இவனுக்கு இதுவரைக்கும் ஒன்னுமே

பண்ண தில்ல, என்னால அவன் உயிருக்கு எந்த ஆபத்தும் வராம பாத்துக்கணும்" என்று நினைத்தபடி மேலும் தாமதிக்காமல் மைக்கில் பேச ஆரம்பித்தான்.

"என்ன உலக அளவுல பெரிய எழுத்தாளருன்னு சொல்லுவாங்க, இந்தப் பேரு, புகழ் எல்லாம் நியாயமா பாத்தா இதோ இந்த ரங்கனுக்கு சேர வேண்டியது. ஏன்னா இத்தன நாளா இந்த ரங்கா ஓட குடும்பத்த நான் கொன்னுடுவேன்னு மிரட்டி கிட்டு எனக்காக கத எழுதித் தரச் சொன்னேன், அவனும் எழுதித் தருவான் நானும் அதுல என் பெயர போட்டுப்பேன். ரொம்ப நாளா இந்த விஷயம் என் மனச தினம் தினம் உறுத்திக்கிட்டே இருந்தது அதான் நானே வந்து இப்போ உண்மையா ஒத்துக்குறேன். மக்கள் எல்லாம் என்ன மன்னிச்சிடுங்க இதோ இந்த குளோபல் அவார்டும் நியாயமா இவனுக்கு தான் சேரனும்" என்று சொல்லி கண்ணீர் மழ்க ரங்கனிடம் கொடுத்தான்.

ரங்காவும் பெரிய மனசுதனமாக நடப்பது போல் "என் நண்பன் இப்போ துரோகியா இருந்தாலும் இவன எதுவும் பண்ணிடாதீங்க, இத்தன நாளா ஏதோ பேராசையில அறியாம இவ்ளோ பெரிய தப்பு பண்ணிட்டான். உங்களுட்ட ஒன்னே ஒன்னு மட்டும் சொல்லிக்கிறேன் இத்தன வருஷமா என்னோட எல்லாம் கதையும் எழுதி எழுதி இவனுக்கு தான் கொடுப்பேன், கிட்ட தட்ட 74 புத்தகங்கள் எழுதி கொடுத்துருக்கேன். தேவரத்தினம் என்னும் பேரு போட்டு இருக்கிற அத்தன புக்கும் என்னோடது தான். இந்த உண்ம யாருக்குமே தெரியாது ஏன்... என் மனைவிக்கும் மகளுக்கும் கூட தெரியாது" என்று மனம் உருக ரங்கன் அழுதுக் கொண்டே நடித்துப் பேசினான்.

"இந்த உண்மைக்கு தேவா தான் சாட்சி" என தேவாவை பார்த்து ரங்கா சொல்ல, தேவாவும் "ஆமாம், உண்மை தான்" என்பது போல் தலையை ஆடினான்.

உடனே கூட்டத்திலிருந்து ஒரு கல் தேவாவின் தலையில் அடித்தது அவனும் தலையைப் பிடித்த படி விழுந்தான் "இதுக்காக என் நண்பன எதுவும் பண்ணிடாதீங்க" என்று தடுப்பது போல் நடித்தான் ரங்கா. பத்திரிக்கையாளர்கள் பரபரப்பு செய்தியை எழுதிக்

கொண்டார்கள், போலீசும் இறங்கி வந்து தேவாவிற்கு விலங்கு மாட்டி கைது செய்து அழைத்துச் சென்றார்கள்.

அந்த போலீஸ் ஜீப் அந்தத் தெருவை விட்டு வெளியே வருவதற்கு மிகவும் சிரமப்பட்டது ரங்கனுக்கு தெரிந்தவர்கள் அத்தனை பேரும் கொந்தளித்து தேவா மீது மண்ணை வாரி போட்டு "நீ எல்லாம் நல்லா இருப்பியா, நாசமா போயிடுவ, உன் குடும்பம் நல்லா இருக்குமா, இப்படி ஒரு நல்ல நண்பனுக்கு எப்படி துரோகம் செய்யணும் மனசு வந்துச்சு, இன்னும் பல தீய வார்த்தைகள் தேவாவின் காதை குடைந்தது "இதுக்கு நான் செத்து போயிருக்கலாமே" என்று தேவா நினைத்தபடி அதிக மன வலியுடன் தலையிலிருந்து ரத்தம் வழிய ஜீவா எங்கே இருக்கிறான் என்று பார்க்கும் பொழுது பளீரென்று அவன் முகத்தில் செருப்பு ஒன்று அடித்தது.

ஜீவா நூலகத்தின் வாசலில் ஏறி நின்றபடி எது உண்மை என்று தெரியாமல் குழப்பத்தில் இருந்தான். அதற்கு அருகில் ரங்கா "நினைத்ததை சாதித்து விட்டேன்" என ஆணவ புன்னகையுடன் நின்று கொண்டிருந்தான்.

ரங்கன் கையில் வைத்திருந்த அவார்டின் சிறிய தங்க உலக உரண்டையில் ரங்காவின் முகமும் ஜீவாவின் முகமும் எதிரெதிரே பிரதிபலித்தது.

****

நீதி மன்றம்

சற்று நேரம் வரை ஜீவாவுக்கு ஒன்றுமே புரியவில்லை தேவா அப்படிப் பேசியதை நினைத்து "ஒருவேல ரங்கா தான் அந்த புக்க எழுதி இருப்பாரோ, ஜோயல் தாத்தா சொன்னதெல்லாம் உண்மை தானா" என்ற சந்தேகத்தில் உடனே ஆதவனிடம் இதைப் பற்றி விசாரிக்க வேண்டும் என்று ரங்காவுக்கு தெரியாமல் நூலகத்தின் முன்னால் இருந்த கூட்டத்திற்குள் நழுவி அந்த ஜன்னல் இல்லாத வீட்டைத் தேடி சென்றான். அங்கு வெளியே ஒரு மீனவன் மட்டும் நின்றான்.

ஜீவா ஒரு கல்லூரி மாணவனாக இருந்துக் கொண்டு அவனால் முடிந்த வரை முயற்சித்தான், அங்கு சென்று தன்மையோடு அந்த மீனவனிடம் பேசினான். "எங்க அப்பாவும் தாத்தாவும் உள்ள தான் இருக்காங்க, அவங்கள பாக்கனும்" என்றான்.

அந்த மீனவனும் பாசமாக "அட அவரு உன் அப்பா தானா உன்ன தான் ரொம்ப நேரமா கேட்டுட்டு இருக்காரு போய் பாருப்பா" என்றதும். ஜீவா உள்ளே சென்று எட்டிப் பார்த்துக் கொண்டே "அவங்க இங்க இல்லையே" என சொல்லி முடிப்பதற்குள் அந்த மீனவன் வீட்டுக்குள் அவனைத் தள்ளி கதவை மூடினான்.

பின்னர் அந்த மீனவன் ரங்காவிற்கு தொலைபேசி மூலம் அழைத்து "அண்ணே அந்த ஆதவனும் கிழவனும் தப்பிச்சிட்டாங்க" என்றதுமே, ரங்கா "அட முட்டா பசங்களா உங்களுட்ட ஒரு வேலைய கொடுத்தா ஒழுங்கா முடிக்க மாட்டிங்களாடா" என கோவமாக திட்டினான்.

"அண்ணே அண்ணே இருங்க, அவங்க தப்பிச்சிட்டாங்க, ஆனா அந்த ஜீவாவே தேடி வந்து மாட்டிக்கிட்டான் அவன உங்க விட்டில தான் போட்டு பூட்டி வச்சிருக்கேன்" என்றான் மீனவன்.

"நல்ல காரியம் பண்ண, அதுக்குள்ள எங்கடா அந்த ஜீவாவ காணோம்'னு பாத்தேன், அங்க தான் வந்துருக்கானா, சரி அவனயாவது பத்திரமா பாத்துக்கோ" என சிரித்த படி சொன்னான்.

கயிற்றின் மூலம் வலுவாக கட்டிப்போட்டிருந்த ஆதவனையும், ஜோயல் தாத்தாவையும் ரங்கனின் ஒரு மீனவன் தான் தப்பிக்க விட்டான். ஆதவன் அன்று ஒரு நாள் பிரசவ பெண்ணின் கணவனை மருத்துவமனைக்கு ஜீவாவின் வண்டியை திருடி அழைத்துச் சென்றான் அல்லவா, அதில் ஒருவன் தான் ரங்கனுக்கு வேலை செய்து கொண்டிருந்தான். ஆதவனை பார்த்ததும் உதவி செய்யும் நோக்கில் அவர்களை தப்பிக்க விட்டான். ஆனால் இப்போது ஜீவாவை பிடித்து வைத்தது வேர ஒரு மீனவன்.

பின்னர் ஜோயல் தாத்தாவும் ஆதவனும் எங்கெங்கேயோ ஜீவாவை தேடினார்கள் கடைசியாக ரங்கனிடம் கூட கேட்டார்கள் அவனும் "அவன் அப்பயே போயிட்டான் எனக்கு தெரியாது" என்று நடித்தான். தேவாவுக்கும் ஜீவாவுக்கும் செய்த காரியத்தை நினைத்து ஆதவன் "அந்த ரங்கா மேல கேஸ் கொடுக்கலாம், அப்போ போலீஸ் விசாரிச்சா எல்லா உண்மையும் வெளிய வரும்" என யோசித்து சொன்னான்.

ஜோயல் தாத்தாவுக்கும் இது நல்ல யோசனை என உடனடியாக காவல் துறையினரிடம் சென்று ரங்கன் மீது வழக்கு பதிவு செய்தார்கள்.

ஆனால் ரங்கன் ஏற்கனவே தேவாவின் மீது வழக்கு போட்டதால் தான், அந்த நூலகத்திற்கு காவல் துறையினர் வந்திருந்தார்கள். தேவா பத்திரிக்கையாளர்களிடம் வாக்கு மூலம் கொடுத்த பிறகு அவனை கைது செய்தார்கள்.

அதனால் வழக்கு, கன்னியாகுமரியில் உள்ள நீதி மன்றத்திற்கு உடனடியாக மாற்ற பட்டு, குற்ற வாலி கூண்டில் தேவாவை நிற்க வைத்தார்கள்.

நீதிபதியின் உதவியாளர் ஒருவர் சட்ட புத்தகத்தை கொடுத்து தேவாவின் கையை அதன் மேல் வைத்து "நான் சொல்வதெல்லாம் உண்மை" என அவர் ஆரம்பிப்பதுக்குள் தேவாவே முழுமையாக சொல்லிவிட்டான் "நான் சொல்வதெல்லாம் உண்மை, உண்மையை தவிர வேறொன்றுமில்லை" என்று.

தேவா எதிரில் உள்ள கூண்டில் ரங்கனும் அதே போல் சொல்ல நினைத்து சட்ட புத்தகத்தை உதவியாளர் கொடுக்கும் போது அதை வெடுக்கென்று வாங்கி "நான் சொல்வதெல்லாம் உண்மை" என்பதற்குள் புத்தகம் கைநழுவி கீழே விழுந்தது.

"சசாசச..... சாரி யுவரானர் பதட்டத்துல கீழ விட்டுட்டேன், கொஞ்சம் தண்ணி குடிச்சிக்கலாமா" என்று சகுனம் பார்ப்பது போல் முகத்தை பாவமாக வைத்த படி ரங்கன் கேட்க.

நீதிபதியும் முகம் சுழித்த வண்ணம் "அவருக்கு தண்ணி கொடுங்க" என்றார்.

உடனே எல்லாருடைய கவனத்தை திசை திருப்பும் வகையில் நீண்ட கருப்பு கோட் அணிந்த ரங்கனின் வழக்கறிஞர் எழுந்து பட்டாசு போன்ற வெடிப்பு பேச்சில் வழக்கை தொடங்கினார் "யுவரானர் எனது கட்சிக்காரரை கடந்த 14 வருடமாக கொலை மிரட்டலின் பேரில்,

அவரை கற்பனை கதைகளை எழுத சொல்லி வலுக்கட்டாயமாக வாங்கி, கிட்ட தட்ட 74 புத்தகங்களில் இவருடைய பெயரை போட்டுக்கொண்டு உலகத்தையே ஏமாற்றி இருக்கிறார், இதோ இந்த தேவரத்தினம். இதனால் ரங்கன் மிகவும் மன உடைச்சலுக்கு ஆளாகியுள்ளார்" என்று சொல்லி,

வழக்கறிஞர் முதல் கேள்வியை தேவாவிடமிருந்து ஆரம்பித்தார். "நீங்க எழுதுனதா சொல்லுற 74 புக்கும் ரங்கன் எழுதி கொடுத்ததாமே அது உண்மையா" என்று கேட்க,

"ஆமாம் உண்மை தான், அவனோட குடும்பத்த கொன்னுடுவேன்னு மிரட்டி அப்படி பண்ண சொன்னே" என்றான் தேவா.

"யுவரானர் நோட் திஸ் பாயிண்ட்" என்றார் வழக்கறிஞர்.

வழக்கறிஞர் ரங்கனிடம் சென்று "அந்த 74 புக்கயும் நீங்க தான் எழுதினீங்களா"

"ஆமாம்" என்று பாவமாக சொன்னான் ரங்கா, "தேவா உங்கள முதல் தடவ மிரட்டும் போதே நீங்க ஏன் போலீஸ் கிட்ட சொல்லல" ரங்கனை கேட்க,

"போலீஸ்ல சொன்னா, உடனே என் மகள கொன்னுடுவேன்னு மிரட்டுனா, எனக்கு இருக்கிறதே ஒரே பொண்ணு தான், அவ மேல உள்ள பாசத்துனால அவன் கேட்கிற மாதிரி நல்ல நல்ல கதையா எழுதிக் கொடுப்பேன்" என்று பாவத்தின் மறு உருவம் போல் நடித்தான் ரங்கா.

"தேவா நீங்க இத ஒத்துக்கிறீங்களா"

அமைதியாக தலையை மட்டும் ஆடினான் தேவா.

"இப்படி தலையெல்லாம் ஆட்டா கூடாது, நீங்க கோர்ட்ட அவமதிக்கிறதா அர்த்தம், இல்லயா ஆமாவான்னு சொல்லுங்க" என்று தேவாவின் மரியாதையை குறைப்பது போல் பேசினார் ரகு வழக்கறிஞர்.

தேவா தயக்கத்துடன் "ஆமாமே" என்றான்.

"யுவரானர்.... குற்றவாளியே தனது குற்றத்தை ஒப்புக்கொண்டதால் தாமதிக்காமல் கொலை மிரட்டலுக்கும், கதையை வலுக்கட்டாயமாக அபகரித்ததற்கும் அதிகபட்ச தண்டனையாக 10 ஆண்டுகள் சிறை தண்டனையை வழங்குமாறு தாழ்மையுடன் கேட்டுக்கொள்கிறேன். இதுபோக தேவாவுக்கு கொடுத்த அனைத்து விருதுகளையும், சன்மானங்களையும் எனது கட்சிக்காரர் ரங்காவிற்கு சேர வேண்டும் என்று மிகவும் தாழ்மையுடன் கேட்டுக்கொள்கிறேன்.

ரங்கனும் அதுக்கேற்றால் போல் அதிக மன வலியோடு இருப்பது போல் நீதிபதியை பார்த்தான்.

ஆனால் நீதிபதி தேவாவை பார்த்து "இவர் நல்ல எழுத்தாளராச்சே, இதில் ஏதோ மர்மம் இருக்கிறது" என்று நினைத்து, "தேவா உங்க பக்கம் எந்த வக்கிலும் இல்லையா? "

"இல்லை" என்ற வலி கலந்த புன்னகையுடன் சொன்னான்.

ஏன் என்றால் தேவாவுக்கு என்று ஆதவனும், ஜோயல் தாத்தாவும் எவ்வளவோ முயற்சித்தும் எந்த ஒரு வழக்கறிஞரும் எந்த ஆதாரமும் இல்லாததால் தோற்கின்ற வழக்கு என்றும், அது மட்டும் இல்லாமல் எதிரில் வாதாடும் வழக்கறிஞர் ரகுநாத் பல வழக்குகளை பல திசைகளுக்கு ஓட விட்டவர் என்று பயத்திலே யாரும் முன் வரவில்லை.

ஆனால் நீதிபதி இந்த வழக்கை இன்னும் நன்றாக விசாரிக்க படவேண்டும் என்று "அப்போ உங்களுக்கு கோர்ட் சார்பா வக்கில ஏற்பாடு பண்றேன் அடுத்த வாய்தாவுல விசாரிக்கப்படும்" என்று முடித்தார்...

தேவா கோர்ட்டை விட்டு வெளியே வந்ததும், ரங்கன் அவனிடம் சென்று அவன் காதோரம் கேட்பது போல் "டேய் உன் பையன் உயிர் மேல உனக்கு ஆச இல்லையா, ஜட்ஜ் வக்கீல் வேணும்'னு கேட்டா, வேணும் சொல்லுவியா, உன் பையனோட வாழ்க்கையவிட உன்னோட வாழ்க்க பெருசா போச்சா, தீர்ப்பு மட்டும் உனக்கு சாதகமா வந்துச்சு அவன் உயிர் போயிடும்" என்று மிரட்டி விட்டுச் சென்றான் ரங்கா.

அதன் பிறகு இப்போதுதான் தேவாவை ஆதவன் சந்தித்து "ஜீவா எங்க தேடியும் கிடைக்கல எனக்கு என்னவோ ரங்கா கிட்ட தான் இருப்பான்னு சந்தேகமா இருக்கு என ஆதவன் சொல்ல அதற்கு ஜோயல் தாத்தா தேவாவுக்கு ஆர்தல் சொன்னார். அவர்களுக்கு வேற என்ன செய்வதென்றே தெரியவில்லை.

தேவாவின் உண்மை இன்னும் நிரூப்பிக்க படாததால் காவல் துறையினர் தேவாவை மரியாதையுடன் நடத்திவந்தார்கள்.

கோபால் ஐயரும் முன்பு நடந்த சம்பவங்களால் உதவி செய்யும் நோக்கி முன் வரவில்லை. ஜோயல் தாத்தாவும், ஆதவனும் சேர்ந்து தேவாவின் உண்மையை நிரூபிக்க பல முயற்சிகள் செய்தும் முடியவில்லை, எல்லாருக்குமே நம்பிக்கை போய் விட்டது.

தேவாவும் ஆதவனிடம் "ஜீவா ரங்கா கிட்ட தான் இருக்கான், அவன் சொல்ற மாதிரி நான் செய்யலன்னா ஜீவாவ கொன்னுடுவேன்னு மிரட்டுறான்" என்றான்.

பல யோசனைகளுக்கு பிறகு ரங்கா கண்டிப்பாக அப்படி செய்ய கூடிய ஆளுதான் என்று நினைத்து ஆதவனே "நம்ம ஜீவாவ காப்பாத்தனும்'னா அந்த ரங்கா சொல்ற மாதிரியே கேளு" என தேவாவிடம் கவலையுடன் கண்ணீர் விட்டுக் கூறினான்.

ஆனால் ஜோயல் தாத்தா சிறு கோபத்துடன் "ஜீவாவுக்கு ஒன்னும் ஆகாது அந்த ரங்காவால ஒன்னும் பண்ண முடியாது அவன் சொல்ற மாதிரி எதுவும் பண்ணாத நீ இத்தன நாளா பேரு, புகழ், பட்டம் சம்பாரிச்சது எல்லாம் ஒரே நாள்ல அவனுக்கு போய்விடும்" என்றார்.

எல்லோரும் போன பிறகு தனியாக தேவா யோசித்தான். வேற வழியின்றி ஜீவாவின் மேல் உள்ள அதிக அளவில்லா அன்பிலே அடுத்த வாய்தாவில் தாமதிக்காமல் ரங்கா சொல்லியபடி நடந்துக்கொள்ள வேண்டும் என்று மனம் நொறுங்கி போகும் அளவுக்கு நினைத்தோண்.

****

அன்று இரவு 8 மணி அளவில் விலை உயர்ந்த மதுக்கூடத்தில் ஆண்களும், பெண்களும் சேர்ந்து "தளபதி" படத்திலிருந்து

திருநாவுக்கரசர் சில வரிகளை இயற்றிய, இளையராஜா இசையமைத்து, அதில் எஸ். பி. பாலசுப்ரமண்யம் பாடிய,

"ராக்கம்மா கைய
தட்டு புது ராகத்தில்
மெட்டுக்கட்டு அடி
ராக்கோழி மேளங்

கொட்டு" என்ற பாட்டுக்கு அங்கிருந்தவர்கள் நடனமாடிக் கொண்டே மதுபானம் அருந்தினார்கள். அங்கு ஒரு மேசையில் ரங்கனும் இரு வழக்கறிஞர்களும் பேசிக் கொண்டிருந்தார்கள்.

"ரகு சார் சும்மா சொல்ல கூடாது இன்னைக்கு நீங்க ரொம்ப நல்லாவே வாதாடுனீங்க, நல்ல வேல அந்த ஜீவா என் கிட்ட இருக்கிறனால, நான் சொல்லுற மாதிரி தேவா நடந்துக்கிறான், ஆனா இருந்தாலும்" என்று இழுத்த வார்த்தையில் ரங்கா கேட்க,

"ரங்கா நீங்க வேனா பாருங்க, இந்த கேஸ்ல நம்ம தான் ஜெயிக்கிறோம், என் பேச்சுக்கு அந்தக் கடவுளே வந்தாலும் ஈடு கொடுக்க முடியாது. கவலையே படாதீங்க நான் பாத்துக்கிறேன், முதல்ல ஒரு ரவுண்ட் அடிங்க" என்றார் ரகு வழக்கறிஞர்.

"அதுக்கு இல்ல ஜட்ஜி வேற, கோர்ட்டு சார்பா வக்கீல் ஏற்பாடு பண்றாங்களாம்" என்று சிறு தயக்கத்துடன் பேசினான் ரங்கா.

"ச்சே அதுக்கா பயப்புடுறீங்க, இதோ இவன் என்னோட ∴பிரண்டு ரமேஷ், இவன வச்சு கேஸ நமக்கு சாதகமா முடிக்கிறேன், நீங்க கவலையே படாதீங்க, அந்த உலக எழுத்தாளர் பட்டம் உங்களுக்குதான்" என்று மேசையை அடித்தபடி சிரித்துக் கொண்டே சொன்னார் ரகு.

ரங்கனும் தைரியத்தில் மதுவை எடுத்து குடித்து சிறிய சிரிப்புடன் "சார் நீங்க சொன்ன மாதிரி மட்டும் செஞ்சிட்டிங்கனா, நீங்க கேட்ட என்னோட பத்து ஏக்கர் நிலம் உங்களுக்கு தான்" என்று சொல்லிவிட்டு மீண்டும் மதுவை எடுத்துக் குடித்தான்.

அப்போது அந்த மதுகூடத்திற்குள் ஒரு மங்கை மாடலாக மெல்ல நடையுடன் வந்தாள். அதற்கேற்றார் போல் "தளபதி" படத்திலிருந்து

"ராக்கம்மா கைய தட்டு" என்ற பாடலுக்கு இடையே வரும் வரிகள் அந்த மதுகூடத்தில் ஒலித்தது.

அங்கிருந்த வண்ண விளக்கு வெளிச்சத்தில் அனைவர்களும் அவளின் ஒவ்வொரு அங்குலத்தையும் ரசித்து பார்த்தார்கள்...

குனித்த புருவமும், ... வளைந்த வாள் போன்ற கூர்மையான புருவங்களுடனும்

கொவ்வை செவ்வாயில்

குமிழ் சிரிப்பும், ... சிவப்பு சாயம் பூசி உதட்டில் சிகரெட் புகையுடன் சிறிய புன்னகையும்

பனித்த சடையும், ... படர்ந்து விரிந்த கருமையான கூந்தலுடனும்

பவளம் போல் மேனியும் பால் வெந்நீரும், ... பப்பாளி பழம் போன்ற பன்னீர் மேனியும்

இனித்தமுடன் எடுத்த

பொற்பாதமும் பொற்பாதமும்...... குதிகால் காலணியை(ஹீல்ஸ்) அணிந்து கொண்டும்

காண பெற்றால்...... இடை தெரியும் அளவிற்கு சட்டையும்(டி-ஷர்ட்), முட்டியிலும் தொடையிலும் சிறிது கிழிந்த நிலையில் முழுகால் பேண்ட் போட்டபடி ஆடவர்களை கவரும் வகையில் மெல்ல நடந்து வந்தாள்.

மனித பிறவியும்

வேண்டுவதே இம்மானிலத்தே

மனித பிறவியும் வேண்டுவதே

இம்மானிலத்தே....

ரங்கா அப்படியே வியந்து பார்த்துக் கொண்டிருந்தான்.

அந்தப் பெண்ணும் நேராக பாடலின் அடுத்த வார்த்தைக்கு "ராக்கம்மா கைய தட்டு" என்று வரிகளுக்கு ஏற்ப இரு கைகளையும் தட்டிக் கொண்டே ஆடினாள்.

****

தீர்ப்பு

ஒரு வாரத்திற்கு பிறகு அடுத்த வாய்தா அன்று.

இரவு தூக்கமின்றி காலையில் ரங்கன் அனைத்து கடவுள்களுக்கும் கும்பிடு போட்டு "எப்படியாவது இந்த கேஸ்ல என்னை ஜெயிக்க வச்சிடு'பா" என்று வேண்டினான்.

ஜீவா தப்பிக்க வழியின்றி இன்னும் அந்த வீட்டிலே தான் இருந்தான். ஆதவனும், ஜோயல் தாத்தாவும் மனம் தளர்ந்து நீதி மன்றத்தில் காத்திருந்தார்கள்.

தேவாவின் மன நிலை தன் மகனுக்காக அவனின் படைப்புகளை ரங்கனிடம் இழக்க தயாராக இருந்தான்.

நீதிமன்றத்தில் எல்லோரும் தீர்ப்பு எப்படி இருக்கும் என்று ஆவலாக வந்திருந்தார்கள். நீதிபதியும் வணக்கம் வைத்துவிட்டு நாற்காலியில் அமர்ந்து வழக்கை ஆரம்பிக்கச் சொன்னார்.

இரு வழக்கறிஞர்களான ரகு மற்றும் அவர் நண்பனான ரமேஷ், இருவரும் பார்த்துக் கொண்டு ஒரு கண் அடித்து, சைகை மூலமாக வழக்கை ஆரம்பித்தார்கள்.

முதலில் ரமேஷ் தொடங்கினார் "யுவர் ஆனர் சமீபத்துல நடந்த எனது கட்சிக்காரர் தேவரத்தினம் எழுதிய புத்தகங்கள இந்த ரங்கன் தான் எழுதி இவரிடம் கொடுத்தாருனு மிக பெரிய பொய் பரவி இருக்கு, உண்மை என்னன்னா தேவரத்தினம் ஒரு அப்பாவி, அவருக்கு ஒன்றுமே தெரியாது, அந்த அனைத்து புத்தகங்களும் தேவரத்தினம் தான் எழுதினார்" என்று தேவாவிடம் கேள்வியை கேட்க போனார்.

உடனே ரங்கன், ரகு வழக்கறிஞரைப் பார்த்து "என்ன நடக்குது" என்று முகம் சுளித்த பார்வையாளையே கேட்டான்.

ரகு வழக்கறிஞரும் "வேடிக்கை மட்டும் பாருங்க" என்று சொல்வது போல் புன்னகைத்தபடி சைகை செய்தான்.

"தேவா நீங்க தான அந்த 74 புத்தகமும் எழுதுனது, ஆனா இப்போ நீங்க எழுதலனு சொல்றீங்களே அந்த ரங்கன் தான் உங்கள இப்படி பேச வச்சாரா, உண்மை என்னான்னு சொல்லுங்க சட்டம் உங்க கூட இருக்கு" என்று ரமேஷ் வழக்கறிஞர் நேர்மையாக வாதாடுவது போல் கேட்டான்.

தேவாவுக்கும் சற்று நேரத்தில் உண்மையை சொல்லிவிடலாம் என்று தோன்றியது ஆனால் ஜீவாவின் முகம் மனதில் வந்து சென்றது, உடனே "இல்ல இது உண்ம கிடையாது, அந்த 74 புக்கயும் நான் எழுதல ரங்கா தான் எழுதி கொடுத்தான் அதான் முன்னாடியே சொன்னேனே அவங்க குடும்பத்த கொன்னுடுவேன்னு மிரட்டி அவன அப்படி எழுத வைச்சேன்" என்று மனதை கள்ளாக்கிக் கொண்டு சொன்னான்.

ரமேஷ் வழக்கறிஞருக்கு தேவா இப்படித்தான் பதில் தருவான் என்று ரகு சொல்லி தந்தது போல் இப்படி ஒரு கேள்வியை கேட்டான் ஏனென்றால் நீதிபதியை நம்ப வைக்க வேண்டு என்று.

ரமேஷ் "சரி" என்று ரங்கனை விசாரிக்க ஆரம்பித்தார். "அப்போ ரங்கா அந்த 74 புத்தகங்களையுமே நீங்க தான் எழுதுனீங்களா",

ரங்கனும் "ஆமாம் சார்" என்றான்.

"உண்மையாவே உங்க குடும்பத்த இவர் தான் மிரட்டுனாரா நல்லா பாத்து சொல்லுங்க" ரமேஷ் கேட்க,

"சார், இவன் முகத்த எப்படி மறக்க முடியும் சின்ன வயசுலருந்தே இவன் என்னோட ∴பிரண்டு தான், பேராசையில இவ்வளவு பெரிய தப்பு பண்ணிட்டான் அவனுக்கு எந்த தண்டனையும் கொடுக்க வேண்டாம் அவன மன்னித்துவிடுங்க" என்று கருணையாக பேசுவது போல் நடித்தான் ரங்கா.

"அப்ஜெக்ஷன் மை லார்ட்" என்று ரகு வழக்கறிஞர் இடையில் குறுக்கிட, நீதிபதி "அப்ஜெக்ஷன் ஓவர் ரூல்" என்றார்.

"ரங்கன் அவரை நீங்க மன்னிக்கலாம் ஆனால் இந்த நீதிமன்றம் மன்னிக்காது, தவறு செய்தவன் தண்டனையை அனுபவிக்க வேண்டும்"... மீண்டும் "மை லார்ட்" என நீதிபதியை பார்த்து அனல் பறக்கும் பேச்சில் நடந்துக் கொண்டு "கலை என்பது அவர் இறந்த பிறகும் பேர் சொல்லும் விஷயம் அது, கிட்ட தட்ட சாக வரம் போல் கிடைக்கக் கூடியது, அதை இந்த தேவரத்தினம் அபகரித்தார் என்றால் அவரை கடுமையான சட்டம் பாதிக்கும் என்பதை நம் நாட்டு மக்கள் உணர வேண்டும், அப்போதுதான் இதை போன்ற குற்றங்கள் நடைபெறாது. அதனால் ஐ பி சி செக்சன் 420, மற்றும் 506 என்ற சட்டத்தின்படி அதிகபட்ச தண்டனையாக தேவாவுக்கு 10 ஆண்டுகள் சிறை தண்டனை வழங்குமாறு கேட்டுக்கொள்கிறேன்" என்று கொந்தளித்துக் கொண்டு கண்களின் இமைகளை சிமிட்டாமல் உரத்த குரலில் போராளி போல் பேசினான் ரகு வழக்கறிஞர்.

ரகு பேசும்பொழுது ரமேஷ் புரிந்துக் கொண்டு அமைதியாக அவன் இடத்தில் அமர்ந்துக் கொண்டான்.

ரகுவின் நெருப்பு பேச்சிற்கு நீதிபதியே அசந்து போனார். "உண்மையை நிரூபிக்க எவ்வளவு போராடுகிறார்" என்று நீதிபதி மனதில் நினைத்தபடி "தேவரத்தினம் அப்போ நீங்க தான் குற்றத்தை செஞ்சதா ஒத்துக்கிறீங்களா" என்று கேட்க

தேவாவும் "ஆமாம்" என்ற வார்த்தையை சொல்ல நாக்கில் இருந்து வலுக்கட்டாயமாக இழுத்துச் சொன்னான்.

ஐந்து நிமிடம் கழித்து நீதிபதி இறுதி வழக்கை படித்தார்... "14 வருடமாக ரங்கனின் குடும்பத்தை கொலை செய்வதாக மிரட்டி அவரின் கற்பனை கதைகளை வலுக்கட்டாயமாக எழுதி வாங்கி, தேவரத்தினம் என்னும் அவரின் பெயரை போட்டுக் கொண்டு புத்தகங்களாக வெளியிட்டு இருக்கிறார். இதை தேவரத்தினமே தனது குற்றத்தை ஒப்புக் கொண்டதால் 10 ஆண்டுகள் சிறை தண்டனை வழங்கப்படும் என்று இந்த கோர்ட் உத்தரவிடுகிறது, அது மட்டுமில்லாமல் உலக புகழ் பெற்ற எழுத்தாளர் விருதின் பட்டம் ரங்காவிற்கு சேர வேண்டும் என்று தீர்ப்பளிக்கிறேன்" என்றார்.

நீதிபதி அப்படி வழக்கு வழங்கும் போது ரங்காவின் மனதிற்குள் சந்தோஷத்தில் குற்றவாளி கூண்டிலிருந்து ஏறி குதித்து குத்தாட்டம் போட வேண்டும் என்று தோன்றியது. அப்படி ஒரு ஆனந்தத்தை கட்டுப்படுத்திக் கொண்டு ரகு வழக்கறிஞருக்கு நன்றி சொல்வது போல் பார்த்து சிரித்தான்.

ரங்கனின் குடும்பத்திலிருந்து அவனது மனைவி மற்றும் மகளும் இவ்வளவு நாட்களாக அந்த ஜன்னல் இல்லாத வீட்டுல, புத்தகம் எழுதினாரா, இவ்வளவும் நமக்காகத்தான் செஞ்சாரா என ஆச்சரியம் கலந்த சந்தோஷத்தில் கண்ணீர் விட்டு ரங்கனை ஏக்கத்துடன் பார்த்தார்கள்.

ஆதவனும், ஜோயல் தாத்தாவும் பலமடங்கு மன வருத்தத்துடன் தேவாவை பார்த்தார்கள்.

தேவா அடுத்த 10 ஆண்டுகள் சிறையில் வாழப் போகிறோம் மற்றும் தனது மகனின் உயிர் காப்பாற்றப்பட்டது என்ற சிந்தனையில் கண்களில் கண்ணீர் பொங்க வலி கலந்த சிறு புன்னகையுடன் ரங்கன் சிரிப்பதை பார்த்தான்.

சரியாக நீதிபதி தீர்ப்பை படித்து முடித்த பிறகு "அப்ஜெக்ஷன் மை லார்ட்"...... என வார்த்தை வந்த பக்கம் எல்லோருடைய கண்களும் நீதிமன்றத்தின் வாசலை பார்த்தது.

****

உண்மைகள்

சரியாக நீதிபதி தீர்ப்பை படித்து முடித்த பிறகு "அப்ஜெக்ஷன் மை லார்ட்"...... என வார்த்தை வந்த பக்கம் எல்லோருடைய கண்களும் நீதிமன்றத்தின் வாசலை பார்த்தது, ரங்காவும் ஒரு வாரத்திற்கு முன்பு மதுக் கூடத்தில் பார்த்த அந்த மாடல் பெண் தானே என்று நினைத்தான்.

ஆனால் இப்போது மாடல் பெண்ணாக இல்லாமல் முற்றிலும் வேறு ஒரு பெண் போல் தமிழ் கலாச்சார புடவையில் தலையில் கொண்டை போட்டபடி வழக்கறிஞர் கோளத்தில் ஜீவாவை அழைத்துக் கொண்டு எரிமலையிலிருந்து அக்னி பறவை போல வந்திருந்தாள்.

தேவா எழுதிய பல கற்பனை கதையிலே எத்தனையோ எதிர்பாராத திருப்பங்களை அதில் எழுதி இருப்பான். ஆனால் நிஜ வாழ்க்கையில் எவ்வளவு பெரிய திறமையுள்ள எழுத்தாளராக இருந்தாலும் அவர்களுக்கும் இந்த பிரபஞ்சம் பல சோதனைகளை கொடுத்து எதிர்பாராத சில வித்தியாசமான திருப்பங்களை கொண்டு வரும். அந்த தருணம் தான் இது.

ஜீவாவை பார்த்ததும் தேவாவுக்கு ஒரு சக்தி கிடைத்தது போல் கண்கள் சுரங்க புன்னகை செய்தான். ரங்கனுக்கு பல வருடமாக ஆசை பட்டு ஐந்து மாடி வீடு கட்டி, அதில் குடி போக இருந்த நிலையில் நிலநடுக்கம் வந்து அதை முழுவதுமாக சரிவது போல அவன் மன நிலை இருந்தது.

நீதிமன்றமே வியப்பில் இருந்தது ஆனால் ரகு வழக்கறிஞருக்கு "இதலாம் ஒரு விஷயமே இல்லை நான் பாத்துக்கிறேன்" என்பது போல் ரங்கனை பார்த்து ரகு தன் கையால் சைகை காட்டி தைரியம் சொன்னான்.

ஜீவா நேராக ஆதவனிடம் சென்று நடந்ததைப் பற்றி சொல்லிக் கொண்டிருந்தான்.

அந்த பெண் நேராக நீதிபதியின் உதவியாளரிடம் ஒரு கடிதத்தை கொடுத்துக் கொண்டே "யுவர் ஆனர் என்ன மன்னிக்கணும், என் பேரு ஜெனிஃபர், நான் சென்னையில வழக்கறிஞரா இருக்கேன், தேவரத்தினம் சார்ப வாதாட வந்து இருக்கேன்" என மூச்சி வாங்க பேசினாள்.

நீதிபதி பதில் சொல்ல வருவதற்குள் ரகு எழுந்து "ஹலோ மேடம் நீங்க ரொம்ப லேட்டு, ஆல்ரெடி கேச விசாரிச்சு தேவரத்தினம் தான் குற்றவாளி என்று தீர்ப்பும் வழங்கியாச்சி, இப்போ வந்திருக்கீங்களே, சாப்பிட லேட்ட ஆகிடுச்சா என்ன?" என்று கேலியாக கேட்டான்.

மன்றத்தில் இருந்தவர்கள் சிரிக்க, நீதிபதி "சைலன்ஸ் சைலன்ஸ்" என்றார்.

உடனே எல்லோரும் அமைதியான பிறகு, நீதிபதி "தேவரத்தினம் சார்பா ஏற்கனவே ரமேஷ் வக்கீல் வாதாடி, தேவாவே அவர் செய்த குற்றத்த ஒப்புக்கொண்டு தீர்ப்பும் வழங்கியாச்சிமா, இப்போ வந்துருக்கீங்க, இதான் நீங்க கோர்ட்டுக்கு கொடுக்குற மரியாதையா?" என்று கோவமாக கேட்டார்.

"மன்னிக்க வேண்டும் யுவர் ஆனர் லேட்டா வந்ததுக்கு காரணத்த அப்புறம் சொல்லுறேன், இப்போ ஒரே ஒரு வாய்ப்பு கொடுங்க" என்று பாவமாக கேட்டுக் கொண்டாள்.

ஆனால் நீதிபதி "உங்களுக்கு சொன்னா புரியாதாமா தீர்ப்பு வழங்கியாச்சு, இதுக்கு மேல ஒன்னும் செய்ய முடியாது" என மீண்டும் கோவமாகச் சொன்னார்.

"ஆயிரம் குற்றவாளிகள் தப்பிக்கலாம் ஆனால் ஒரு நிரபராதி தண்டிக்கப் படக்கூடாது யுவர் ஆனர், தேவரத்தினம் நிரபராதின்னு சொல்லுறதுக்கு என் கிட்ட ஆதாரம் இருக்கு, தயவு செய்து வழக்க மீண்டும் விசாரிக்கணும்" என்று தன்மையாக கேட்டாள் ஜெனிஃபர்.

"ஆதாரம் இருக்கா?" என ஆர்வம் கலந்து ஆச்சரியமாக கேட்டு, சிறிது யோசித்து விட்டு "ஓகே யு ப்ரோசிட்" என்றார் நீதிபதி.

"தாங்கி யூ யுவர் ஆனர்... என்று மனம் உருக சொல்லிவிட்டு, தீப்பொறி போல் தொடங்கினாள் "ரங்கனை மீண்டும் விசாரிக்க விரும்புகிறேன்" என்று ஜெனிஃபர் கேட்க.

அந்தத் தீயில் தண்ணீர் ஊற்றி அணைப்பது போல் உடனே ரகு குறுக்கிட்டு "மன்னிக்க வேண்டும் யுவர் ஆனர் இந்த மாதிரி சட்டத்துல இடம் கிடையாது, நீங்க எப்படி அனுமதி கொடுக்கலாம்" சிறு கோபமான நிலையில் நீதிபதியை பார்த்து கேட்டான்.

"ரகு, அதான் நானே சொல்லிட்டேன்'ல, ஆதாரம் இருக்குன்னு சொல்லுறாங்க ஒரு வாய்ப்பு கொடுத்து தான் பாப்போமே" என்று நீதிபதி தன்மையாக சொல்ல,

"நோ யுவர் ஆனர், இது சட்டத்துல இல்ல, தீர்ப்பு வழங்கிய பிறகு இந்த மாதிரி நீங்க அனுமதி கொடுக்க கூடாது" என கோபம் அதிகமாகி ஆவேசமாக பேசினான்.

ஆனால் நீதிபதி அதற்கு கோபம் கொள்ளாமல் சாமர்த்தியமாக கையாண்டார் "என்ன ரகு உங்கள நான் என்னவோ நெனச்சேன், எத்தன கேசுகள திறமையா வாதாடி ஜெயிச்சு இருக்கீங்க, நீங்க பயப்படுறத பார்த்தா, ஜெனிஃபருக்கு எதிரா வாதாட முடியாது போல?"...

"பயமா இந்த பொண்ணுகிட்டையா, அப்படி இல்ல யுவர் ஆனர், வழக்கை மீண்டும் விசாரித்தால் மற்றொரு புதிய தீர்ப்பை மீண்டும் எங்களுக்கு சாதகமாக எழுத வேண்டியது இருக்கும் அதனால் தான் நீதிமன்றத்தின் நேரத்தை வீணடிக்க வேண்டாம் என்பதற்காக அப்படி சொன்னேன்" என ரகு கோபம் குறைந்து ஆணவம் கலந்த திமிருடன் சிரித்து பேசிய படி அவன் இடத்தில் அமர்ந்தான்.

அதற்கு நீதிபதி கையசைத்து "நீங்க வழக்கை தொடங்கலாம் ஜெனிஃபர்" என்றார்.

"யுவர் ஆனர் எனது கட்சிக்காரர் தேவரத்தினம் தான் அனைத்து புத்தகங்களையும் எழுதியது. இதைப் பற்றி விசாரிக்க முதலில் ரங்கனிடம் கேள்வி கேட்க விரும்புகிறேன்" என்றாள் ஜெனிஃபர்.

ஜெனி∴பர் ரங்காவிடம் சென்று "ரங்கன் நீங்க மொத்தமா எத்தன புத்தகம் எழுதி கொடுத்தீங்க"

"74 புத்தகம்" என்றான் ரங்கன்,

"ம்ம்... நீங்க 14 வருஷத்துக்கு முன்னாடி எழுதுன முதல் புத்தகம் பேரு ஞாபகம் இருக்கா"

"இருக்கே 'இந்த புத்தகம் உங்களைத் தேர்ந்தெடுத்துள்ளது" என தைரியமாகச் சொன்னான் ரங்கா.

"அப்படி பார்த்தா மொத்தமா நீங்க 75 புத்தகம் எழுதி இருக்கீங்க சரியா"

"ஆமா மொத்தமா 75 புத்தகம்"

ஜெனி∴பர் கேள்வி கேட்கும் முறையை ரகு வழக்கறிஞரால் கண்டுபிடிக்க முடியாமல் அவள் பேச்சையே கவனித்துக் கொண்டிருந்தான்.

"சரி நீங்க எழுதுன 75 புத்தகத்தோட பெயர் சொல்ல முடியுமா" ஜெனி∴பர் வித்தியாசமாக கேட்க,

ரங்கா சற்றும் எதிர்பாராத கேள்வியை எதிர்கொண்ட போது தடுமாற்றத்தை வெளிக்காட்டாமல் தைரியமாக புன்னகையுடன் "அத எப்பயோ எழுதுனது சில தலைப்பு தான் ஞாபகம் இருக்கு, நான் அதிகபட்சம் தலைப்ப எழுதிட்டு கதைக்குள்ள ஆர்வமா போறனால, எனக்கு அந்த தலைப்பே ஞாபகம் இருக்காது" என்று சமாளிப்பது போல் சாமர்த்தியமாக பதில் கொடுத்தான்.

உடனே ரகு எழுந்து "அப்ஜெக்ஷன் மை லார்ட் இதெல்லாம் ஒரு கேள்வியா, தான் எழுதிய 75 புத்தகத்தோட பேர எப்படி ஞாபகம் வச்சிருப்பாங்க, உதாரணத்திற்கு சொல்லனும்னா அமெரிக்காவுல ஒரு பெரிய பணக்காரர் அவங்க வீ்ல ஆச பட்டு 54 காஸ்ட்லி கார் வாங்கி வச்சிருக்காரு அவருக்கு அதுல ஒரு 20 கார் பேர் தான் ஞாபகம் இருக்குமா, கேட்கும் போதே வேடிக்கையா இல்ல" என்று சொல்லி ஜெனி∴பரை திசை திருப்பப் பார்த்தார்.

அதற்கெல்லாம் ஜெனி∴பர் தளராமல் அடுத்ததாக தேவாவிடம் கேள்வி கேட்டாள் "மிஸ்டர் தேவரத்தினம் நீங்க எழுதுன, அதாவது நீங்க உண்மையா எழுதுன, அந்த 75 புத்தகத்தோட பேர சொல்ல முடியுமா?" என்று ஜெனி∴பர் கேட்டதும்.

தேவா ஓரமாக நின்ற ஜீவாவின் முகத்தை பார்த்துவிட்டு மெல்ல கண்ணை மூடி திறந்து, தைரியம் கிடைத்தது போல... ஒன்னு, ரெண்டு, மூனு, நாலு, அஞ்சு என இரண்டாவது படிக்கும் பள்ளி மாணவன் விரைவாக சொல்வது போல் அவன் எழுதிய புத்தகங்களின் பெயரை விரைவாக சொல்லி முடித்தான்.

அத்தனை பேரும் ஆச்சரியமாக பார்த்தார்கள் நீதிபதியே வியந்து போனார் முதல் தடவையாக ரகு வழக்கறிஞருக்கு சிறிது தடுமாற்றம் ஏற்பட்டது. ரங்காவின் முகம் வியர்வையில் நனைந்தது.

"இப்ப என்ன சொல்றீங்க மிஸ்டர் ரகு" என்று திமிராக ஜெனி∴பர் கேட்டாள்.

ரகுவும் சமாளிப்பது போல் இரு கையைத் தட்டிக் கொண்டே "சூப்பர் தேவரத்தினம், இத மனப்பாடம் பண்ண உங்களுக்கு எவ்வளவு நாள் ஆச்சு" என்று தேவாவிடம் கேட்டு விட்டு மீண்டும் நீதிபதியை பார்த்து "இதெல்லாம் ஒரு விஷயமாக கருத கூடாது யுவர் ஆனர்" என்று உரத்த குரலில் சொன்னான் ரகு.

நீதிபதியும் எதற்கோ தலையசைத்து விட்டு எழுதுகோலால் காகிதத்தில் எதையோ எழுதினார்.

"ஓ அப்படிங்களா மிஸ்டர் ரகு அடுத்த கேள்வியை கேட்கலாமா" என்று ரங்கனிடம் மீண்டும் சென்றாள். ரகுவும் அதற்கேற்றது போல் அமர்ந்து கொண்டு ஆர்வமாக வழக்கை உற்று கவனித்தான்.

"நீங்க சொன்ன மாதிரி கதைக்குள்ள ஆர்வமா போயிடுவேன்னு சொன்னீங்களே, நீங்க எழுதுனதுல இருந்து ஒரு தலைப்பு சொல்றேன் அதோட சுருக்கமான கதைய இரண்டே வரியில மட்டும் சொல்றீங்களா" ஜெனி∴பர் ரங்கனின் கண்களைப் பார்த்து கூர்ந்து கவனித்து கேட்டாள்.

ரங்கன் தைரியத்தோடு, அவள் தலைப்பை சொன்னால் அதற்கேற்றார் போல் நாம் ஏதோ ஒரு சிறு கதையை உருவாக்கி சொல்லி விடுவோம், பொய் சொன்னாலும் உரத்த குரலில் பேசினால் இந்த உலகம் நம்பிவிடும் என்று நினைத்து "நீங்க தாராளமா தலைப்ப மட்டும் சொல்லுங்க கதைய நான் சொல்றேன்" என்றான்.

"ஓ அப்படிங்களா, சிறகில்லா பறவை" என சிறிது புன்னகையுடன் சொன்னாள்.

இந்த வார்த்தையை முதல் தடவை கேட்பது போல் இருந்தது ரங்கனுக்கு, இருந்தாலும் அதை சமாளிக்கும் நோக்கில் இரண்டு வரியில் கதையை கொடுத்தான் "ஒரு பறவை பிறக்கும்போதே சிறகில்லாமல் ஊனத்தோடு பிறக்குது அந்த பறவை இந்த உலகத்துல எப்படி வாழ போதுனு, கதையா நான் எழுதினேன்" என்றான்.

அப்படி சொன்னதும் நீதிமன்றத்தில் இருந்தவர்கள் அனைவருமே நம்பி விட்டார்கள் பொருத்தமான வரிகளாக இருந்தது. இந்த வழக்கு விருவிருபாக போவதை உணர்ந்தார் நீதிபதி.

"சோ இந்தக் கதை ஒரு பறவைய பத்தி சொல்ல வரிங்க... சரியா" ஜெனி: பர் கேட்டாள்.

"ஆமாம்" என்றான் ரங்கா,

"யுவர் ஆனர் இவர் சாமர்த்தியமாக பொய் சொல்கிறார், அந்தக் கதை ஒரு பெண்ணின் கதை, சிறகில்லா பறவை என்பதை பெற்றோர்கள் இல்லாமல் ஒரு பெண் இந்த சமுதாயத்தில் எப்படி வாழ்கிறார் என்பதை தேவரத்தினம் எழுதி இருந்தார்" என்று அழகான சுருக்கமான கதையை சொன்னாள்.

உடனே ரங்காவுக்கு யோசனை தோன்ற "பரவாயில்லையே என்ன விட நீங்க என் கதைய நல்லா ஞாபகம் வச்சிருக்கீங்களே, இந்தக் கதைய ஒரு 6 வருஷத்துக்கு முன்னாடி எழுதி இருப்பேன் அதான் சரியா எனக்கு ஞாபகம் இல்ல" என்று சமாளித்தான் ரங்கா.

அடுத்த வார்த்தையை ஆர்வமாக ஜெனி:பர் பேச வருவதற்குள் "அப்ஜெக்ஷன் யுவர் ஆனர்" என்று ரகு வழக்கறிஞர் எழுந்து "எனது

கட்சிக்காரரை இவர் குழப்பப் பார்க்கிறார் அதான் அவர் ஆறு வருடத்திற்கு முன்னால் எழுதிய கதை என்றாரே, எல்லா கதையும் எப்படி ஞாபகம் வைத்திருக்க முடியும்" நியாயமான கேள்வியை கேட்பது போல் கேட்டான்.

"மிஸ்டர் ரகு அந்தக் கதை ஒன்றும் 6 வருஷத்துக்கு முன்னாடி எழுதியதல்ல, இப்போ கடைசியா ஒரு மாதத்திற்கு முன்னாடி வெளிவந்த 75வது புத்தகமே அதுதான், அது எப்படி கடைசியாக வெளியிட்ட புத்தகத்தின் கதை கூட ஞாபகம் இல்லாமல் இருக்கும்" என்றதும் நீதிமன்றத்தில் இருந்த அனைவருமே முணுமுணுதுக் கொண்டார்கள், நீதிபதிக்கும் ஆச்சரியமாக இருந்தது.

ரகு வழக்கறிஞருக்கு மேலும் தடுமாற்றம் ஏற்பட்டு அமைதியாக அமர்ந்துக் கொண்டான்.

"யுவர் ஆனர் எனது கட்சிக்காரர் தேவரத்தினம் தான் அந்த 75 புத்தகங்களையும் எழுதியது, அதுக்கான ஆதாரம் இந்த ∴பையில இருக்கு" என சொல்லி கொடுத்தாள், நீதிபதி அதை ஒவ்வொன்றாக திருப்பிக் கொண்டே வரும்பொழுது அதில் இருப்பதை இவள் வார்த்தையாகச் சொன்னாள்.

ஜெனி∴பர் நடந்துக் கொண்டே நீதிபதியை பார்த்து "யுவர் ஆனர் தேவரத்தினத்தின் மீது சுமத்தப்பட்ட அனைத்து குற்றங்களும் முழுக்க முழுக்க பொய், இவருக்கு உலக சிறந்த எழுத்தாளர் என்ற விருதை இலவசமாக ஒன்றும் கொடுக்கவில்லை, இவர் ஒரு மிக சிறந்த எழுத்தாளர் என்பதால் தான் அந்த விருது அவரை தேடிச் சென்றது. 15 ஆண்டுக்கு முன் ஒரு விபத்து காரணமாக அந்தமான் நிக்கோபார் தீவிலே சிகிச்சையுடன் வாழ்ந்துக் கொண்டிருந்தார், தலையில் அடிபட்டு இருந்ததால் பழசு எல்லாம் ஞாபகம் வர ஒரு வருட காலம் ஆகியது, அப்படி ஞாபகம் வந்தும், இவரின் குடும்ப சூழ்நிலை காரணமாக தமிழ்நாட்டுக்கு வருவதை நிறுத்திவிட்டு, கற்பனை கதைகளில் ஈடுபாடு வந்து புத்தகங்களை எழுத ஆரம்பித்தார், ஆனால் ஒரு வருடத்திற்கு ஒரே ஒரு தடவை மட்டும் தமிழ்நாட்டுக்கு வந்து செல்வார் அந்த நாள் நவம்பர் 30, அதற்கான கப்பல் மூலமாக பயணித்த ரசீதுகள் அதில் இருக்கின்றது".... ,

"தேவரத்தினம் நான்கு மாதத்தில் இரண்டு புத்தகங்களை எழுதி அதை அந்தமானில் வெளியிட்டு இருக்கிறார், இன்னும் எந்தெந்த நாட்களில் எந்தெந்த புத்தகங்களை வெளியிட்டுள்ளார் என்பதை அதற்கான ∴பைலையும் வைத்துள்ளேன்"... நீதிபதி அதைப் படித்துக் கொண்டிருக்கும் பொழுதே..... "அது எப்படி யுவர் ஆனர் வருடத்திற்கு தேவரத்தினம் ஒரு முறை தான் தமிழ்நாட்டுக்கே வருகிறார், அப்படி இருக்கும் பொழுது ரங்கன் குடும்பத்தை மிரட்டி எப்படி இத்தனை புத்தகங்களை எழுதி இருக்க முடியும், வேடிக்கையாக இல்லை" என்று அனல் பறக்கும் பேச்சில் அனைவரையும் ஸ்தம்பிக்க வைத்தாள்.

குழப்பத்திலிருந்த ஜீவாவுக்கு பல விடைகள் கிடைத்தது.

ரங்கன், ரகு வழக்கறிஞுரை பார்த்து "ஏதாவது செய்யுங்கள்" என்பது போல் பார்வையால் செய்கை செய்தான்.

இவ்வளவு நேரம் தடுமாற்றத்தில் யோசித்துக் கொண்டிருந்த ரகு வழக்கறிஞர், ரங்கனை பார்த்ததும் திடுக்கென்று எழுந்து "அப்ஜெக்ஷன் மை லார்ட் இதுபோன்ற போலியான ஆதாரங்களை நம்ப முடியாது, இதற்கெல்லாம் பணம் கொடுத்தாலே யார் வேண்டுமானாலும் இது போன்ற ஆதாரங்களை தயார் செய்து கொடுப்பார்கள்" என்றான்.

"என்ன மிஸ்டர் ரகு இதுக்கு முன்னாடி நிறைய போலி ஆதாரங்கள ரெடி பண்ண அனுபவம் இருக்கும் போல" என கேலியாக சொல்லிவிட்டு மீண்டும் நீதிபதியை பார்த்து "இன்னொரு ஆதாரம் இருக்கின்றது யுவர் ஆனர் அதற்கு தேவரத்தினத்தின் வளர்ப்பு தந்தையான ஜோயல்ராஜ் அவர்களை விசாரிக்க விரும்புகிறேன்".

தலையசைத்து "பர்மிஷன் கிராண்டட்" என்றார் நீதிபதி.

நீதிபதிக்கு அருகில் இருந்தவர் "ஜோயல்ராஜ் ஜோயல்ராஜ் ஜோயல்ராஜ்" என்றார்.

தேவரத்தினம் நின்ற கூண்டில் அவன் இறங்கிய பிறகு, ஜோயல் தாத்தா வந்து நின்றார்.

"தேவரத்தினம் உங்களுக்கு என்ன உறவு வேணும்" ஜெனி∴பர் கேட்க,

"தேவா என்னோட தத்து பையன்" என்று தொடங்கி 15 வருடமாக நடந்த தேவாவின் வாழ்க்கை வரலாறை சுருக்கமாக சொல்லி முடித்தார்.

"ரங்கா இவரு யாருன்னு தெரியுமா?" ஜெனி:பர் கேட்க,

"இல்ல தெரியாது" என்றான் ரங்கன்.

"அதாவது நீங்க எழுதுனதா சொல்றீங்களே முதல் புத்தகம், அதுல வர கதாநாயகனே இவர்தான்" என்று கேலியாக சொல்லிவிட்டு "யுவர் ஆனர் தேவா அந்த மானில் இருக்கும் பொழுது தனது வளர்ப்பு தந்தையை தேவரத்தினம் கதாபாத்திரமாகக் கொண்டு முதல் கதையை எழுதினார். பின்னர் தலையில் அடிப்பட்டிருந்தால் ஒரு வருடத்திற்கு பிறகு பழசு எல்லாம் ஞாபகம் வர மீண்டும் கன்னியாகுமரிக்கு வந்த பொழுது தனது நண்பனான ரங்கனிடம் புத்தகத்தை கொடுத்து வெளியிட சொல்லிவிட்டு குடும்ப சூழ்நிலையின் காரணமாக மீண்டும் அந்தமானுக்கு சென்று விட்டார் தேவரத்தினம். அந்த வாய்ப்பை பயன்படுத்தி பேராசையில் அவரின் பெயரைப் போட்டுக்கொண்டு, தான் எழுதியதாக கூறும் முதல் புத்தகம் என வெளியிட்டு இருக்கிறார் இந்த ரங்கன், இதுதான் உண்மை. இருக்கின்ற ஆதாரங்களை வைத்து பார்க்கும் போது தேவரத்தினம் நிரபராதி என்று திட்ட வட்டமாக உறுதியாகிறது" என்று ஆணி தரமாக பேசினாள் ஜெனி:பர்.

ஜெனி:பர் வாதாடும் திறமையை தேவா நினைத்து "எப்படி இந்தப் பெண்ணிற்கு இவ்வளவு உண்மைகள் தெரியும்" என்று ஆச்சரியமாக யோசித்தான்.

எந்த வழக்கிலும் தோற்காத ரகு வழக்கறிஞர் முதல் தடவையாக, வழக்கு தன் கையை விட்டுப் போவதை உணர்ந்து பேச்சின்றி ரங்கனை பார்க்காமல் இருந்தார்.

ரகு பேச்சின்றி இருந்ததைக் கண்ட ரங்கன் இனிமேல் யாரை நம்பியும் பிரோஜனம் இல்லை என்பது போல் "யுவர் ஆனர் இவங்க யார் சொல்றதையும் நம்பாதீங்க, நான் தான் அந்த அத்தன புக்கையும் எழுதுனேன், நான் தான் எழுதிக் கொடுத்தேன், இவங்க எல்லாம் பொய் சொல்றாங்க, ஏதோ குழப்புறாங்க, எனக்கு ஒன்னுமே புரியல,

75 புத்தகமும் நான் தான் எழுதுனேன், என்ன நம்புங்க, என்னோட மனைவிக்கு தெரியும் நான் ஒரு தனியா வீடு கட்டி அதுல தான் எழுதி இந்த தேவாவுக்கு கொடுப்பேன், டேய் தேவா சொல்லுடா உண்மை என்னான்னு" என எல்லோரும் நம்ப வேண்டும் என்று பதட்டத்துடன் கண்ணீர் விட்டபடி நன்றாக நடிகர் திலகம் சிவாஜி கணேசன் போல் நடித்து பேசினான் ரங்கன்.

ஆனால் தவளை தன் வாயால் கெடுவது போல் ஜெனி:பருக்கு ஒரு முக்கியமான புள்ளி விவரத்தை எடுத்துக் கொடுத்தான் ரங்கன்.

"யுவர் ஆனர் நான் ஏன் கோர்ட்டுக்கு வர லேட் ஆச்சின, ரங்கன் சொன்னாரே அந்த வீடு அங்க போனதுனால தான்" என்றதுமே,

ரங்கனுக்கு நடிப்பு நீங்கி, உண்மையாலுமே பதட்டமும் பயமும் ஏற்பட்டது.

"அந்த வீட்டுக்கு இன்ஸ்பெக்டர் சரவணனும் நானும் தான் போனோம், எங்கள பாத்தோனே ஒரு மூணு பேர் தப்பிச்சு போயிட்டாங்க, உள்ள போய் பார்த்த பிறகு தான் தெரிஞ்சது அதோ அந்த பையன அடைச்சி வச்சிருந்தாங்க" என்று ஜீவாவை காட்டினாள், "அந்த பையன் தேவரத்தினத்தோட நண்பனான ஆதவனோட பையன் என்று தெரிய வந்தது, அந்த பையன கடத்தி வச்சுக்கிட்டு கொலை மிரட்டலின் பேரில் இந்த மாதிரி தேவரத்தினத்த பேச வச்சிருக்காரு இந்த ரங்கன்",

"அதுமட்டுமில்லாம அந்த வீட்ட பரிசோதன செஞ்சப்போ ஒரு அறை மட்டும் பூட்டி இருந்தது அத உடச்சி பார்த்த போது கிலோ கணுக்குல கஞ்சாவ எடுத்தோம், இத்தனை வருடங்களாக அந்த வீட்டில் ஒன்னும் அவர் புத்தகம் எழுதல, கஞ்சா வியாபாரம் செய்து வந்துள்ளார், அதற்கு ஆதாரமாக அங்கிருந்து எடுத்த பத்து வருடத்திற்கான கணக்கு வழக்கு நோட்டுகளை உங்கள் முன்னிலையில் சமர்ப்பிக்கிறேன்" என்று கொடுத்துவிட்டு இன்ஸ்பெக்டரை பேச அழைத்தாள்

இன்ஸ்பெக்டர் சரவணன் முன்னால் வந்து "எஸ் யுவர் ஆனர் அவர் வீட்டுலருந்து கிலோ கணக்குல கஞ்சாவ எடுத்தோம்" என்றார்.

ரங்கன் ஜெனி∴பரை கடும் கோபத்துடன் பார்த்து விட்டு, உண்மை வெளிச்சத்திற்கு வந்ததால் தப்பிக்க வழியின்றி "யுவர் ஆனர் அந்த கஞ்சாலாம் நான் விக்கல, அது என்னோடது இல்ல, இதையும் தேவா சொல்லி தான் செஞ்சேன்" என்ற போது,

எப்போதும் நிதானமாக இருக்கும் நீதிபதியே கோவம் அடைந்து "ரங்கன் பொய் சொன்னது போதும், இன்னும் எதுக்கெல்லாம் தேவரத்தினத்து மேல பொய்யான புகார் போட போறீங்க, நீங்க செய்ற தப்புக்கெல்லாம் அவர் தண்டன அனுபவிக்கனுமா"...

"இல்ல யுவர் ஆனர் தேவா தான்" என்று ரங்கன் மீண்டும் எதிர்த்து பேசும் போதும்,

"பேசாதீங்க ரங்கா, ஒரு தடவ சொன்னா புரியாதா, சைலன்ஸ்" என நீதிபதி ஆத்திரமடைந்து கத்திவிட்டு சுத்தியால் மேசையில் வேகமாக ஒரு தட்டு தட்டினார். ரங்கன் சிறு பயம் கலந்த நடுக்கத்துடன் அமைதியாக நின்றான். நீதிமன்றமே மழை விட்டு ஓய்ந்தது போல் அமைதியாக இருந்தது.

உடனே கோபம் குறைந்து நீதிபதி "நீங்கள் சொல்லுங்க" என்று ஜெனி∴பரை சொல்ல,

"யுவர் ஆனர் இந்த ரங்கனால் தேவரத்தினம் மிகவும் மன உளைச்சலுக்கு ஆளாகியுள்ளார். முதலில் உலக புகழ் பெற்ற எழுத்தாளரான தேவரத்தினத்தின் கற்பனைக் கதைகளை தான் எழுதியதாக கூறி அனைவரையும் ஏமாற்றியதற்கு (ஐ பி சி) செக்ஸன் 420 என்ற சட்டத்தின் படியும், கொலைமிரட்டலில் ஈடுபட்டத்திற்கு செக்ஸன் 506 மற்றும் கஞ்சா வியாபாரம் செய்ததற்கு செக்ஸன் (20) பி என்ற சட்டத்தின் கீழ் அதிகபட்ச தண்டனையாக 15 ஆண்டு சிறை தண்டனை வழங்குமாரு தாழ்மையுடன் கேட்டுக் கொள்கிறேன்" என்று சொல்லிவிட்டு ரங்கன் மீதுள்ள கோபத்தை கட்டுப்படுத்திக் கொண்டு அமைதியாக அவள் இடத்தில் அமர்ந்தாள்.

"தேவரத்தினம் இந்த ரங்கன் தான் இப்படி எல்லாம் உங்கள பேச வச்சதா, தைரியமா உண்மையா சொல்லுங்க" நீதிபதி கேட்க,

எல்லோரும் ஆவலுடன் தேவா என்ன பதில் சொல்வார் என்று எதிர்பார்த்தார்கள்.

தேவா ரங்கனை பார்த்த போது, அவன் கண் முன்னால் ரங்கா செய்த செயல்கள் கன நொடியில் எல்லாம் ஓடியது "தன் தந்தையை கொன்னதும், நண்பனுடைய குதிரையைக் கொன்னதும், அடுத்ததாக ஜீவாவையே கொலை செய்ய நினைத்ததும் இதையெல்லாம் நீதிபதியிடம் சொன்னால் மேலும் பத்து வருடம் சிறை தண்டனை அல்லது ஆயுள் தண்டனை அவனுக்கு கிடைத்தாலும் கிடைக்கும் என்று தெரிந்து, நடந்தது நடந்ததாகவே இருக்கட்டும் ஆனால் இதற்கு மேலும் ரங்கனுக்கு மன்னிப்பு கொடுத்தால் அவன் திருந்த மாட்டான் என்று "ஆமா யுவர் ஆனர், ரங்கா தான் என்ன இப்படி பேச வச்சான்" என்றான்.

அதைக் கேட்ட நீதிபதி தலை அசைத்துவிட்டு, "ரகு நீங்க எதாவது சொல்ல விரும்புகிறீர்களா???" கேட்க,

ரகுவும் எழுந்து "நத்திங் யுவர் ஆனர்" என்று சொல்லிவிட்டு அமர்ந்தான்.

நிறைய ஆதாரங்கள் ரங்கனுக்கு எதிராக இருந்ததால் ரங்கனிடன் நீதிபதி எந்த கேள்வியையும் கேட்க வில்லை, அவனும் பேச முன்வர வில்லை.

நீதிபதி தீர்ப்பை எழுதும் போது ரங்கன் கடும் கோபமாக தேவாவை பார்த்துக் கொண்டிருந்தான்.

பின்னர் நீதிபதி தீர்ப்பை படித்தார்...

"சரியான ஆதாரங்கள் மற்றும் சாட்சிகளின் அடிப்படையில் பார்க்கும் போது தேவரத்தினம் நிரபராதி என்று உறுதி ஆகியுள்ளது. இது போக 14 வருடத்திற்கு முன், முதல் புத்தகமாக ரங்கன் வெளியிட்ட "இந்த புத்தகம் உங்களைத் தேர்ந்தெடுத்துள்ளது" என்ற புத்தகமும் மற்ற 74 புத்தகமும் தேவரத்தினம் தான் எழுதியது என உறுதியாகி உள்ளது. பல வருடமாக கஞ்சாக்களை விற்ற காரணத்திற்காகவும் மற்றும் புத்தகத்தை வைத்து எல்லாம் குற்றங்களை செய்து கொண்டு நீதிமன்றத்தில் அவநம்பிக்கை ஏற்படுத்திய ரங்கனை குற்றவாளி என இந்த கோர்ட் முடிவு செய்து அவருக்கு 15 ஆண்டுகள் சிறை தண்டனை வழங்கப்படும் என்று தீர்ப்பளிக்கிறேன். பாதிக்க பட்ட தேவரத்தினத்துக்காக நீதி கிடைக்க வேண்டும் என்று பல முயற்சிகள் எடுத்து, சரியான ஆதாரங்களையும், உண்மைகளையும் வெளியிட்டு நீதியை நிலை நாட்டிய, வழக்கறிஞர் ஜெனி:பரை இந்த நீதிமன்றம் பாராட்டுகிறது".

ஜெனி:பர் அதற்கேற்றார் போல் எழுந்து கண்களில் நீர் பொங்க இரு கைகளை கூப்பிக் கொண்டு புன்னகையோடு நன்றி தெரிவித்தாள்.

தேவரத்தினம், ஜீவரத்தினம், ஆதவன், ஜோயல் தாத்தா இவர்கள் அனைவருக்குமே உண்மை நிரூபிக்கப்பட்டத்தை நினைத்து மனம் உருக மகிழ்ச்சிக் கொண்டார்கள்.

தேவா ஜீவாவிடம் சென்று "உனக்கு ஒன்னும் ஆகலல" பாசத்துடன் கேட்டான். "எனக்கு ஒன்னும் இல்ல, நீங்க நல்லா இருக்கீங்களா" என்று மறு கேள்வி கேட்டான் ஜீவா.

ரங்கனை கைது செய்து அழைத்துக் கொண்டு போகும் போது முதலில் அவன் குடும்பத்தைப் பார்த்தான் மனைவியான ரோகிணியும், மகளான அம்முவும் மனம் உடைந்து ஏக்கத்துடன் அழுது கொண்டிருந்தார்கள், கடைசியாக தேவரத்தினத்தை பகையுடன் பார்த்துக் கொண்டே போனான்.

இதன் இடையே பல பத்திரிக்கை நிறுவனங்கள் இந்த வழக்கை பெரிதாக பேசப்பட்டு வந்தது.

பின்னர் நீதிமன்றத்தில் தேவரத்தினம் ஜெனி.்பரை தேடினான். அவள் எங்குமே இல்லை... ஆதவன், ஜீவா, ஜோயல் தாத்தா எல்லோரும் தேடினார்கள்.

****

ரசிகை

இந்த வழக்கில் நடந்த சுவாரசியமான சம்பவங்கள் மக்கள் மத்தியில் நிறைய பேசப்பட்டது.

தேவா, ஜீவா, ஆதவன், ஜோயல் தாத்தா என பிரிந்து போய் ஜெனி:்பரை தேடிய போது முதலில் தேவா தான் அவளை கண்டு பிடித்தது பார்த்து வியந்து போனான்.

அவள் நீதிமன்றத்திற்கு வெளியே உள்ள டீ கடைக்கு அருகில் மறைந்த படி சிகரெட் பிடித்துக் கொண்டிருந்தாள். ஜெனி:்பர் தேவாவை கண்டதும் சிகரெட்டை கீழே போட்டு மிதித்துவிட்டு அவள் முகத்திற்கு வெளியே சுற்றிக் கொண்டிருந்த புகையை இரு கைகளாலும் விசிறி துரத்தினாள்.

தேவா பல நாடுகளுக்கு சென்றவன் ஒரு பெண் சிகரெட் பிடிப்பது அவனுக்கு ஒன்றும் வியப்பாகா இல்லை, ஆனால் அவள் பள்ளியில் படிக்கின்ற ஒரு மாணவி போல் ஆசிரியரை கண்டதும் பயத்தில் சிகரெட்டை மறைத்தது தான் தேவாவுக்கு வியப்பு கலந்து விளையாட்டு தனமாக இருந்தது.

புன்னகைத்த படியே தேவா சாலையை கடந்து அவளிடம் சென்று "ஏன் என்ன ஆச்சு'மா, நீங்க புடிங்க நான் ஒன்னும் நெனக்க மாட்டேன்" என்றான்.

முன்பு நீதி மன்றத்தில் புலி போல் சீரி பேசியவள் இப்போது பூனை போல் தன்மையாக பேசினாள் "சாரி சார், உங்க முன்னாடி எப்படி சார், அது மட்டும் இல்லாம கோர்ட்டுல உங்கள பேர் சொல்லி கூப்பட வேண்டிய அவசியம் இருந்துச்சி அதுக்கும் சாரி சார்" என்றாள்.

"இதுக்கு எதுக்குமா சாரிலாம், நீங்க ஒரு வக்கீல் உங்க கடமைய தானே செஞ்சிங்க, ஆனா நீங்க எவ்வளவு பெரிய உதவி

செஞ்சிருக்கீங்க அதுக்காக உங்களுக்கு நான் எவ்வளவு நன்றி சொன்னாலும் பத்தாதுமா" என தேவா பேசிக் கொண்டிருக்கும் பொழுதே ஜெனி∴பர் குறுக்கிட்டு "சார் நன்றி எல்லாம் எதற்கு, உங்க ரசிகையா உங்களுக்காக வாதாடுணத நெனச்சா எனக்கு தான் சார் ரொம்ப பெருமையா இருக்கு, எப்படி சார் அவ்வளோ கற்பனையா எழுதுறீங்க, நீங்க ஆனா உண்மையாலுமே மேஜிக் மேன் சார்"

தேவா சிரித்துக் கொண்டே "மேஜிக் மேனா?"

"ஆமா சார், உங்க புக்க படிக்கும் போது, அந்த வரிகளால படிக்கிற ஆள, கட்டுப்பாட்டுல வச்சு மாயா ஜாலம் பண்றீங்களே அது எப்படி சார்"

எந்த ஒரு ரசிகனும் ரசிகையும் சொல்லாத வார்த்தையை ஜெனி∴பர் சொன்னாள் தேவாவுக்கும் இது புதிதாக இருந்தது அதைக் கேட்டு விட்டு சிரித்தான்.

உடனே தேவாவுக்கு ஒன்று ஞாபகம் வர "ஆமா கேக்க மறந்துட்டேன், நீங்க என்கிட்ட பேசாமலே என்ன பத்தி இவ்வளவு விஷயம் எப்படி எடுத்தீங்க" என்று ஆச்சரியம் கலந்த ஆர்வத்தில் கேட்க.

"இது மட்டும் இல்ல சார் குரு தாத்தாவையும், கோபாலோட குதிரையையும் கொன்னது ரங்கா தானு தெரியும், அது மட்டும் இல்லாம ஜீவரத்தினம் உங்க பையனு கூட தெரியும் சார்" என்றாள்.

அதைக் கேட்ட தேவா ஆச்சரியத்தில் ஆழ் கடலுக்கே போய்விட்டான். "எப்... எப்... எப்படி மா" என வியந்து திக்கி திக்கி கேட்டான்.

ஒரு சிறிய புன்னகையுடன் "சார் சிம்பிளா சொல்ல போனா உங்க பிரண்டு கோபால் வீட்டுக்கு போய் அவர விசாரிச்சேன் முதல்ல அவரு எதுவுமே பேசல, உங்களுக்காக வாதாட போறேன்னு சொன்ன பிறகுதான், உங்க அப்பாவையும், அவரோட குதிரையை கொன்னது ரங்கான்னு சொன்னாரு, அப்புறம் நீங்க ஏன் நியூஸ்ல அப்படி பேசுனீங்கனு யோசிச்சேன் அது மட்டுமில்லாம ஜீவா

டிவில ரங்கா கூட தான் பக்கத்துல நின்னுட்டு இருந்தான் அப்புறம் கோர்ட்டுல முதல் வாய்தா நடக்கும்போது அந்த பையன காணும்'னு என் ஜூனியர் சொன்னாங்க, அப்புறம் ஆதவனையும், ஜோயல் தாத்தாவையும் விசாரிச்சேன் அவங்க என்னதான் கேட்டாலும் சில உண்மைகள மட்டும் தான் சொன்னாங்க, அதுல சந்தேகப்பட்டு உங்க மனைவிக்கு என்ன ஆச்சுன்னு விசாரிக்க அந்த ஹாஸ்பிடலுக்கு போனேன் அங்க டாக்டர விசாரிக்கும் போது தான் தெரிஞ்சது, ஜீவா உங்க பையனு" என்று முடித்தாள்.

"இந்த உண்மைய ஏன்மா ஜட்ஜ் கிட்ட சொல்லல" என ஆர்வமாக தேவா கேட்க,

"சார் நான் ரங்காவுக்கு ஆயுள் தண்டன வாங்கிக் கொடுக்கணும்'னு தான் நெனச்சிட்டு இருந்தேன், நீங்க உங்க அப்பா கொலைய பத்தி ஜட்ஜ் கிட்ட சொல்லுவீங்க அப்புறம் நானும் அதுக்கு சாட்சி கொடுக்கலாம் இருந்தேன் ஆனா "ஜட்ஜ், உங்களுட்ட ரங்கா தான் அப்படி பண்ண சொன்னதானு கேட்கும் போது நீங்க ரங்காவோட மனைவியையும், மகளையும் பாத்துட்டு "ஆமாம்" மட்டும் சொன்னீங்க, அதுலயே தெரிஞ்சுகிட்டேன் நீங்க என்ன நெனச்சிங்கனு, உங்க அப்பா விஷயத்துல ரங்காவ மன்னிச்சி, அவருக்கு இருக்குற தண்டனையே போதும்'னு வெளிய சொல்லாம இருந்தீங்க"

தேவா அப்போது நினைத்ததை சரியாக ஜெனி∴பர் சொன்னதால் "நீங்க என்ன மனோதத்துவ டாக்டரா?, எப்படிமா, ஆனா நீங்க உண்ணமயாலுமே சிறந்த வழக்கறிஞர் தாமா" என்று மனதார புகழ்ந்தான்.

தனக்கு பிடித்த எழுத்தாளரிடமிருந்து இந்த வார்த்தைகளை கேட்ட ஜெனி∴பர் பெறுமையுடன் "இப்படி ஒரு வழக்கறிஞரா ஆனதுக்கும் நீங்க தான் சார் காரணம்"

"நான் காரணமா???" என்று ஆச்சரியமாக கேட்க

"ஆமாம் சார் எல்லாருமே அவங்களோட அப்பா அம்மா வேளர்ப்புல வளருவாங்க, ஆனா நான் என்னோட 15வது வயசுலருந்தே உங்களோட புத்தகங்கள தான் படிச்சுக்கிட்டே வளர்ந்தேன். உங்களோட

ஒவ்வொரு கதையும் எனக்குள்ள நிறைய தாக்கத்த ஏற்படுத்துச்சு, நீங்க எழுதுன "நீதிக்கு கண்ணில்லை" அந்த புத்தகத்துல வர மீனாட்சி வழக்கறிஞர் கேரக்டர எனக்கு ரொம்ப புடிச்சி இருந்தது, சொல்ல போனா அதனாலதான் வழக்கறிஞராவே ஆனேன் சார்" என்று ஒரு ரசிகையாக மூச்சு விடாமல் பேசினாள்.

விஷயத்தை கேட்ட தேவா தனக்கு இப்படி ஒரு ரசிகையா என்று வியந்து பார்த்துக் கொண்டே "ரொம்ப சந்தோஷம்'மா, என்னால நீங்க இவ்வளவு பெரிய ஆளா இருக்கீங்க நெனச்சாலே எனக்கு ரொம்ப பெருமையா இருக்கு" மனதார பாரட்டிவிட்டு மீண்டும் சோகத்துடன் "உங்க அப்பா அம்மாவுக்கு என்ன ஆச்சிமா"

"ஒரு ஆக்சிடென்ட்ல ரெண்டு பேருமே இறந்து போயிட்டாங்க, நான் சின்ன வயசுல இருந்தே அனாத ஆசிரமத்துல வளர்ந்தேன்" என்றாள்.

"சாரிமா தெரியாம கேட்டேன்" என தேவா சொல்ல வந்த போது "சார் இதுக்கெல்லாம் நீங்க ∴பீல் பண்ண வேணாம் சார், இப்ப எனக்கு எந்த வலியும் இல்ல, கடவுள் புண்ணியத்துல நல்ல கணவனும் நல்ல மகனும் இருக்காங்க" என புன்னகையுடன் சொன்னாள்.

"உங்களுக்கு கல்யாணம் ஆயிடுச்சா" என தேவா கேட்கும் போது சாலைக்கு எதிரிலிருந்து ஜீவா வருவதை ஜெனி∴பர் பார்த்துவிட்டு "சார் உங்க பையன் வரான்" என்றாள்.

தேவாவும் திரும்பி பார்த்தபோது ஆதவனும், ஜோயல் தாத்தாவும், ஜீவாவும் சாலையைக் கடக்க இருபுறமும் பார்த்தபடி நின்றார்கள்.

உடனே தேவா ஜெனி∴பரிடம் "எனக்கு ஒரு உதவி பண்றீங்களா",

"என்ன சார் இப்படி கேட்டுட்டீங்க என்னன்னு சொல்லுங்க எதுவாக இருந்தாலும் செய்றேன்" என சொல்லி முடிப்பதற்குள் "ஜீவா என் பையனு வேறு யாருக்கும் தெரியாம பாத்துக்கோங்க, அது ஜீவாவுக்கே தெரியக்கூடாது" என்றான்.

ஜெனி∴பர் "ஏன் சார் இப்படி சொல்றீங்க இத்தன வருஷத்துக்கு அப்புறம் இன்னைக்காவது நீங்க தான் அவன் அப்பான்னு

சொல்லலாம்'ல"... அதற்குள் தேவா குறுக்கிட்டு "அப்படி இல்லமா உனக்கு அது சொன்னா புரியாது 20 வருஷத்துக்கு முன்னாடியே என்னோட பையன ஆதவனுக்கு தத்துக் கொடுத்துட்டேன் அது அப்படியே இருக்கட்டும்"..... என்று இழுத்த வார்த்தையில் பேசும்போது, ...

உடனே ஜெனி:பர் "புரியுது சார்... நீங்க ஒன்னு சொன்னீங்கன்னா அதுக்குள்ள ஆயிரம் அர்த்தம் இருக்கும், கவலைப்படாதீங்க நான் யார்கிட்டயும் சொல்ல மாட்டேன்" என்று கண்களால் சத்தியம் செய்வது போல் கண்களை மெல்ல மூடித் திறந்தாள்.

சாலையை கடக்க ஜீவா முழித்துக் கொண்டிருக்கும் பொழுது, தேவா அவனைக் கண்டு "பார்த்து வாப்பா, பொறுமையா வா" என பாசத்தோடு கத்தி சொன்னான்.

ஜீவாவும் சாலையை கடந்து ஜெனி:பரிடம் "நன்றி" சொல்ல ஆவலாக வந்த போது ஜெனி:பர் உடனே அவளின் பையிலிருந்து ஒரு புத்தகத்தை எடுத்து அவன் முன்னால் நீட்டினாள்.

அது அவன் முன்பு படித்த "இந்த புத்தகம் உங்களைத் தேர்ந்தெடுத்துள்ளது" என்ற புத்தகம் சிறிது எரிந்து நன்றாக தண்ணீரில் ஊரி போய் காய்ந்த நிலையில் இருந்ததைக் கண்டு கன நொடியில் பழைய நினைவோடியது... ஜீவா பிறந்தநாள் அன்று நள்ளிரவு நேரத்தில் கரையிலிருந்து வேகமாக ஓடி, அவன் வீட்டின் முன் நின்ற போது அவனின் அழகான சிறிய வீடு கொழுந்து விட்டு ஜோதி பிளம்பாய் எரிந்துக் கொண்டிருந்தது.

அப்போது பதட்டத்துடன் அவன் வீட்டின் முன் இருந்த வாளி தண்ணீரை எடுத்து வீட்டின் உள் பக்கம் வீசினான், அது கை நழுவி உள்ளே சென்று விழுந்தது. ஆனால் அந்த வாளி நேராக இருந்த ஜீவாவின் அறையில் அவன் கீழே தவறி விட்டுச்சென்ற அந்தப் புத்தகத்தின் மீது வாளி கவிழ்த்துக் கொண்டது ஆனால் இது ஜீவாவுக்கு தெரியாது.

இப்போது ஜெனி:பர் புத்தகத்தை கொடுத்ததும் "நீங்க எப்போ எங்க வீட்டுக்கு போனீங்க" என ஆர்வமாக ஜீவா கேட்க,

"இந்த புக்க ∴புல்லா படிச்சிருக்கியா தம்பி"

"ம்ம்ம் படிச்சிட்டேன், இந்த கத ரொம்ப நல்லா இருக்கும்"

"குட்... , அதுல நடந்த மாதிரி இப்போ ஒரு சம்பவம் நடந்துச்சி அது உனக்கு தெரியுமா?"

ஜீவா ஆச்சரியத்துடன் "அப்படி என்னா நடந்ததுங்க" என்று வாய் விட்டு கேட்டான்.

இந்த புக்குல "ஜோயல்ராஜ் தீவுல மாட்டிக்கும் போது அந்த 'புதையல் எங்கே'ங்குற புக்கு கடல்ல அடிச்சிக்கிட்டு பிரிஞ்சு போயி அத பாத்து கேப்டன் வந்து ஜோயல காப்பாத்து வருவாருல அதுதான் இங்க நடந்தது, எப்படி அந்த புக்கு ஜோயல காப்பாத்துச்சோ அதே மாதிரி தான் இப்போ இந்த புக்கு தேவா சார காப்பாதுச்சி...

அங்கிருந்த ஆதவன், குரு தாத்தா, ஜீவாவுக்கும் ஒன்றும் புரியாதது போல் முழித்துக் கொண்டிருந்தார்கள், தேவாவும் "அப்படி என்னவாக இருக்கும்" என ஆர்வமாக கேட்டுக் கொண்டிருந்தான்.

"எப்படி" என ஜீவா ஆச்சரியமாக கேட்க.

"என்னோட முதல் இன்வெஸ்டிகேஷன உங்க வீல்ல தான் ஸ்டார்ட் பண்ண, அங்க தான் இந்த புக்கு கிடைச்சிது நான் இந்த புக்க என்னோட 15வது வயசுல முதல் தடவையா படிச்சேன் இன்னும் கொஞ்சம் கொஞ்சம் கத ஞாபகம் இருக்கு, ஆனா இந்த புக்க எழுதுனது யாருன்னு அப்போ பார்த்ததுல்ல, முதல் முறையா அஞ்சு நாளைக்கு முன்னாடி தான் அந்த பேர பார்த்தேனே, அதுல ரங்கன்னு இருந்துது, அந்த புக்கும் 15 வருஷத்துக்கு முன்னாடி வெளிவந்துருக்கு, அதுக்கப்பறம் ரங்கன் வேற எந்த புத்தகத்தையும் எழுதலையேன்னு ஒரு சந்தேகத்துல கோபால் ஐயர் கிட்ட அத வச்சி விசாரிக்கும் போது எனக்கு சுலபமா பல தடயம் கிடைச்சிகிட்டே இருந்துது அதனாலதான் இப்போ எல்லா உண்மையும் வெளியே வந்தது. எப்படி அந்த புக்க வைச்சி கேப்டன், ஜோயல காப்பாத்த போனாரோ, அதே மாதிரிதான் நான் தேவா சார காப்பாத்த வந்தேன்" என்று பெருமையாக சொல்லிவிட்டு "ரொம்ப அதிகமா பேசுரனோ" என்று கடைசியாக சிரித்துக் கொண்டே கேட்டாள்.

அங்கிருந்தவர்கள் "அப்படிலாம் இல்லம்மா" என்று சொன்னார்கள்.

நடந்த விஷயங்களை ஜீவா நினைக்கும் போது ஒரு வித்தியாசமான உணர்வை ஏற்படுத்தியது "செம்ம சூப்பர்ல, எப்படி எல்லாம் இந்த புத்தகத்த வைச்சி விதி விளையாடுது" என்று மனதிற்குள் மிகுந்த ஆச்சரியமாக நினைத்தான்.

உடனே பக்கத்தில் இருந்த ஜோயல் தாத்தா ஜெனி:்பர் சொன்ன விஷயங்கள் புரியாமல் பேச்சை மாற்றுவது போல் "எப்படியோமா கடவுள் மாதிரி சரியான நேரத்துல என் பையன காப்பாத்திட்ட, உனக்கு எவ்வளவு நன்றி சொன்னாலும் பத்தாதுமா"

"பரவால்ல தாத்தா" என்று ஜெனி:்பர் சொல்ல வருவதற்குள்,

ஆதவன் "அப்படி எல்லாம் சொல்லாதீங்க, நீங்க என்கிட்ட விசாரிக்கும் போது நாங்க அப்ப கூட உங்கள நம்பல ஒரு பொண்ணால என்ன முடியும் நெனச்சுட்டு இருந்தோம் ஆனா அதுக்கு பதிலடி கொடுக்குற மாதிரி நீங்க இப்போ நிரூபிச்சி காட்டிட்டிங்க உங்கள நம்பாம போனதுக்கு எங்கள மன்னிச்சிடுங்க, எத்தனையோ பேரு எங்கள கை விட்டுட்டாங்க நீங்கதான் முன்வந்து எங்களுக்காக வாதாடுனிங்க, உண்மையாலுமே நீங்க திறமைசாலிங்க, தாங்கி யூ சோ மச் மேம்" என்று புகழ்ந்தான்.

ஆதவன் ஜெனி:்பரிடம் பேசிக் கொண்டிருக்கும் பொழுது ஜோயல் தாத்தா தேவாவை தனியாக அழைத்துச் சென்று "எப்பா எவ்வளவு நாளா தனியா இருப்ப, இந்தப் பொண்ண பாத்த நல்ல பொண்ணா இருக்கு, இவள நீ கல்யாணம் பண்ணிக்கிறியா" என்று அன்போடு கேட்க,

தேவா சிறு கோபத்துடன் "யப்போவ் எனக்கு இப்போ 40 வயசு ஆகிடுச்சு அத மறந்துட்டியா, அது மட்டுமில்லாம வள்ளி போனதுல இருந்து என் கல்யாணத்த பத்தி நான் யோசிச்சதே இல்ல, இதுல நீங்க வேற யார பார்த்தாலும் கல்யாணம் பண்ணிக்கோன்னு சொல்லிகிட்டே இருக்கீங்க, இந்தப் பொண்ணுக்கு ஏற்கனவே கல்யாணம் ஆகிடுச்சிப்பா"... என்று முடித்தான்.

"என்ன? கல்யாணம் ஆகிடுச்சா" ஜோயல் தாத்தாவின் முகம் சோர்ந்து போனது.

அப்போது சாலை ஓரத்தில் விலை உயர்ந்த கார் ஒன்று வேகமாக வந்து நின்றது.

காரின் முன் கதவை திறந்து 6 அடி உயரத்தில் மாநிறத்தில் ஒரு 38 வயதுள்ள ஆண் மகன் இறங்கினான். ஜோயல் தாத்தாவும், தேவாவும் மெச்சும் புன்னகையுடன் அவனை பல வருடம் கழித்து பார்த்தார்கள். அப்போது தேவாவின் முகத்தை கவனித்த ஜீவா காரிலிருந்து இறங்கியவரைப் பார்த்து "யாராக இருக்கும்" என யோசித்தான்.

ஆதவன் உடன் பேசிக் கொண்டிருந்த ஜெனி:பர் அந்த காரில் இருந்து இறங்கிய ஆண் மகனை பார்த்தவுடன் "நீங்களே வந்துட்டீங்களா" என கேட்டு விட்டு, "தேவா சார் இவர்தான் என் ஹஸ்பண்ட்" என மலர்ந்த புன்னகையுடன் சொன்னாள்.

அப்போது ஜோயல் தாத்தாவுக்கும், தேவாவுக்கும் இது மிகப் பெரிய ஆச்சரியமாக இருந்தது.

"இவர் தான் தேவரத்தினம்" என்று ஜெனி:பர் அவளின் கணவனிடம் அறிமுகம் செய்வதற்குள், அவரே "ம்ம் தெரியும்'மா தேவரத்தினம், ஆதவன், ஜோயல் ராஜ், இந்த பையன் பேரு" என சிறிது யோசித்து விட்டு "ம்ம் ஜீவரத்தினம் தானே சரியா சொல்லிட்டேனா!?...

"ஓ இவங்கள உங்களுக்கு தெரியுமா"

"எனக்கு மட்டுமா! ஊர்ல தலைப்பு நியூசே இவங்கள பத்தி தானே பேசிக்கிட்டு இருக்காங்க" நடுவில் ஜெனி:பர் குறுக்கிட்டு "நீங்க எப்பவுமே கேட்பீங்கல்ல அப்படி என்ன புக்க படிக்கிற படிக்கிறேன்னு, அந்த புக்கெல்லாம் இவர் தான் எழுதுனாரு...

"ஓ அப்படிய குட் குட்" என சொல்லிக் கொண்டே தேவாவுடன் பல வருடங்கள் பழகினாலும் புதிதாக பேசுவது போல் பேசினான். "ஐ'ஆம் ஜானத்தன்" என கை கொடுத்தான்.

ஜானத்தன் அப்படி நடித்ததை கண்ட தேவா "டேய் ஜான், நடிச்சது போதும்'டா" என்று சொல்லிக் கொண்டே ஜான் வயிற்றில் வலது கையால் விளையாட்டாக குத்தினான்.

ஜெனி∴பர் அவர்களின் வேடிக்கை விளையாட்டைப் பார்த்து கேட்டாள் "ஓ நீங்க முன்னாடியே பிரண்ட்ஸா?"

"∴பிரண்டு மட்டும் இல்லம்மா அந்த முதல் புக்குல வர கேப்டன் கேரக்டரே இவன் தான்" என கேலியான புன்னகையுடன் தேவா சொன்னான்.

"டேய் தேவா நீ தான் அந்த தேவரத்தினமா?" ஜான் கேட்க, "ஆமாண்டா" என தேவா சொன்னான்.

"எனக்கு இது வரைக்கும் நீ தான் தெரியாம போச்சு'டா, என் ஒய்∴ப் கூட நிறைய புக்க படிப்பா ஆனா அது நீ எழுதுன புக்குன்னு தெரியாம போச்சு, உனக்கு தான் தெரியுமே ஏணி வச்சா கூட படிப்புக்கும் எனக்கும் எட்டாதுன்னு" என பேசிக் கொண்டிருக்கும் பொழுதே இடையில் ஆதவனும் ஜெனி∴பரும் ஒரே நேரத்தில் குறிக்கிட்டு "இவர எப்படி உனக்கு தெரியும்" என ஆர்வமாக கேட்டார்கள்.

தேவா "சொல்ல போனா 13 வருஷத்துக்கு முன்னாடி அந்தமானுல இவன் என் கூட இருந்தான், அங்க மேல்படிப்பு படிக்க வந்தான் நான் ஒரு பக்கம் புக்கு எழுதுனேன், ஒரு எதர்ச்சியான சந்திப்புல நாங்க ரெண்டு பேரும் நல்ல ∴ப்ரண்ட்ஸ் ஆனோம் அப்புறம் அவனுக்கு சுட்டு போட்டாலும் மேல்படிப்பு இவன் மண்ட மேல ஏறவே இல்ல, அப்புறம் இவன் திரும்பி தமிழ்நாட்டுக்கே வந்து, அவங்க அப்பா பிஸ்னஸ்ஸ பாத்துக்க போறேன்னு கிளம்பி போயிட்டான்" என்று சுருக்கமாக கதையை முடித்தான்.

"சரி'டா தேவா கொஞ்சம் வேல இருக்கு அப்புறம் மீட் பண்ணலாம்" என்று தேவாவிடம் சொல்லிவிட்டு "வா ஜெனி∴பர் போகலாம்" என்ற போது அங்கு நடந்த எதிர்பாராத நிகழ்வை கண்டு ஆச்சரியத்தின் அதிர்ச்சியில் நின்றவள், ஜான் அழைத்தும் தெளிந்தது போல் தேவாவிடமும் மற்ற அனைவர்களிடமும் சொல்லிவிட்டு காரில் ஏறி ஜான்னுடன் கிளம்பினாள்.

ஆனால் ஜெனி:்பரை விட ஜீவாவுக்கு தான் மிகவும் ஆச்சரியமாக இருந்தது. அன்று இந்தப் புத்தகத்தை எடுத்த நாளிலிருந்து ஆரம்பித்த விதியின் விளையாட்டு இன்னும் தொடர்கிறதை நினைத்து பேச்சின்றி நடந்த திருப்பங்களையும், பல கோணங்களின் மனித இணைப்புகளையும் மீண்டும் யோசித்தான்.

அப்பொழுது ரங்கனின் மகளான அம்மு ஜீவாவின் பின்புறத்தில் இருந்து அவனை அழைத்தாள் "ஜீவா" என்று. கேட்ட குரல் போல் இருக்கிறது என திடுக்கென்று திரும்பிப் பார்த்தான். கண்களில் நீர் பொங்க உலக சிறந்த எழுத்தாளருக்கான விருதை கொண்டு வந்து ஜீவாவிடம் கொடுத்துக் கொண்டே "இத அந்த அண்ண கிட்ட கொடுத்துடுங்க" என்று சொல்லிவிட்டு வேக நடையுடன் அழுதுக்கொண்டே போய்விட்டாள். ஏதாவது ஆறுதல் சொல்லலாம் என நினைத்தபோது ஜீவாவின் பின்புறத்திலிருந்த தேவா அவன் தோள் மீது கை வைத்து "அவ தனியா இருக்கட்டும், கூப்பிட வேண்டாம்" என்றான்.

பின்னர் அந்த விருது மகனின் கையினால் தேவாவிற்கு சேர்ந்தது. ஜீவா கொடுத்துக்கொண்டே "பாத்தீங்களா கடைசியா இது என் கையால உங்ககிட்ட வந்துடுச்சி" என்று கேலியாக சொன்னான்.

தேவா அப்போது "எல்லாம் துரோகத்தால் வந்த நன்மை தான்பா" என்று அதற்குள் ஆயிர அர்த்தங்களை வைத்துச் சொன்னான்.

ஆனால் அந்த அர்த்தம் ஜீவாவுக்கு சுலபமாக புரிந்தது அப்பொழுது அவன் மூளைக்குள், முதன் முதலாக தோன்றிய ஆதி மனிதர்கள் சிக்கிமுக்கி கற்களை வைத்து உரசும்போது முதல் தீப்பொறி தோன்றுவது போல் அவன் ஆழ் மனதிற்குள் தோன்றியது "ஒரு புக்கு பல பேரோட வாழ்க்கைய பலவிதமா மாத்தி போடுதுல, ஏன் நம்ம ஒரு புத்தகம் எழுதக்கூடாது" என்று அவன் கையில் வைத்திருந்த புத்தகத்தைத் தேடினான்.

அருகில் இருந்த டிக்கடையின் முன்னால் போடப்பட்டிருந்த மேசையின் முனையில் அந்தப் புத்தகம் இருந்ததைக் கண்டான், அப்போது சிறிது காற்றடிக்க அந்தப் புத்தகத்தின் பக்கங்கள் தானாக

திருப்பிக் கொண்டிருந்தது, உடனே ஒரே பக்கத்தில் அப்படியே அசையாமல் நின்றது. அதை எடுக்க ஜீவா பொறுமையாக சென்ற போது,

அந்த டிக்கடையின் ரேடியோவில் நடிகர் திலகம் சிவாஜி கணேசன் நடித்த திருவிளையாடல் என்னும் திரைப்படத்திலிருந்து பாடல் வரிகள் கேட்டது "நான் அசைந்தால் அசையும் அகிலம் எல்லாமே" அதற்கேற்றார் போல் மீண்டும் காற்று வேகமாக அடிக்க, அந்தப் புத்தகமும் வேகமாக பக்கங்களை திருப்பிக் கொண்டு கன நொடியில் கீழே விழுந்தது. அதைப் பார்த்த ஜீவாவுக்கு ஒன்று தோன்ற, ஓடிச் சென்று அந்தப் புத்தகத்தை எடுத்தான்.

முன்பு தேவா ஜெனி:்பரை தேடி நீதிமன்றத்திற்கு வெளியே வந்தான் அல்லவா அதே போல் இந்நேரம் வரை நீதிமன்றத்திற்குள் பத்திரிக்கையாளர்கள் தேவாவை தேடிப் பார்த்து விட்டு களைப்புற்ற நிலையில் நீதிமன்றத்திற்கு வெளியே வந்த போதுதான் தேவாவை கண்டுபிடித்து சூழ்ந்து நின்று பேட்டி எடுத்தார்கள்.

ஜீவா அங்கிருந்த பத்திரிகையாளர் ஒருவரிடம் இருந்து பேனாவை வாங்கி அந்தப் புத்தகத்தில் அவனின் தந்தை எழுதிய முதல் தலைப்பிற்கு அருகில் இவனின் தலைப்பின் பெயரை எழுதினான்.

"புத்தகத்தின் திருவிளையாடல்"

முற்றும்

****

முடிவுரை

முன்னுரை படித்து விட்டு நேராக முடிவுரை படிக்க வந்த என் நண்பர்களுக்காக,

என்ன நண்பர்களே நேராக முடிவுரைக்கே என்னை படிக்க வந்து விட்டீர்களா என் மீது அவ்வளவு பாசமா? அந்த ரகசியத்தை தெரிந்து கொள்ள தானே வந்தீர்கள், நீங்கள் வருவீர்கள் என்று தெரியும், உங்கள் நண்பனாக இருந்துக் கொண்டு இது கூட தெரிந்து வைத்திருக்க மாட்டேனா.

நண்பர்களுக்கிடையே ரகசியம் எதுக்கு, அது என்னவென்றால்...

புத்தகம் படிக்க பிடிக்காதா ஒருவரை, ஒரு புத்தகம் அவரைத் தேர்ந்தெடுத்து அவருடைய நண்பனாக சென்று அவர் வாழ்கையில் பல மாற்றங்களை ஏற்படுத்தி, கடைசியாக அவரையே ஒரு புத்தகம் எழுத காரணமாக இருக்கிறது. இக்கதையின் கதை சுருக்கமே இதுதான்.

எந்த புத்தகமாக இருந்தாலும் சரி, அதில் இருக்கும் ஒரு வரியை நீங்கள் படித்தால் போதும், உங்களது வாழ்க்கை பயணத்தை மாற்றி அமைக்கும் ஆற்றல் அதனிடம் இருக்கிறது.

சினிமாக்களை நீங்கள் பார்க்கும் போது அதில் இருக்கும் காட்சிகள் தான் எல்லோரும் மனதிற்குள் ஓடும், ஆனால் நீங்கள் புத்தகம் படிப்பதால் பல பேருக்கு பல அழகான கற்பனை காட்சிகளாக மனதிற்குள் ஓடும். உங்களை சினிமா பாக்க வேண்டாம் என்று சொல்லவில்லை இக்காலத்திற்கும் அதுவும் அவசியம் தான் ஆனால் புத்தகம் அதை விட அவசியம் என்று தான் சொல்கிறேன். ஏன் பெரும்பாலான சினிமா தயாரிப்பாளர்கள், எழுத்தாளர்களே புத்தகத்தின் தனித்துவத்தைப் பற்றி பெருமையாக சொல்வார்கள்.

அதனால் என்னை மட்டும் அல்ல, உங்களுக்கு பிடித்த எந்த புத்தகங்களாக இருந்தாலும் சரி, அதை தாராளமாக படியுங்கள். பிடித்து படியுங்கள், புத்தகத்தை நண்பனாகி கொள்ளுங்கள் அதனுடன் பேசுங்கள் அது உங்களிடம் பேசும், இந்த ஒரு புத்தகம் மட்டும் அல்ல, நீங்கள் படிக்கும் எந்த ஒரு புத்தகங்களாக இருந்தாலும் உங்களை ஏன் தேர்ந்தெடுத்தது என்ற உண்மையும் சொல்லும் அதை புரிந்து கொண்டு நீங்களே ஆச்சரியப்படுவீர்கள்.

புத்தகம் அழகானது, வாசித்துக்கொண்டே இருங்கள்...

நன்றி

****